AF747139

ഗുരു എസ് എൻ ഡി പി
യോഗം വിട്ടതെന്തേ?

guru s n d p yogam vittathenthe?

•

anilkumar a v

•

first edition
january 2016

•

second edition
august 2016

•

typesetting & published
chintha publishers, thiruvananthapuram

•

cover
midas

വിതരണം

ദേശാഭിമാനി ബുക്ക് ഹൗസ്

H O തിരുവനന്തപുരം–695 035
phone: 0471-2303026, 6063026
www.chinthapublishers.com
chinthapublishers@gmail.com

ബ്രാഞ്ചുകൾ

ഹെഡ്ഓഫീസ് ബ്രാഞ്ച് കുന്നുകുഴി • സ്റ്റാച്യു തിരുവനന്തപുരം • കെ എസ് ആർ ടി സി ബസ് സ്റ്റേഷൻ ആലപ്പുഴ • കെ എസ് ആർ ടി സി ബസ് സ്റ്റേഷൻ എറണാകുളം • മച്ചിങ്ങൽ ലെയ്ൻ തൃശൂർ • ഐ ജി റോഡ് കോഴിക്കോട് • മാവൂർ റോഡ് കോഴിക്കോട് • എൻ ജി ഒ യൂണിയൻ ബിൽഡിങ് കണ്ണൂർ • സെൻട്രൽ ബസ് ടെർമിനൽ കോംപ്ലക്സ് താവക്കര കണ്ണൂർ

CR - 1516 / 3946
ISBN - 978-93-86112-64-4

ഗുരു എസ് എൻ ഡി പി യോഗം വിട്ടതെന്തേ?

അനിൽകുമാർ എ വി

ചിന്ത പബ്ലിഷേഴ്സ്
തിരുവനന്തപുരം-695 035

അനിൽകുമാർ എ വി

കാസർകോട് ജില്ലയിലെ പിലിക്കോട്ട് ജനിച്ചു. അച്ഛൻ: ടി ശിവശങ്കരൻ, അമ്മ: എ വി ലക്ഷ്മി. കോഴിക്കോട് സർവ്വകലാശാലാ ചരിത്രവിഭാഗത്തിൽ നിന്ന് രണ്ടാം റാങ്കോടെ എം എ പാസായി. അവിടെ എം ഫിൽ വിദ്യാർത്ഥിയായിരിക്കെ *ദേശാഭിമാനി*യിൽ ചേർന്നു. കുറച്ചുകാലം ചിന്ത വാരികയുടെ പത്രാധിപസമിതിയിലും പ്രവർത്തിച്ചു. ഇപ്പോൾ ദേശാഭിമാനി അസിസ്റ്റന്റ് എഡിറ്റർ.

ചരിത്രത്തിനൊപ്പം നടന്ന ഒരാൾ, ഇടവേളകളില്ലാത്ത ചരിത്രം, തിരസ്കൃത ചരിത്രത്തിന് ഒരു ആമുഖം, കാവിനിറമുള്ള പ്ലേഗ്, ചിഹ്നങ്ങളുടെ രാഷ്ട്രീയം, ആഗോളവല്ക്കരണത്തിന്റെ അഭിരുചിനിർമ്മാണം, ഒറ്റുകാരുടെ ചിരി, ബുദ്ധിജീവികളുടെ പ്രതിസന്ധി, പ്രതിബിംബക്കെണിയും മൂലധന രാഷ്ട്രീയവും, നാലാംലോകവാദവും സാമ്രാജ്യത്വ രാഷ്ട്രീയവും, സി യിരമ്യാവ്: അടിമയുടെ ജീവിതം, കെ പി ആർ, ജീവിതത്തിൽ ഒരിക്കൽമാത്രം സംഭവിക്കുന്നവ, പ്രവാസികൾ: ഭാഷയിലും ജീവിതത്തിലും, മുറിവേറ്റ ആഹ്ലാദങ്ങൾ – ചരിത്രവും ജീവചരിത്രവും, ഇന്ദുലേഖയുടെ അനുജത്തിമാർ, സ്വാതന്ത്ര്യത്തിന്റെ പെണ്ണകങ്ങൾ, ജർമ്മൻ സ്കെച്ചുകൾ, പലപേരിൽ ഒരു നഗരം (ട്രിച്ചി കുറിപ്പുകൾ), ഒരിക്കലും പൂട്ടാത്ത മുറി, ആൾദൈവങ്ങൾ അഥവാ അസംബന്ധ മനുഷ്യർ, എഴുത്തുമുറി, സത്യംപറയുന്ന പെരുംനുണയന്മാർ, ജീവിതം നയിക്കാൻ വിധിക്കപ്പെട്ട നുണകൾ, ലങ്കൻ കാഴ്ചകൾ, ഇന്തോനേഷ്യൻ ഡയറി, ഹിറ്റ്ലർ എന്ന ഫുട്ബോൾ കോച്ച്, അനുഭൂതികളിലെ വർഗ്ഗസമരം, മാധ്യമ മഹാസഖ്യം, സിനിമയുടെ ആത്മഗതം, ചരിത്രം ഒരു സമരായുധം, വന്മതിൽ മുതൽ ബിഗ്ബെൻവരെ, ഹോങ്കോങ് – ചൈനാ വിശേഷങ്ങൾ, രണ്ടുകൈ രണ്ടു വ്യവസ്ഥ, മാധ്യമങ്ങളുടെ വിക്ക്, ഭക്ഷണം ഉറങ്ങാത്ത നാടുകൾ, ജീവിതത്തിലേക്കൊരു പലായനം തുടങ്ങിയവ പ്രധാന കൃതികൾ. *സദ്ദാം: നൂറ്റാണ്ടിന്റെ ബലി, കാസ്ട്രോ – ക്യൂബ: വിപ്ലവത്തിന്റെ യൗവനങ്ങൾ, മുല്ലപ്പെരിയാർ* എന്നീ പുസ്തകങ്ങൾ എഡിറ്റ് ചെയ്തു.

മികച്ച ജീവചരിത്ര ഗ്രന്ഥത്തിനുള്ള 1997 ലെ സാഹിത്യ അക്കാദമി അവാർഡ്, മികച്ച വൈജ്ഞാനിക കൃതിക്കുള്ള 1997ലെ അബുദാബി ശക്തി പുരസ്കാരം, സാഹിത്യ സംബന്ധിയായ ടെലിവിഷൻ പരിപാടിക്കുള്ള 2005 ലെ വിഷ്വൽ എന്റർടൈൻമെന്റ് അവാർഡ്, പത്രപ്രവർത്തന രംഗത്തെ സമഗ്ര സംഭാവനയ്ക്കുള്ള 2015 ലെ തുളുനാട് പുരസ്കാരം എന്നിവ നേടി, *ചരിത്രത്തിനൊപ്പം നടന്ന ഒരാൾ വരലാത്രുടൻ പയനിത്ത മാമനിതർ* എന്നപേരിൽ തമിഴിലും ഇറങ്ങി. 2006 ഒക്ടോബറിൽ ജർമ്മൻ നഗരമായ ഫ്രാങ്ക്ഫർട്ടിൽ നടന്ന അന്താരാഷ്ട്ര പുസ്തകോത്സവത്തിൽ പങ്കെടുത്തു. പ്രഭാകരന്റെ അന്ത്യത്തിനുശേഷം ശ്രീലങ്കയിലും യാത്രചെയ്തിട്ടുണ്ട്. 2010 മാർച്ചിൽ ജക്കാർത്തയിൽ നടന്ന ഈസ്റ്റ് ഏഷ്യാ മീഡിയാ പ്രോഗ്രാമിൽ ഇന്ത്യൻ സംഘാംഗം. ചൈന, ഹോങ്കോങ്, യു എ ഇ, മലേഷ്യ, തായ്‌ലൻഡ്, ബംഗ്ലാദേശ് എന്നീ രാജ്യങ്ങളും സന്ദർശിച്ചു.

ഡോ. ലേഖയാണ് ഭാര്യ. അനുലക്ഷ്മിയും അഖിൽശിവനും മക്കൾ.

ഉള്ളടക്കം

അവതാരിക

ഓർമ്മകൾ എന്ന സമരരൂപം 10

കോടിയേരി ബാലകൃഷ്ണൻ

ഈ പിൻനടത്തം സവർണ്ണാധിപത്യത്തിലേക്ക് 21

കേരളത്തിന്റെ വെളിച്ചം 34

വൈക്കവും ഗുരുവായൂരും 42

ഏകാകിയായ പോരാളി 57

ഇസ്ലാമിക പരിപാലനയോഗം 66

മഞ്ഞയിൽനിന്ന് കാവിയിലേക്ക് 73

രക്ഷാകർത്തൃനാട്യം 79

കുയിൽകുമാരനെന്ന ശകാരം 84

ഗോൾവാൾക്കറോ പുതിയ അഭയം 89

മനുഷ്യത്വത്തിന്റെ മഹാസന്ദേശങ്ങൾ 96

വാദിക്കാനും ജയിക്കാനുമല്ല, അറിയാനും അറിയിക്കാനുമാണ് 102

ജ്ഞാനോദയയോഗവും ജഗന്നാഥക്ഷേത്രവും 108

ഗുരുചിന്തയിലെ ചലനാത്മകത 119

പ്രസാധകക്കുറിപ്പ്

ജാതിരഹിതമായ സമൂഹസൃഷ്ടിക്കായി നിലകൊണ്ട ശ്രീനാരായണഗുരുവിനെ ചാതുർവർണ്ണ്യത്തിന്റെ നവപ്രയോക്താക്കളായ സംഘപരിവാരത്തിന്റെ ആലയിൽ തളച്ചിടാനുള്ള ഹീനമായ പരിശ്രമങ്ങളുടെ പശ്ചാത്തലത്തിലാണ് അനിൽകുമാർ എ വി തന്റെ *ഗുരു എസ് എൻ ഡി പി യോഗം വിട്ടതെന്തേ?* എന്ന ഗ്രന്ഥം തയ്യാറാക്കിയിട്ടുള്ളത്.

പതിമൂന്ന് അദ്ധ്യായങ്ങളിലൂടെ അനിൽകുമാർ നവോത്ഥാനധാരയുടെ ആവിർഭാവത്തിന്റെ ചരിത്രപശ്ചാത്തലം മുതൽ ഇതര സമുദായങ്ങളിൽ ഗുരു ജീവിതത്തിന്റെയും ഉദ്ബോധനങ്ങളുടെയും അനുരണനങ്ങളുടെ ചരിത്രവും, സാമൂഹ്യരാഷ്ട്രീയ പ്രതിദ്ധ്വനികളും വരച്ചുകാട്ടുന്നു. അറിയാനും അറിയിക്കാനുമുള്ള ഈ യജ്ഞം കേരള സമൂഹത്തിന്റെ മതേതരവും ജനാധിപത്യപരവുമായ ജീവിതക്രമത്തിന്റെ വികാസത്തെ ഓർമ്മയിൽ കൊണ്ടുവരുന്നു. അവതാരിക സൂചിപ്പിക്കുന്നതുപോലെ ഇത് ഓർമ്മകൾ എന്ന സമരരൂപമാണ്.

ഓർമ്മ പുതുക്കാനും കടന്നാക്രമണങ്ങളെ പ്രതിരോധിക്കുന്നതിന് ശക്തി സമ്പാദിക്കുവാനും ഈ ലഘുഗ്രന്ഥം സഹായിക്കുമെന്ന ഉറപ്പോടെ ഞങ്ങൾ അവതരിപ്പിക്കുന്നു; സ്വീകരിച്ചാലും.

ചിന്ത പബ്ലിഷേഴ്സ്

യോഗത്തിന്റെ നിശ്ചയങ്ങളെല്ലാം
നാം അറിയാതെ പാസാക്കുന്നതുകൊണ്ടും
അതിന്റെ ആനുകൂല്യം ഒന്നും
നമ്മെ സംബന്ധിച്ച് ഇല്ലാത്തതുകൊണ്ടും
യോഗത്തിന് ജാത്യാഭിമാനം
വർദ്ധിച്ചുവരുന്നതുകൊണ്ടും മുമ്പേ
മനസ്സിൽനിന്നും വിട്ടതുപോലെ
ഇപ്പോൾ വാക്കിൽനിന്നും
പ്രവൃത്തിയിൽനിന്നും
യോഗത്തെ വിട്ടിരിക്കുന്നു.

–ശ്രീനാരായണഗുരു

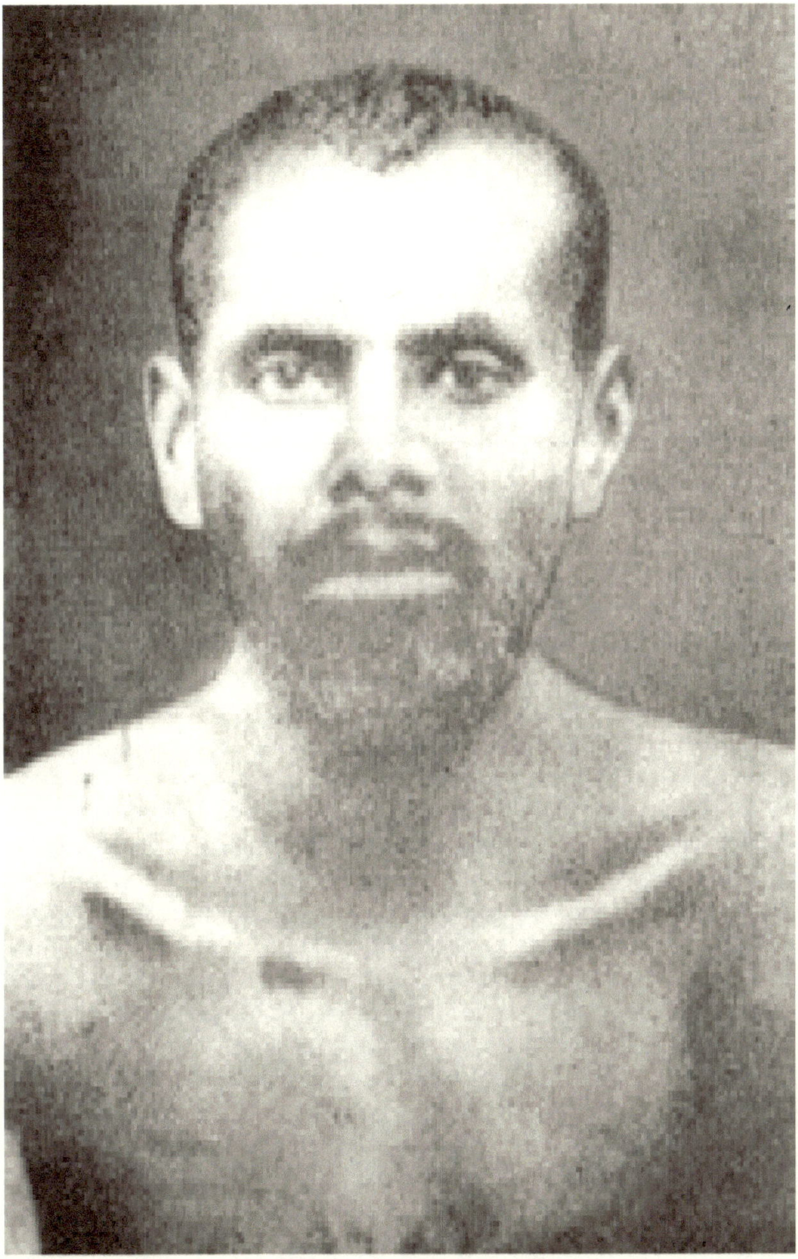

ശ്രീനാരായണഗുരു യൗവനത്തിൽ

അവതാരിക

ഓർമ്മകൾ എന്ന സമരരൂപം

കോടിയേരി ബാലകൃഷ്ണൻ

കേരളത്തിന്റെ സാമൂഹികവികാസം എങ്ങനെയുണ്ടായി എന്ന പരിശോധനയും ചർച്ചയും അനിവാര്യമാകുന്ന അവസ്ഥയിലൂടെയാണ് നാം കടന്നുപോകുന്നത്. ഈ സമൂഹത്തിന്റെ സവിശേഷത, മതേതരവും ജനാധിപത്യപരവുമായ ജീവിതക്രമത്തിന്റെ വികാസമാണ്. അതോടൊപ്പം, അടിസ്ഥാനാവശ്യങ്ങൾ സാക്ഷാൽക്കരിക്കുന്നതിലും വലിയ പുരോഗതിയുണ്ടായി. ജനങ്ങൾ അനുഭവിക്കുന്ന പ്രയാസങ്ങളുടെ യഥാർത്ഥ കാരണങ്ങൾ കണ്ടെത്തി പരിഹരിക്കുന്നതിനുപകരം അതിന്റെ പേരിൽ വർഗ്ഗീയമായി ഏറ്റുമുട്ടിക്കാനുള്ള പരിശ്രമങ്ങളാണ് നടക്കുന്നത്. അത്തരമൊരു നീക്കം ചെറുക്കുക ജനാധിപത്യവാദികളുടെ അടിയന്തര കടമയാണ്. അത്തരത്തിൽ കുറേ പഠനങ്ങളും കൃതികളും അന്വേഷണങ്ങളും ഉണ്ടാകുന്നുണ്ട്. ആ ശ്രേണിയിലെ ശ്രദ്ധേയമായ ഒന്നാണ് ദേശാഭിമാനി അസിസ്റ്റന്റ് എഡിറ്റർ അനിൽകുമാർ എ വി എഴുതിയ *ഗുരു എസ് എൻ ഡി പി യോഗം വിട്ടതെന്തേ* എന്ന പഠനഗ്രന്ഥം. പുരോഗമന പാരമ്പര്യങ്ങളെയാകെ പിറകോട്ട് നടത്തിക്കുന്ന സാമൂഹ്യ–ധൈഷണിക, രാഷ്ട്രീയ ഗൂഢാലോചനകളുടെ ചരിത്രവും സമകാലീന പ്രകൃതങ്ങളുമെല്ലാം ശക്തമായ ഭാഷയിൽ പുറത്തുകൊണ്ടുവരികയാണ് അനിൽ. വളരെ ശ്രമകരമായ ഫീൽഡ്‌വർക്കിലൂടെ പല പുതിയ വസ്തുതകളും വെളിച്ചത്തിലേക്ക് എടുത്തിടുന്നുമുണ്ട്. ജാതിരഹിതമായ സമൂഹസൃഷ്ടിക്കായി നിലകൊണ്ട ശ്രീനാരായണ ഗുരുവിനെ ചാതുർവർണ്ണ്യത്തിന്റെ അറവുശാലയായ സംഘപരിവാരത്തിന്റെ കൂടാരത്തിൽ തളച്ചിടാൻ നടത്തുന്ന ഹീനവും അമാന്യവുമായ പരിശ്രമങ്ങൾ തുറന്നുകാട്ടിയാണ് പുസ്തകത്തിലെ ആദ്യ അദ്ധ്യായം ആരംഭിക്കുന്നത്. കേരളത്തിലെ ഫ്യൂഡൽഘടന ജാതി–ജന്മി–നാടുവാഴിത്ത സംയുക്തമായാണ് നിലനിന്നത്. ഈ സവിശേഷ സാഹചര്യത്തെയാണ് ജാതി–ജന്മി–നാടുവാഴിത്തം എന്ന്

ഇ എം എസ് വിശേഷിപ്പിച്ചത്. ജന്മിത്വവുമായി സന്ധിചെയ്തും അതിന്റെ സംരക്ഷകരായും സാമ്രാജ്യത്വശക്തികൾ നിലകൊണ്ടു. സാമ്രാജ്യത്വത്തിനും ജന്മിത്വത്തിനുമെതിരെ നിരവധി പ്രക്ഷോഭങ്ങൾ ഉയർന്നുവന്നു. ജനകീയപോരാട്ടങ്ങളെ ബ്രിട്ടീഷുകാർ അതിക്രൂരമായി അടിച്ചമർത്തി. രാഷ്ട്രീയമായി ഇത്തരം പോരാട്ടങ്ങൾ നടക്കുന്ന ഘട്ടത്തിൽ ത്തന്നെ ജന്മിത്വത്തെ താങ്ങിനിർത്തുന്ന ജാതീയമായ അടിച്ചമർത്തലുകൾക്കെതിരായ പ്രക്ഷോഭങ്ങൾ ഉയർന്നുവന്നു. മേൽമുണ്ട് കലാപംപോലുള്ള സമരങ്ങളുണ്ടായി. തെക്കൻ തിരുവിതാംകൂറിൽ ജാതീയതയ്ക്കെതിരെ വൈകുണ്ഠസ്വാമിയെപ്പോലുള്ളവർ രംഗത്തിറങ്ങി. പ്രാദേശികമായ ചെറുത്തുനില്പുകൾ പിന്നീട് വലിയ പ്രസ്ഥാനങ്ങളായി വളർന്നു. ഇങ്ങനെ സാധുജന പരിപാലനസംഘം പോലുള്ളവയുടെ ചിത്രം തെളിയുന്നുമുണ്ട് ഈ പഠനഗ്രന്ഥത്തിൽ.

നവോത്ഥാന പ്രസ്ഥാനങ്ങളുടെ രൂപീകരണത്തിനുപിന്നിൽ പല ഘടകങ്ങൾ ഉണ്ടായിരുന്നു. ആധുനികമായ ഉല്പാദനക്രമങ്ങളും കാഴ്ചപ്പാടുകളും സ്വാധീനം ചെലുത്താൻ തുടങ്ങിയതോടെ ഉയർന്നുവന്ന ചിന്തകൾ പുതിയ കാലഘട്ടത്തിനനുസരിച്ച് വായിക്കപ്പെട്ടു. അദ്വൈതവേദാന്തംപോലുള്ള സിദ്ധാന്തങ്ങൾ ചർച്ചചെയ്യപ്പെടുകയുണ്ടായി. എല്ലാം ഒരുപോലെയാണെങ്കിൽ ജാതിയുടെയും മതത്തിന്റെയും അതിർവരമ്പുകൾ എന്തിന് എന്ന ചോദ്യത്തിലേക്ക് അത് വികസിച്ചു. ഒരു ജാതി, ഒരു മതം, ഒരു ദൈവം മനുഷ്യന് എന്ന കാഴ്ചപ്പാടിലേക്ക് ശ്രീനാരായണ ഗുരു എത്തിയത് ഇത്തരം വളർച്ചയുടെ അടിസ്ഥാനത്തിലാണ്. ചട്ടമ്പിസ്വാമികളെയും അയ്യൻകാളിയെയും പോലുള്ളവർ ചോദ്യംചെയ്തതും നിലനിന്ന ജാതിഘടനയെയും അതിന്റെ അടിസ്ഥാനത്തിലുള്ള നിയമസംഹിതകളെയും തന്നെ. ശ്രീനാരായണ ഗുരുവിന്റെ ആശയങ്ങൾ എല്ലാ വിഭാഗം ജനങ്ങളെയും സ്വാധീനിച്ച് വിവിധ സംഘടനകൾക്ക് പ്രചോദനമായി. ആ ചരിത്രം അനിൽകുമാർ വിശദമാക്കുന്നുണ്ട്. മുസ്ലീങ്ങളുടെ സംഘടനയെപ്പോലും ഗുരു സ്വാധീനിച്ചതിന്റെ പ്രചോദനാത്മകമായ വസ്തുതകൾ വിസ്മയകരങ്ങളാണ്. വൈക്കം അബ്ദുൾ ഖാദർ മൗലവി ചിറയിൻകീഴ് താലൂക്കിൽ രൂപീകരിച്ച ഇസ്ലാമിക പരിപാലനസംഘത്തെക്കുറിച്ചുള്ള അദ്ധ്യായം ഏറെ പഠനാർഹവും.

അക്കാലത്തെ പരിഷ്കർത്താക്കൾ തങ്ങൾ ജീവിക്കുന്ന സമുദായത്തിന്റെമാത്രമല്ല, സമൂഹത്തിലെ പൊതുവായ പ്രശ്നങ്ങളിലേക്കും ശ്രദ്ധയൂന്നി. അടിസ്ഥാന ജനവിഭാഗത്തിൽ ഉയർന്നുവന്ന നവോത്ഥാന ആശയങ്ങൾ സവർണ്ണരിലും സ്വാധീനം ചെലുത്തി. ഉത്തരേന്ത്യയിലെ നവോത്ഥാന പ്രസ്ഥാനങ്ങളിൽനിന്ന് വ്യത്യസ്തമായി അടിസ്ഥാന ജനവിഭാഗങ്ങളിൽനിന്നാണ് കേരളത്തിലേത് ഉയർന്നുവന്നത്. ഇവിടെ ജാതിഘടനയിലുള്ള സവിശേഷതയും അതുമായി ബന്ധപ്പെട്ട് വികസിച്ചുവന്ന ആചാരസമ്പ്രദായങ്ങളും സവർണ്ണ വിഭാഗങ്ങൾക്കിടയിലും നവോത്ഥാന ചിന്തകൾ രൂപപ്പെടുത്തി. മാതാപിതാക്കളും കുട്ടികളുമെന്ന ആധുനിക

കുടുംബ കാഴ്ചപ്പാടുകൾ കടന്നുവന്നതോടെ നിലനില്ക്കുന്ന സമ്പ്രദായത്തോട് എതിർപ്പുകൾ രൂപപ്പെട്ടു. അക്കാലത്തെ സ്ഥിതിയെപ്പറ്റി മന്നത്ത് പത്മനാഭൻ ഇങ്ങനെ എഴുതി: ''അക്ഷരാഭ്യാസം സിദ്ധിക്കാത്ത നിർദ്ധനനായ ഒരു ഉണ്ണിനമ്പൂതിരി സർ. സി ശങ്കരൻനായരെ കണ്ടാലും എഴുന്നേല്ക്കണമെന്ന് ശങ്കിക്കുന്നില്ല. വെറും ഒരു നമ്പൂതിരിയെ കണ്ടാൽ ശങ്കരൻനായർക്കായാലും ഇരിപ്പുറയ്ക്കുമെന്ന് തോന്നുന്നില്ല.'' നമ്പൂതിരി സമുദായത്തിലാകട്ടെ ഇളയവർക്ക് സ്വസമുദായത്തിൽനിന്ന് വിവാഹം പാടില്ലെന്ന രീതിയാണ് നിലനിന്നത്. ആചാരബന്ധിതമായ നിയമങ്ങളാൽ സ്ത്രീകൾക്ക് പുറത്തിറങ്ങാൻപോലും പറ്റാത്ത സാഹചര്യവും. വിധവകളായാൽ മരണത്തിന് തുല്യമായ ജീവിതമാണ് വിധിക്കപ്പെട്ടത്. നമ്പൂതിരിമാരിലെ ഇളയ അംഗങ്ങൾക്ക് അനുഭവിക്കേണ്ട പ്രയാസവും സ്ത്രീകൾ സവിശേഷമായി നേരിട്ട പ്രശ്നങ്ങളും നവോത്ഥാന ആശയങ്ങളെ ഉണർത്തി. യോഗക്ഷേമസഭ സ്ത്രീകളുടെ പാരതന്ത്ര്യത്തിന് എതിരായാണ് ശബ്ദിച്ചത്. കീഴാള ജനവിഭാഗത്തിൽ രൂപപ്പെട്ടുവന്ന, ജാതീയതയ്ക്കെതിരായ ചിന്തകളും ആശയങ്ങളും ഇത്തരം വിഭാഗങ്ങളിലും നവോത്ഥാന ആശയങ്ങൾ വളർത്തി. ആ ഗതിവിഗതികളും പുസ്തകത്തിലുണ്ട്.

മുസ്ലിം-ക്രിസ്ത്യൻ വിഭാഗങ്ങൾക്കിടയിലും നവോത്ഥാനചിന്ത ഇക്കാലത്ത് വളർന്നു. മുസ്ലീങ്ങൾക്കിടയിൽ ആധുനിക വിദ്യാഭ്യാസത്തിനും പ്രാദേശിക ഭാഷാപഠനത്തിനും വേണ്ടിയുള്ള പ്രവർത്തനങ്ങളാണ് പ്രധാനമായും മുന്നോട്ടുവെച്ചത്. മക്തി തങ്ങളെയും ചാലിലകത്ത് കുഞ്ഞഹമ്മദ് ഹാജിയെയും സി എൻ അഹമ്മദ് മൗലവിയെയും വക്കം അബ്ദുൾഖാദർ മൗലവിയെയുംപോലുള്ളവർ നായകസ്ഥാനത്തെത്തി. ക്രിസ്ത്യൻ വിഭാഗത്തിൽ സാർവ്വദേശീയ തർക്കങ്ങളും പ്രാദേശികവല്ക്കരണവുമായി ബന്ധപ്പെട്ട കാര്യങ്ങളുമാണ് സജീവമായത്. ഇത്തരം സമരങ്ങളുടെ ഭാഗമായി ചില സഭകൾതന്നെ രൂപപ്പെട്ടു. പൊയ്കയിൽ യോഹന്നാനും പാമ്പാടി ജോൺ ജോസഫും മറ്റും പോരാട്ടങ്ങളിൽ സജീവമായി. നവോത്ഥാനചിന്തകൾ സാമൂഹികമണ്ഡലത്തിൽ സജീവമാകുകയും അത് രാഷ്ട്രീയപ്രവർത്തനത്തിന്റെ പ്രധാന അജണ്ടയായി ഉയരുകയുംചെയ്തു. ക്രിസ്തുമതത്തിലും ഹിന്ദുമതത്തിലും തങ്ങൾക്ക് സ്ഥാനമില്ലെന്നുപോലും പൊയ്കയിൽ യോഹന്നാൻ തുറന്നടിക്കുകയുണ്ടായി.

20-ാം നൂറ്റാണ്ടിന്റെ ആദ്യപാദം കഴിയുമ്പോഴേക്കും ദേശീയമുന്നേറ്റം കേരളത്തിൽ ശക്തിപ്പെട്ടു. നവോത്ഥാന പ്രസ്ഥാനങ്ങളിൽ സജീവമായിരുന്നവർ അതിന്റെ നേതൃത്വത്തിലേക്ക് വരാൻ തുടങ്ങി. നാട്ടുരാജ്യങ്ങളിലെ സാമൂഹികപ്രശ്നങ്ങളിൽ ഇടപെടേണ്ടതില്ല എന്ന നിലപാടാണ് കോൺഗ്രസ് സ്വീകരിച്ചത്. അതിൽനിന്ന് വ്യത്യസ്തമായി സാമൂഹികപ്രശ്നങ്ങൾ ഏറ്റെടുക്കുന്നതിനുള്ള സമ്മർദ്ദമായി. എസ് എൻ ഡി പി യിലൂടെ കടന്നുവന്ന ടി കെ മാധവന്റെ ഇടപെടലാണ് മാറ്റത്തിന്

ഇടയാക്കിയത്. 1924 ലെ വൈക്കം സത്യഗ്രഹം അതിന്റെ ഭാഗം. സത്യഗ്രഹത്തിലെ പ്രധാന മുദ്രാവാക്യം വൈക്കം ക്ഷേത്രത്തിന്റെ നാലുവഴികളും എല്ലാ വിഭാഗം ഹിന്ദു വിശ്വാസികൾക്കും തുറന്നുകൊടുക്കണം എന്നതായിരുന്നു. പി കൃഷ്ണപിള്ള *ദേശാഭിമാനി*യിൽ എഴുതിയ ലേഖനത്തിൽ സത്യഗ്രഹികളുടെ ത്യാഗങ്ങൾ നേരിൽക്കണ്ട കാഴ്ചകളുടെ അടിസ്ഥാനത്തിൽ വിശദീകരിക്കുന്നുണ്ട്: ''ഈ സമരത്തിന് എന്തെല്ലാം കുറവുകളുണ്ടായാലും മലബാർ ലഹളയ്ക്കുശേഷം കേരളത്തിൽ ആദ്യമായി സംഘടിതരൂപത്തിൽ നടത്തിയ ദേശീയ സമരപരിപാടി എന്ന നിലയിലും എല്ലാ ഭാഗങ്ങളിൽനിന്നും വളന്റിയർമാരും നേതാക്കന്മാരും പങ്കെടുത്ത പ്രസ്ഥാനമെന്ന നിലയിലും തിരുവിതാംകൂറിലെ ദുഷിച്ചതും ഏത് മർദ്ദനവിധാനങ്ങളും കൈക്കൊള്ളാൻ മടിയില്ലാത്തതുമായ രാജാധിപത്യത്തിനെതിരായ പ്രക്ഷോഭമെന്ന നിലയിലും ഈ സമരം ദേശീയ പ്രസ്ഥാന ചരിത്രത്തിലെ ഉജ്ജ്വലമായ അദ്ധ്യായമാണ്.''

വൈക്കം സത്യഗ്രഹശേഷവും ദേശീയപ്രസ്ഥാനം അയിത്തത്തിനെതിരായ പോരാട്ടം ശക്തമായി മുന്നോട്ടുകൊണ്ടുപോയി. 1931 ൽ കെ കേളപ്പന്റെ നേതൃത്വത്തിൽ ഗുരുവായൂർ സത്യഗ്രഹം ആരംഭിച്ചു. എ കെ ജിയായിരുന്നു വളന്റിയർ ക്യാപ്റ്റൻ. പി കൃഷ്ണപിള്ള സജീവമായി പങ്കെടുത്തു. ഗുരുവായൂർ ക്ഷേത്രത്തിലെ മണിയടിച്ചതിന് കൃഷ്ണപിള്ളയ്ക്ക് ഭീകര മർദ്ദനമേറ്റു. എ കെ ജിയും കടുത്ത മർദ്ദനത്തിന് ഇരയായി. ആ ഘട്ടത്തിൽ ഗുരുവായൂർ ഉൾപ്പെടുന്ന പൊന്നാനി താലൂക്കിൽ സവർണ്ണഹിന്ദുക്കൾക്കിടയിൽ റഫറണ്ടം നടത്തി. ക്ഷേത്രപ്രവേശനത്തിന് അനുകൂലമായി 15,568 പേരും പ്രതികൂലമായി 2778 പേരും അഭിപ്രായം രേഖപ്പെടുത്തി. സത്യഗ്രഹം സമൂഹത്തിൽ ഉണ്ടാക്കിയ ചലനമാണ് ഇത് വ്യക്തമാക്കിയത്. എ കെ ജി ആത്മകഥയിൽ എഴുതി– "ഗുരുവായൂർ സത്യഗ്രഹം ഒരു അഖിലേന്ത്യാ പ്രശ്നമായി മാറി. കേരളത്തിലെ പ്രധാനപത്രങ്ങൾ അതേപ്പറ്റി മുഖപ്രസംഗങ്ങൾ എഴുതി. അഖിലേന്ത്യാ നേതാക്കൾ കേരളം സന്ദർശിച്ചു. പ്രസ്ഥാനത്തിന്റെ അല നാട്ടിലെമ്പാടും ഉയർന്നു. ഇതിനുമുമ്പ് സഞ്ചാരസ്വാതന്ത്ര്യം ഇല്ലാതിരുന്ന സ്ഥലങ്ങൾ സ്വകാര്യവ്യക്തികൾ ഹരിജനങ്ങൾക്കായി തുറന്നുകൊടുത്തു. ജനങ്ങൾ ഹരിജനപ്രസ്ഥാനത്തിൽ കൂടുതൽ താല്പര്യം കാണിച്ചുതുടങ്ങി''. സത്യഗ്രഹം കഴിഞ്ഞ് ആറുവർഷത്തിനുശേഷം, 1937 ലാണ് കേരളത്തിലെ ആദ്യത്തെ കമ്യൂണിസ്റ്റ് ഗ്രൂപ്പ് രൂപീകരിക്കുന്നത്. 1939 ൽ പിണറായി പാറപ്പുറത്ത് നടന്ന സമ്മേളനത്തിൽ കോൺഗ്രസ് സോഷ്യലിസ്റ്റ് പാർട്ടി ഏകദേശം ഒന്നടങ്കം കമ്യൂണിസ്റ്റ് പാർട്ടിയായി മാറുകയായിരുന്നല്ലോ. അതിലെ സവിശേഷമായ കാര്യം ഗുരുവായൂർ സത്യഗ്രഹത്തിൽ കടുത്ത മർദ്ദനമേറ്റ മൂന്നുപേരും– കൃഷ്ണപിള്ള, എ കെ ജി, മൊയാരത്ത് ശങ്കരൻ– കമ്യൂണിസ്റ്റ് പാർട്ടിയിലാണ് ചേർന്നത് എന്നതാണ്. നവോത്ഥാന മുന്നേറ്റം, ദേശീയ പ്രസ്ഥാനം, തുടർന്ന് കമ്യൂണിസ്റ്റ് പാർട്ടി എന്ന രീതിയിലുള്ള വികാസമാണുണ്ടായത്.

കമ്യൂണിസ്റ്റ് പാർട്ടി എന്ന നിലയിൽ പ്രവർത്തനം തുടങ്ങുമ്പോഴേക്കും ക്ഷേത്രപ്രവേശനത്തിനുള്ള അവകാശം കേരളത്തിലെ മൊത്തം ജനതയ്ക്കും ലഭിച്ചിരുന്നില്ല. അത്തരം പ്രശ്നങ്ങളിൽ പാർട്ടി സജീവമായി ഇടപെട്ടു. തിരുവിതാംകൂറിൽ നവോത്ഥാന പ്രസ്ഥാനങ്ങളാണ് ജാതീയമായ അവശതയുടെ പ്രശ്നങ്ങളിൽ ആദ്യഘട്ടങ്ങളിൽ ഇടപെട്ടത്. അതിൽനിന്ന് വ്യത്യസ്ത സമീപനമായിരുന്നു മലബാറിൽ. കർഷക-തൊഴിലാളി പ്രസ്ഥാനങ്ങളാണ് ആ ഉത്തരവാദിത്വം നിർവ്വഹിച്ചത്. മലബാറിൽ പിന്നോക്കവിഭാഗങ്ങൾക്ക് പ്രവേശനമില്ലാതിരുന്ന ക്ഷേത്രക്കുളങ്ങളിൽ കുളിച്ച് കമ്യൂണിസ്റ്റ് പാർട്ടി നടത്തിയ പ്രവർത്തനം ചരിത്രത്തിന്റെ ഭാഗമാണ്. മലബാറിലും ചില പ്രദേശങ്ങളിൽ സാമൂഹ്യപരിഷ്കരണപ്രസ്ഥാനങ്ങൾ ഉണ്ടായി. അതിൽ എടുത്തുപറയേണ്ട പേരാണ് വാഗ്ഭടാനന്ദന്റേത്. തലശ്ശേരി തിരുവങ്ങാട് ശ്രീരാമസ്വാമി ക്ഷേത്രക്കുളത്തിൽ നാനാജാതിവിഭാഗങ്ങളെ അണിനിരത്തി കുളിക്കാൻ നേതൃത്വം നല്കിയത് സി എച്ച് കണാരനായിരുന്നു. തലശ്ശേരിപോലുള്ള സ്ഥലങ്ങളിൽ എസ് എൻ ഡി പി യുടെ പ്രവർത്തനങ്ങൾ നടന്നു. ശ്രീനാരായണഗുരു നടത്തിയ പ്രതിഷ്ഠയാണ് ശ്രീ ജഗന്നാഥക്ഷേത്രത്തിലേത്.

ഇത്തരം ആദ്യകാല പ്രവർത്തനങ്ങളിൽ പങ്കെടുത്തവർ പില്ക്കാലത്ത് കമ്യൂണിസ്റ്റ് പാർട്ടിയുടെ ഭാഗമായി. സി എച്ച് മുൻകൈയെടുത്ത് രൂപീകരിച്ച ശ്രീനാരായണ ബീഡിത്തൊഴിലാളി യൂണിയനാണ് തലശ്ശേരി ബീഡിത്തൊഴിലാളി യൂണിയനായത്. ഗുരുവിന്റെ തലശ്ശേരി സന്ദർശനവും അതുമായി ബന്ധപ്പെട്ട് നടന്ന ചർച്ചകളും നവോത്ഥാന ചരിത്രത്തിൽ സുപ്രധാനമാണ്. മലബാർ പ്രദേശം ശ്രീനാരായണദർശനത്തെക്കുറിച്ച് അറിയാത്തവരല്ല എന്നർത്ഥം. മലബാറിലെ പാർട്ടി നേതാക്കൾക്ക് ഗുരുവിനെക്കുറിച്ച് അറിയില്ലെന്ന നടേശന്റെ പ്രസ്താവനയുടെ പൊള്ളത്തരം വ്യക്തമാക്കുന്നു ഈ യാഥാർത്ഥ്യങ്ങൾ.

കമ്യൂണിസ്റ്റ് പാർട്ടി രൂപീകരിച്ചശേഷം അയിത്തത്തിനും ജാതീയതയ്ക്കുമെതിരായ പോരാട്ടം കൂടുതൽ ശക്തമായി. 1946 ആഗസ്തിൽ ഇത് സംബന്ധിച്ച പ്രമേയം പാർട്ടി അവതരിപ്പിച്ചു. അയിത്തം നിയമവിരുദ്ധമാക്കി ഓർഡിനൻസ് കൊണ്ടുവരാൻ തിരഞ്ഞെടുപ്പിൽ ജയിക്കുന്നവർ സർക്കാരിനെ നിർബ്ബന്ധിക്കണമെന്ന് അത് നിർദ്ദേശിച്ചു. അയിത്തജാതിക്കാർക്ക് മേൽജാതിക്കാരോടുള്ള വെറുപ്പ് ചൂഷണംചെയ്ത് ഭിന്നിപ്പും അന്തഃഛിദ്രവും വളർത്താനാണ് സാമ്രാജ്യത്വം ശ്രമിക്കുന്നതെന്നും വ്യക്തമാക്കി. പട്ടികജാതി വിഭാഗങ്ങളുടെ പങ്കാളിത്തം സ്വാതന്ത്ര്യസമരത്തിന് അനിവാര്യമാണെന്ന കാര്യവും ആ രേഖ എടുത്തുപറഞ്ഞു. അയിത്തത്തിനെതിരായ ശക്തമായ പ്രക്ഷോഭത്തിന് പാർട്ടി സംസ്ഥാനത്താകമാനം ഇടപെട്ടു. ഇതിന്റെ തുടർച്ചയിലാണ് കൊച്ചിയിലെ പാലിയം ക്ഷേത്രത്തിലെ വഴികൾ പിന്നോക്ക ദളിത് വിഭാഗങ്ങൾക്ക് തുറന്നുകൊടുക്കണം എന്നാവശ്യപ്പെട്ട് പാർട്ടിയുടെ സജീവ ഇടപെടലോടെ പ്രക്ഷോഭം സംഘടിപ്പിച്ചത്. കൊച്ചിയിലെ പ്രമുഖ രാഷ്ട്രീയ പ്രസ്ഥാ

നങ്ങളെയെല്ലാം ചേർത്തായിരുന്നു അത്. സമരം ഉദ്ഘാടനംചെയ്തത് സഹോദരൻ അയ്യപ്പൻ. എസ് എൻ ഡി പി ഉൾപ്പെടെയുള്ള സംഘടനകൾ സജീവമായി നിലകൊണ്ടു. പ്രക്ഷോഭം ഒരുഘട്ടമെത്തിയപ്പോൾ അതിൽ പങ്കെടുത്ത പല സംഘടനകളും പിന്മാറി. ഒരുഘട്ടത്തിൽ എസ് എൻ ഡി പി നേതൃത്വവും ഒഴിഞ്ഞുമാറി. എന്നാൽ, ആ സംഘടനയ്ക്കു പിന്നിൽ അണിനിരന്ന സാധാരണക്കാർ പ്രക്ഷോഭത്തോടൊപ്പം അടിയുറച്ചുനിന്നു. ആ ഘട്ടത്തിൽ എ കെ ജി തന്നെ നേതൃത്വമേറ്റെടുത്തു. കീഴാളജനത നേതൃത്വം നല്കിയ സമരത്തിൽ മറ്റ് വിഭാഗങ്ങളെക്കൂടി പങ്കെടുപ്പിക്കാനുള്ള ആസൂത്രണം അദ്ദേഹത്തിന്റെ നേതൃത്വത്തിൽ നടന്നു. കൊടുങ്ങല്ലൂർ കോവിലകത്തുനിന്നും അതുപോലുള്ള മേഖലകളിൽനിന്നും സ്ത്രീകളെ ഉൾപ്പെടെ പങ്കെടുപ്പിച്ചുള്ള ശക്തമായ പ്രക്ഷോഭസ്ഥലമായി പാലിയം മാറി. ആ സമരത്തിലാണ് എ ജി വേലായുധൻ എന്ന കമ്യൂണിസ്റ്റുകാരൻ രക്തസാക്ഷിയായത്. വൈക്കവും ഗുരുവായൂരും എന്ന അദ്ധ്യായത്തിൽ അനിൽകുമാർ ആ രൂപപരിണാമങ്ങൾ ഏറക്കുറെ സുദീർഘമായിത്തന്നെ വിലയിരുത്തിയതായി കാണാം.

നവോത്ഥാന പ്രസ്ഥാനങ്ങളുടെ രൂപീകരണവും വികാസവും ഒരു കാര്യം വ്യക്തമാക്കുന്നു. നിലവിലുള്ള ജാതിഘടനയും സവർണ്ണമേധാവിത്വവും അവർണ്ണർക്കിടയിലെ വളർന്നുവരുന്ന വിഭാഗങ്ങൾക്ക് വിഘാതമായി. അതിന്റെ അടിസ്ഥാനത്തിൽ അത്തരം ജനവിഭാഗം ഈ അനീതിക്കെതിരെ രംഗത്തിറങ്ങി. സവർണ്ണർക്കിടയിലെ ചെറുവിഭാഗം ഉല്പതിഷ്ണുക്കളും ഇത്തരം പോരാട്ടങ്ങളെ അകമഴിഞ്ഞ് പിന്തുണച്ചു. ഇതെല്ലാം കാണിക്കുന്നത്, ഒട്ടേറെ വിഭിന്നധാരകൾ കൂടിച്ചേർന്നതാണ് നവോത്ഥാന പ്രസ്ഥാനം എന്നതാണ്. ഇതിന്റെ കേന്ദ്രസ്ഥാനത്ത് ശ്രീനാരായണദർശനം നിലകൊണ്ടു. അയ്യൻകാളിയുടേത് സവിശേഷമായ പ്രസ്ഥാനമായിരുന്നു. നവോത്ഥാനത്തിന്റെ മുദ്രാവാക്യങ്ങളെ പണിമുടക്കുവരെയുള്ള പ്രക്ഷോഭങ്ങളുമായി ബന്ധിപ്പിക്കാൻ അദ്ദേഹത്തിന് കഴിഞ്ഞു. ദളിത് വിദ്യാർത്ഥികൾ സ്കൂളിൽ പ്രവേശിക്കുന്നതിനെതിരെ സവർണ്ണമേധാവികൾ രംഗത്തുവന്നപ്പോൾ കർഷകത്തൊഴിലാളി പണിമുടക്കിലൂടെ നടത്തിയ ഇടപെടലുകൾ സവിശേഷ ശ്രദ്ധയർഹിക്കുന്നു.

അനാചാരങ്ങൾക്കെതിരായ സമരത്തോടൊപ്പം ജാതിക്കും സമുദായത്തിനും അതീതമായി തൊഴിലാളികളുടെയും കൃഷിക്കാരുടെയും വർഗ്ഗസംഘടനകൾ വളർത്തിയെടുക്കുന്നതിനും വർഗ്ഗപരമായ പ്രശ്നങ്ങൾ കൂടി ഏറ്റെടുക്കുന്നതിനും കമ്യൂണിസ്റ്റ് പാർട്ടി ഇടപെട്ടു. അടിസ്ഥാന ജനവിഭാഗത്തിന്റെ ആവശ്യങ്ങൾ ഉയർത്തി ഇടപെട്ട പലഘട്ടങ്ങളിലും എസ് എൻ ഡി പി അടക്കമുള്ള സംഘടനകളുടെ നേതൃത്വവുമായി ഏറ്റുമുട്ടേണ്ടിവന്നു. ആലപ്പുഴയിലെ തൊഴിലാളികളുടെ പ്രശ്നങ്ങളും ഐക്യകേരള മുദ്രാവാക്യവും ഉയർത്തി പാർട്ടി നേതൃത്വത്തിൽ നടന്ന പുന്നപ്ര–വയലാർ സമരഘട്ടത്തിൽ എസ് എൻ ഡി പി നേതൃത്വം സർ സി പിയോടൊപ്പമായിരുന്നു. ഇത്തരം വർഗ്ഗപരമായ പ്രശ്നങ്ങൾ ഉൾ

ക്കാഴ്ചയോടെ അപഗ്രഥിക്കുന്നുമുണ്ട് *ഗുരു എസ് എൻ ഡി പി യോഗം വിട്ടതെന്തേ* എന്ന കൃതി.

1957 ലെ കമ്യൂണിസ്റ്റ് പാർട്ടി നേതൃത്വത്തിലുള്ള സർക്കാർ ജന്മിത്വത്തിന്റെയും അതിന്റെ ഭാഗമായുള്ള സവർണ്ണമേധാവിത്വത്തിന്റെയും കടയ്ക്കൽ കത്തിവയ്ക്കുന്ന ഭൂപരിഷ്കരണം നടപ്പാക്കിയപ്പോൾ കുപ്രസിദ്ധമായ വിമോചനസമരം ഇളക്കിവിടുകയുണ്ടായി. പിന്നോക്കവിഭാഗങ്ങളിലെ പാവപ്പെട്ടവർക്ക് നേട്ടമുണ്ടാക്കിയ സർക്കാരിനെതിരായിരുന്നു എസ് എൻ ഡി പി നേതൃത്വം. എങ്കിലും പാവപ്പെട്ട ജനവിഭാഗങ്ങൾ പാർട്ടിക്കൊപ്പം നിലയുറച്ചു എന്നതുകൊണ്ടാണ് 1959 ലെ തിരഞ്ഞെടുപ്പിൽ മുമ്പത്തേക്കാൾ വോട്ടിന്റെ എണ്ണവും ശതമാനവും വർദ്ധിച്ചത്.

സംവരണപ്രശ്നം ഉയർന്നപ്പോൾ പിന്നോക്കവിഭാഗങ്ങളിലെ പാവപ്പെട്ടവർക്ക് അനുകൂലമായ സമീപനം പാർട്ടി സ്വീകരിച്ചു. സംവരണം നടപ്പാക്കുമ്പോൾ ആദ്യം പരിഗണിക്കേണ്ടത് പിന്നോക്കവിഭാഗത്തിലെ പാവപ്പെട്ടവരെയാകണം എന്ന നിലപാട് മുന്നോട്ടുവച്ചു. ആ വിഭാഗത്തിൽ അർഹതപ്പെട്ട ഉദ്യോഗാർത്ഥികൾ ഇല്ലെങ്കിൽ ആ വിഭാഗത്തിലെ മുന്നോക്കത്തിനുതന്നെ നല്കാം എന്ന നയവും എടുത്തു. അതായത്, പിന്നോക്കത്തിലെ പാവപ്പെട്ടവർക്ക് പ്രഥമ പരിഗണന; ശേഷം അതിലെ സമ്പന്നവിഭാഗത്തിനും. പിന്നോക്കവിഭാഗത്തിന് സംവരണത്തിൽ ഒരു നഷ്ടവും ഇല്ലാതിരിക്കുകയും പാവപ്പെട്ടവന് പ്രഥമ പരിഗണനയും നല്കുന്ന വർഗ്ഗപരമായ സമീപനം പാർട്ടി സ്വീകരിച്ചു. മുന്നോക്കത്തിലെ പാവപ്പെട്ടവർക്ക് പത്തുശതമാനം സംവരണം നല്കണം എന്ന നിലപാടുമെടുത്തു. ഹിന്ദുജനവിഭാഗത്തിലെ പാവപ്പെട്ടവരെ സഹായിക്കുന്ന നയമായിരുന്നു ഇത്. പിന്നോക്കവിഭാഗത്തിലെ പാവങ്ങൾക്ക് ഉൾപ്പെടെ അനുകൂലമായ ഈ നയം സ്വീകരിക്കാൻ എസ് എൻ ഡി പി നേതൃത്വം തയ്യാറായില്ല. സംവരണപ്രശ്നത്തിൽ അടിസ്ഥാന ജനവിഭാഗത്തിന്റെ താല്പര്യം ഉയർത്തിപ്പിടിച്ച ഘട്ടത്തിലും എസ് എൻ ഡി പി നേതൃത്വവുമായി പാർട്ടിക്ക് ഏറ്റുമുട്ടേണ്ടിവന്നു. ഈ ഘട്ടങ്ങളിൽ അത്തരം സംഘടനകളിൽ അണിനിരന്ന പാവപ്പെട്ടവന്റെ മുന്നിൽവന്ന ചോദ്യം ആരുടെ കൂടെ നില്ക്കണം എന്നതായിരുന്നു. സാമൂഹ്യ അവശതയുടെ പ്രശ്നം ഇത്തരം പ്രസ്ഥാനങ്ങൾ പറയുന്നുണ്ടെങ്കിലും സാമ്പത്തികമായ ആവശ്യങ്ങൾകൂടി മുന്നോട്ടുവയ്ക്കുന്ന കമ്യൂണിസ്റ്റ് പാർട്ടിയുടെകൂടെ ചേരുക എന്ന സമീപനം അടിസ്ഥാനജനവിഭാഗം സ്വീകരിച്ചു. അങ്ങനെയാണ് എസ് എൻ ഡി പിപോലുള്ള പ്രസ്ഥാനങ്ങളിൽ ഉൾപ്പെട്ട പാവപ്പെട്ടവർ കമ്യൂണിസ്റ്റ് പ്രസ്ഥാനത്തിനൊപ്പം അണിനിരന്നത്.

ഇതെല്ലാം വിസ്മരിച്ച് സംഘപരിവാർ ശക്തികളുമായി ചേർന്ന് മുന്നോട്ടുപോകാനാണ്, ജാതീയതക്കെതിരെ പൊരുതിയ മഹത്തായ പാരമ്പര്യമുള്ള എസ് എൻ ഡി പിയെ നയിക്കുന്നവർ ഇപ്പോൾ ശ്രമിക്കുന്നത്. ആർ എസ് എസ് എങ്ങനെയാണ് പിന്നോക്കവിഭാഗങ്ങളെ കാണുന്നത് എന്നറിയാൻ *വിചാരധാര*യിൽ ഗോൾവാൾക്കർ പറഞ്ഞ കാര്യ

ങ്ങൾ ശ്രദ്ധിച്ചാൽ മതി. സംവരണത്തിന് ആ സംഘടന എതിരാണ്. മനുഷ്യരെ ചാതുർവർണ്ണ്യത്തിന്റെ അടിസ്ഥാനത്തിൽ വിശദീകരിക്കുന്ന സിദ്ധാന്തമാണ് അദ്ദേഹം മുന്നോട്ടുവച്ചത്– 'ബ്രാഹ്മണൻ തല, രാജാവ് ബാഹുക്കൾ, വൈശ്യൻ ഊരുക്കൾ, ശൂദ്രൻ പാദങ്ങളും'.ഓർക്കേണ്ട മറ്റൊരുകാര്യം ദളിത് വിഭാഗങ്ങളെ മനുഷ്യരായിപ്പോലും അംഗീകരിക്കാൻ അവർ തയ്യാറാകുന്നില്ല എന്നതാണ്. ചാതുർവർണ്ണ്യത്തിന്റെ അടിസ്ഥാനത്തിൽ ജനങ്ങളെ കാണുന്നവരുമായാണ് ഒരു ജാതി, ഒരു മതം, ഒരു ദൈവം മനുഷ്യന് എന്ന് സിദ്ധാന്തിച്ച ശ്രീനാരായണ ദർശനത്തെ കൂട്ടിച്ചേർക്കാൻ ചിലർ ശ്രമിക്കുന്നത്. ഇന്ത്യയിലെ ജനങ്ങളെ വ്യത്യസ്ത തട്ടുകളാക്കി തിരിച്ച്, ചിലരെ മനുഷ്യരായിപ്പോലും അംഗീകരിക്കാൻ തയ്യാറാകാത്തതാണ് ആർ എസ് എസിന്റെ പ്രത്യയശാസ്ത്രം. രാജ്യത്തിന്റെ ശത്രുക്കളായി മുസ്ലീങ്ങളെയും ക്രിസ്ത്യാനികളെയും കമ്യൂണിസ്റ്റുകാരെയും അവർ കാണുന്നു. എന്നാൽ, അതിൽനിന്ന് തികച്ചും വ്യത്യസ്തമായി, ഒരു ജാതി, ഒരു മതം, ഒരു ദൈവം മനുഷ്യന് എന്നതാണ് ശ്രീനാരായണഗുരുവിന്റെ ദർശനം. ജാതിക്കും മതത്തിനും അതീതമായി ജനങ്ങൾ ആകമാനം ഒന്നിച്ചുനില്ക്കുക– ''പല മതസാരവുമേകം'' എന്ന സിദ്ധാന്തമാണ് ഗുരുവിന്റേത്. വൈക്കം സത്യഗ്രഹം നടന്ന അതേ വർഷം ആലുവയിൽ അദ്ദേഹം വിളിച്ചുചേർത്ത സർവ്വമതസമ്മേളനം ഇക്കാര്യം വ്യക്തമാക്കുന്നുണ്ട്. ജാതിയുടെയും മതത്തിന്റെയും അതിർവരമ്പ് മറികടന്ന് വിവാഹവും ആചാരങ്ങളിലുള്ള യോജിപ്പുകളുമെല്ലാം അടിസ്ഥാനപ്പെടുത്തിയുള്ള ജീവിതസങ്കല്പമായിരുന്നു അദ്ദേഹത്തിന്റേത് എന്നർത്ഥം. ഗുരുദർശനം പ്രചരിപ്പിക്കുന്നതിനാണ് എസ് എൻ ഡി പി രൂപീകരിക്കപ്പെട്ടത്. അങ്ങനെയെങ്കിൽ ജാതീയമായ വിഭജനങ്ങൾക്കും മതപരമായ വിദ്വേഷങ്ങൾക്കും പകരം മനുഷ്യനെ ഏകോപിപ്പിക്കുന്നതിനുള്ള പ്രവർത്തനങ്ങളിലേക്ക് മുഴുകാനുള്ള ഉത്തരവാദിത്വമാണ് ആ പ്രസ്ഥാനം എപ്പോഴും ഏറ്റെടുക്കേണ്ടത്. ഇത്തരം സമസ്യകൾ ആശയദാർഢ്യത്തോടെ ഉന്നയിക്കുന്ന ചില അദ്ധ്യായങ്ങളും അനിൽകുമാറിന്റെ പഠനത്തിലുണ്ട്.

നായാടിമുതൽ നമ്പൂതിരിവരെയുള്ള ഹിന്ദു ഐക്യത്തെപ്പറ്റിയാണ് എസ് എൻ ഡി പി നേതൃത്വത്തിലെ ചിലർ സംസാരിക്കുന്നത്. എന്നാൽ, മനുഷ്യരെ ആകമാനം യോജിപ്പിച്ച് മുന്നോട്ടുകൊണ്ടുപോവുക എന്നതാണ് ഗുരു വിഭാവനംചെയ്തതെന്ന് അവർ മറക്കുന്നു. ആർ എസ് എസിന്റെ ഹിന്ദുത്വ അജണ്ടയാണ് ശ്രീനാരായണശിഷ്യരെന്ന് സ്വയം അഭിമാനിക്കുന്നവർ നടപ്പാക്കാൻ ശ്രമിക്കുന്നത്. ജാതീയമായി പിളർത്തി മതപരമായി കൂട്ടിയോജിപ്പിച്ച് ഹിന്ദുത്വ അജണ്ട പ്രചരിപ്പിക്കുക എന്ന ആർ എസ് എസിന്റെ കാഴ്ചപ്പാടാണ് അവതരിപ്പിക്കുന്നതും.

നിരവധി പോരാട്ടങ്ങളിലൂടെ പിന്നോക്ക ദളിത് വിഭാഗങ്ങൾക്ക് ലഭിച്ച ആനുകൂല്യങ്ങളും മറ്റു വിഭാഗങ്ങളിലെ പാവപ്പെട്ടവർക്കു ലഭിച്ച നേട്ടങ്ങളും നഷ്ടപ്പെടുന്ന വിധത്തിലുള്ളവയാണ് നരേന്ദ്രമോദി സർക്കാരിന്റെ

നയങ്ങൾ. പൊതുമേഖലാസ്ഥാപനം സ്വകാര്യവല്ക്കരിക്കപ്പെടുമ്പോൾ രാജ്യത്തിന്റെ സ്വാശ്രയത്വവും പരമാധികാരവും തകർക്കപ്പെടുന്നു എന്നുമാത്രമല്ല പിന്നോക്ക ദളിത് ജനവിഭാഗങ്ങൾക്കും മുന്നോക്ക വിഭാഗങ്ങളിലെ മിടുക്കരായ വിദ്യാർത്ഥികൾക്കും അവസരം നഷ്ടപ്പെടുകയുമാണ്. എന്നാൽ, സി പി ഐ (എം) പൊതുമേഖല സ്വകാര്യവല്ക്കരിക്കുന്ന നയത്തിനെതിരെ ശക്തമായി പൊരുതിക്കൊണ്ട് ഇത്തരം വിഭാഗങ്ങളുടെ താല്പര്യങ്ങൾക്കായി ജനങ്ങളെ അണിനിരത്തുകയാണ്. അത്തരമൊരു പ്രസ്ഥാനത്തിനുനേരെ യുദ്ധപ്രഖ്യാപനം നടത്തുകയാണ് നടേശൻ. പിന്നോക്ക ദളിത് വിഭാഗങ്ങൾക്കും മറ്റ് പാവപ്പെട്ടവർക്കും പഠിക്കാനും ആരോഗ്യം നിലനിർത്താനും അത്യന്താപേക്ഷിതമാണ് ആരോഗ്യ-വിദ്യാഭ്യാസ മേഖലയിലെ പൊതുസ്ഥാപനങ്ങൾ. പൊതുവിദ്യാലയങ്ങൾ തകർക്കപ്പെടുമ്പോൾ പിന്നോക്കവിഭാഗത്തിൽപ്പെട്ട പാവപ്പെട്ടവന്റെ പഠനാവസരമാണ് നഷ്ടപ്പെടുന്നത്. എല്ലാ പാവപ്പെട്ട ജനവിഭാഗത്തിനും ഇത് ബാധകമാണ്. പൊതു ആരോഗ്യസംവിധാനത്തിന്റെയും സാമൂഹ്യക്ഷേമപദ്ധതികളുടെ തകർച്ചയും ഈ വിഭാഗത്തെതന്നെയാണ് ബാധിക്കുക. പിന്നോക്കവിഭാഗത്തിന്റെ ക്ഷേമത്തിനുവേണ്ടി നിലകൊള്ളുന്നു എന്ന് പറയുന്നവർ എന്തുകൊണ്ടാണ് ഈ നയങ്ങൾക്കെതിരെ ശബ്ദിക്കാത്തത്? ആഗോളവല്ക്കരണനയങ്ങളുടെ ഭാഗമായി പിന്നോക്ക- ദളിത് ജനവിഭാഗങ്ങളുടെ ജീവിതം ദുരിതപൂർണ്ണമായി തീരുമ്പോൾ എസ് എൻ ഡി പി ഉൾപ്പെടെയുള്ള സംഘടനകളുടെ നേതാക്കൾ, പിന്നോക്കത്തിന്റെ താല്പര്യമായി പറയുന്നതെന്താണ്? ചില വിദ്യാഭ്യാസ സ്ഥാപനങ്ങൾ ലഭിക്കണം എന്നതാണ്. നേതൃത്വത്തിലുള്ള ചിലരെ അധികാരസ്ഥാനങ്ങളിൽ പ്രതിഷ്ഠിക്കുന്നതിനെക്കുറിച്ചുള്ള വാർത്തകളും പുറത്തുവന്നിട്ടുണ്ട്. അത് രണ്ടുമുണ്ടായാൽ പിന്നോക്കവിഭാഗത്തിലെ പാവങ്ങൾക്ക് എന്ത് നേട്ടമാണ് ഉണ്ടാകാൻപോകുന്നത്?

ദളിതരുടെ താല്പര്യം സംരക്ഷിക്കുന്നു എന്ന് പറയുന്ന ചിലരും സംഘപരിവാറുമായി ചർച്ചചെയ്തതിന്റെയും പിന്തുണ വാഗ്ദാനംചെയ്തതിന്റെയും വാർത്തകളും പുറത്തുവന്നിട്ടുണ്ട്. പൊതുമേഖല സ്വകാര്യവല്ക്കരിക്കപ്പെടുമ്പോൾ, ദളിത് വിഭാഗങ്ങളുടെ സംവരണപ്രശ്നം ഗൗരവമായി രാജ്യത്ത് ചർച്ചചെയ്യപ്പെട്ടു. അതിന്റെ അടിസ്ഥാനത്തിൽ സ്വകാര്യമേഖലയിൽ ദളിതർക്ക് സംവരണം ഏർപ്പെടുത്തണം എന്ന കാര്യവും ഉയർന്നുവന്നിട്ടുണ്ട്. ഇത് സംബന്ധിച്ച് എന്തെങ്കിലും കാര്യങ്ങൾ ഇത്തരം സംഘടനകൾ ഉന്നയിക്കുന്നുണ്ടോ?

ഒരുകാലത്ത് കേരളത്തിന്റെ സാമൂഹ്യപരിഷ്കരണരംഗത്ത് ഉജ്ജ്വല സംഭാവനകൾ ചെയ്ത പ്രസ്ഥാനങ്ങളായിരുന്നു ഇവയെല്ലാം എന്ന കാര്യത്തിൽ തർക്കമില്ല. സാമൂഹ്യപരിഷ്കരണത്തിനായി ജീവിതം നീക്കിവെക്കുകയും അത്തരം ചിന്തകൾ കൈമുതലാകുകയും ചെയ്തവരായിരുന്നു അന്ന് നേതൃത്വത്തിൽ. ഇത്തരം പോരാട്ടങ്ങളുമായി കണ്ണിചേർന്ന് പ്രവർത്തിക്കുകയായിരുന്നു കമ്യൂണിസ്റ്റുകാർ. ആ മാറ്റമാണ് കേരള

ത്തിലെ പുരോഗതിക്ക് നിദാനം. അതിൽ സംഘപരിവാറിന് എന്തെങ്കിലും പങ്കുണ്ടോ എന്ന് പരിശോധിക്കേണ്ടതുണ്ട്. കേരളത്തിലെ ജന്മിത്വത്തിന്റെ ഗുണ്ടാപ്പടയായി പ്രവർത്തിക്കുകയായിരുന്നു അവർ. ജനങ്ങളെ യോജിപ്പിച്ച് മുന്നോട്ട് പോവുക എന്ന നവോത്ഥാന കാഴ്ചപ്പാടുകൾക്കു പകരം തമ്മിലടിപ്പിക്കുന്നതിനുള്ള അജണ്ടകൾ നടപ്പാക്കിയ ചരിത്രംമാത്രമാണ് കേരളത്തിലും സംഘപരിവാറിനുമുള്ളത്. നിലയ്ക്കൽ സംഭവം, തലശേരി വർഗ്ഗീയകലാപം, കേരളത്തിന്റെ വിവിധമേഖലകളിൽ അസ്വാസ്ഥ്യങ്ങൾ കുത്തിപ്പൊക്കുന്നതിനുള്ള ഇടപെടലുകൾ ഇവമാത്രമാണ് സംഘപരിവാറിന്റെ കൈമുതൽ. നവോത്ഥാനപാരമ്പര്യം ഉയർത്തിപ്പിടിച്ച പ്രസ്ഥാനങ്ങളെ അവരുമായി കൂട്ടിച്ചേർക്കുമ്പോൾ നവോത്ഥാന ആശയങ്ങളെ പിൻപറ്റുന്നവർ ചെറുത്തുനില്ക്കുമെന്ന കാര്യത്തിൽ തർക്കമില്ല. ഏത് മതമായിക്കൊള്ളട്ടെ ജാതിയായിക്കൊള്ളട്ടെ അവരെല്ലാം വർഗ്ഗപരമായി കർഷകരും തൊഴിലാളികളും ഇടത്തരക്കാരുമൊക്കെയാണ്. ഇവരുടെ താല്പര്യങ്ങൾ ഉയർത്തിപ്പിടിച്ചാണ് കമ്യൂണിസ്റ്റ് പാർട്ടി പ്രവർത്തിക്കുന്നത്. അതുകൊണ്ട് എല്ലാ ജനവിഭാഗങ്ങളെയും കൂട്ടിയോജിപ്പിക്കുകയും അതിൽ പ്രയാസമനുഭവിക്കുന്നവരുടെ പ്രശ്നങ്ങൾ കൂടുതൽ പ്രാധാന്യത്തോടെ എടുത്തുമാണ് പാർട്ടി മുന്നോട്ട് പോകുന്നത്. ഈ ഇടപെടലാണ് കേരളത്തിന്റെ ഉജ്ജ്വലമായ മതേതര പാരമ്പര്യത്തിന്റെയും ജനാധിപത്യസമൂഹത്തിന്റെ നിലനില്പിന്റെയും അടിസ്ഥാനം. അതെല്ലാം മറവിയിലാഴ്ത്തി തങ്ങളുടെ കച്ചവടതാല്പര്യങ്ങൾ തടസ്സമില്ലാതെ മുന്നോട്ട് കൊണ്ടുപോകാനാവുമോ എന്നതാണ് ചിലർ നോക്കുന്നത്. ഇവിടെയാണ് ചരിത്രം ഒരു സമരായുധമായിത്തീരുന്നത്. മറവികൾകൊണ്ട് എല്ലാറ്റിനെയും മൂടിവെക്കുമ്പോൾ പുരോഗമന– ജനാധിപത്യ – മതനിരപേക്ഷവാദികളെ സംബന്ധിച്ച് ഓർമ്മകൾ തിരിച്ചുപിടിക്കുക അനിവാര്യമാകുന്നു. ചരിത്രവും ഓർമ്മയും പോരാട്ടങ്ങൾക്ക് ഇന്ധനമാവേണ്ടതിന്റെ ആവശ്യം ഒരിക്കൽക്കൂടി ഉണർത്തുന്ന അനിൽകുമാറിന്റെ പഠനഗ്രന്ഥം വായനയെ ഗൗരവപൂർവ്വം സമീപിക്കുന്ന എല്ലാവർക്കുമായി സമർപ്പിക്കുന്നു. ശ്രീനാരായണ ഗുരു ഉയർത്തിപ്പിടിച്ച നിർഭയമായ വിമർശനത്തിന്റെ പാരമ്പര്യത്തിലേക്ക് ഇത്തരം ഇടപെടലുകൾ ഇനിയും ഉണ്ടാവട്ടെയെന്ന ആശംസയോടെ.

ശ്രീനാരായണഗുരുവും ഗാന്ധിജിയും

രവീന്ദ്രനാഥ ടാഗോറിനൊപ്പം

ഈ പിൻനടത്തം സവർണ്ണാധിപത്യത്തിലേക്ക്

നമ്മുടെ പത്തായപ്പുരകൾ കെട്ടിയുണ്ടാക്കുകയും കുടിലുകളുടെ അറ്റകുറ്റപ്പണി തീർക്കുകയും പറമ്പുകൾ വെടിപ്പാക്കുകയും ചെയ്യേണ്ട ഈ അവസരത്തിൽ അതെല്ലാം മാറ്റിവെച്ച് നമ്മളെല്ലാവരും ഇവിടെ സമ്മേളിക്കാനുണ്ടായ സാഹചര്യം നിങ്ങൾക്കെല്ലാം അറിയാവുന്നതാണ്. എന്റെ അച്ഛൻ എന്നോട് പറയുമായിരുന്നു: പട്ടാപ്പകൽ തവള ചാടിനടന്നാൽ അതിനെ കൊല്ലാൻ എന്തോ പിന്നാലെയുണ്ടെന്ന് മനസ്സിലാക്കണം. നിങ്ങളെല്ലാവരും ഇത്ര അതിരാവിലെ ഈ സമ്മേളനത്തിനായി നമ്മുടെ ഗോത്രത്തിന്റെ നാനാഭാഗങ്ങളിൽനിന്നും കൂട്ടംകൂട്ടമായി വരുന്നതുകണ്ടപ്പോൾ നമ്മുടെ ജീവാപായം വരുത്തുന്നതിന് എന്തോ പിന്നിലുണ്ടെന്ന് എനിക്കു ബോദ്ധ്യമായി. ക്ഷണനേരം നിർത്തിയശേഷം അയാൾ വീണ്ടും തുടർന്നു: ദേവന്മാരെല്ലാം കണ്ണീരൊലിപ്പിക്കുകയാണ്. ഇഡെമിലിയും ഒഗ്വുഗ്വുയും അബ്ബാലയും കേഴുന്നുണ്ട്. എന്നുവേണ്ട, എല്ലാവരും. മൺമറഞ്ഞ നമ്മുടെ പിതാക്കന്മാർ അനുഭവിക്കേണ്ടിവരുന്ന ലജ്ജാവഹമായ നിന്ദയും നമ്മുടെ കണ്ണുകൾകൊണ്ട് കണ്ട ഗർഹണീയമായ പ്രവൃത്തിയുംകൊണ്ട് വ്യസനിക്കുകയാണ്. ശബ്ദം ദൃഢമാക്കുന്നതിന് അയാൾ വീണ്ടും നിർത്തി–ആഫ്രിക്കൻ നോവലിന്റെ പിതാവെന്ന ഖ്യാതിയുള്ള ചിന്നു അച്ചബേ എഴുതിയ *സർവ്വവും ശിഥിലമാകുന്നു* എന്ന നോവലിൽനിന്നാണ് ഈ ഭാഗം. ജീവിതം അസ്സഹനീയമാംവിധം ഉരുകിയൊലിക്കുമ്പോഴും ദരിദ്രർക്ക് പാഴിലയുടെ വിലപോലുമില്ലാതാകുമ്പോഴും കൃത്രിമ അജണ്ടകൾക്ക് പിന്നിൽ സമൂഹത്തെയാകെ വരിനിർത്തുന്ന സമകാലീന കേരളത്തിന്റെ പതനത്തിന് സമാനമാണ് അച്ചബേയുടെ വാക്കുകൾ. നിത്യജീവിതവുമായി ബന്ധപ്പെട്ട പ്രതിസന്ധികൾ അഭിമുഖീകരിക്കാൻ സജ്ജമാകേണ്ടതിനു പകരം മറ്റാരുടെയോ

താല്പര്യ സംരക്ഷണത്തിന് അറവു മൃഗങ്ങളാകേണ്ട ഗതികേടിലാണ് സാധാരണക്കാർ. വലതുപക്ഷ രാഷ്ട്രീയത്തോടൊപ്പം ജാതി–മത നേതൃത്വവും കൈകോർക്കുമ്പോൾ സ്ഥിതി ഭയാനകം. കേരളീയ നവോത്ഥാനത്തെപ്പോലും അനാഥമാക്കി വെള്ളാപ്പള്ളി നടേശനും കൂട്ടുകച്ചവടക്കാരും വിജയഭേരിമുഴക്കുമ്പോൾ ചരിത്രവും അനാഥമാവുകയാണ്. അയാളുടെ വിടുവായൻ പ്രസംഗങ്ങളും ബാലിശമായ പ്രസ്താവങ്ങളും അന്തഃസാരശൂന്യങ്ങളായ വരട്ടുവാദങ്ങളും അതിരുവിടുമ്പോൾ പുരോഗമന–ജനാധിപത്യ സമൂഹത്തിന് മൗനമാചരിക്കാനാവില്ല. സാമ്പത്തിക നേട്ടത്തിനും അധികാരത്തിനും മാത്രംവേണ്ടി ശ്രീനാരായണ ഗുരുവിന്റെ ദർശനങ്ങളെ സംഘപരിവാരത്തിന്റെ ആലയിൽ കൊണ്ടുപോയി കെട്ടുന്ന നടേശൻ, പലവട്ടം ആ ശ്രമം നടത്തുകയുംചെയ്തു. ബി ജെ പി കേന്ദ്രത്തിൽ അധികാരത്തിൽ വരുമ്പോഴെല്ലാം കാവിപ്പടയോടുള്ള പ്രണയം വഴിഞ്ഞൊഴുകുന്നത് നിസ്സാരവുമല്ല. അതേക്കാൾ വിചിത്രം അതിന് നിരത്തുന്ന ന്യായീകരണങ്ങളാണ്. നരേന്ദ്രമോദിയും അമിത് ഷായും മുരളീമനോഹർ ജോഷിയും ഉമാഭാരതിയും മറ്റും എസ് എൻ ഡി പി വേദികളിൽ വിശിഷ്ടാതിഥികളാവുന്നത് നിഷ്കളങ്കമാണോ? 2003 മെയ് 10 ന് കൊച്ചിയിൽ ഉദ്ഘാടനംചെയ്ത ശ്രീനാരായണ ഗ്ലോബൽ കൺവെൻഷൻ ആ ദിശയിലുള്ള ആദ്യ ഒത്തുചേരലായിരുന്നു. ബി ജെ പി വീണ്ടും അധികാരത്തിലെത്തിയപ്പോൾ നടേശന്റെ വ്യാമോഹങ്ങൾ കൂടുതൽ ഉണർന്നു. 2015 ജൂലൈ 29 ന് ഇന്ദ്രപ്രസ്ഥത്തിൽ ചെന്ന് അമിത് ഷായെ വണങ്ങുന്നതുവരെ എത്തി അത്. രാജ്യത്തെ ഏറ്റവും ഭീകരരായ ക്രിമിനൽ നേതാക്കളിലൊരാളാണ് ഷാ. ഗുജറാത്ത് വംശഹത്യാക്കേസുകളിലൂടെ കുപ്രസിദ്ധനായ അദ്ദേഹത്തെ പ്രത്യേക അന്വേഷണസംഘം പിടികിട്ടാപ്പുള്ളിയായിട്ടുപോലും കണക്കാക്കി. ഗുരുവിന്റെ ആശയങ്ങൾ ഉയർത്തിപ്പിടിക്കുന്നുവെന്ന നാട്യത്തിൽ നടേശനും മകൻ തുഷാറും അമിത് ഷായുമായി നടത്തിയ ചർച്ചകൾ എന്തിനായിരുന്നു. *മലയാള മനോരമ*യുടെ വാർത്താശീർഷകം നോക്കാം: 'രാഷ്ട്രീയ ചർച്ചകൾക്ക് തുടക്കമിട്ട് വെള്ളാപ്പള്ളി–അമിത് ഷാ കൂടിക്കാഴ്ച എന്ന വിശദ റിപ്പോർട്ടിൽ എല്ലാം വ്യക്തമാണ്. കേരളത്തിൽ പിന്നോക്ക സമുദായ ഐക്യത്തിലൂടെ നേട്ടമുണ്ടാക്കാൻ ബി ജെ പി – എസ് എൻ ഡി പി നേതൃത്വങ്ങൾ ലക്ഷ്യമിടുന്നു എന്നതാണ് അതിന്റെ തുടക്കം. നടേശനും മകനും അമിത് ഷായുമായി നടത്തിയ കൂടിക്കാഴ്ച' രാഷ്ട്രീയസഖ്യ ചർച്ചകളുടെ ആരംഭമാണെന്നും ദില്ലി ലേഖകൻ വിലയിരുത്തി. എസ് എൻ ഡി പി യോഗം നേരിട്ടല്ലെങ്കിലും വെള്ളാപ്പള്ളിയുടെ നേതൃത്വത്തിൽ രാഷ്ട്രീയ മുന്നണി രൂപീകരണത്തിനും കളമൊരുങ്ങുകയാണ്. എസ് എൻ ഡി പി യുടെ സംഘടനാശക്തി കണക്കിലെടുത്തുള്ള പരിഗണന നല്കുമെന്ന് ബി ജെ പി യുടെ ഭാഗത്തുനിന്ന് ഉറപ്പും നല്കി. ബി ജെ പി കേന്ദ്ര നേതൃത്വവുമായി വീണ്ടും ചർച്ചകളുണ്ടാകുമെന്നും വെള്ളാപ്പള്ളി നടേശൻ പറഞ്ഞു. കൊല്ലത്ത് ആർ ശങ്കറിന്റെ പ്രതിമ അനാവരണം

ചെയ്യാൻ പ്രധാനമന്ത്രി നരേന്ദ്രമോദി എത്തുമ്പോൾ വൻ സ്വീകരണമൊരുക്കാനും എസ് എൻ ഡി പി പരിപാടിയിട്ടു. പിന്നോക്കക്കാരനായ പ്രധാനമന്ത്രിയെന്ന നിലയിൽ അദ്ദേഹത്തോട് ആഭിമുഖ്യം വളർത്തുന്നതരത്തിൽ സംസ്ഥാന വ്യാപകമായി പ്രചാരണവും നടത്തും. കേരളത്തിൽ ഹിന്ദു സമുദായ സംഘടനകളെ സംഘടിപ്പിച്ച് ബി ജെ പി യെ രാഷ്ട്രീയ ശക്തിയാക്കാനുള്ള ആർ എസ് എസ് - വി എച്ച് പി പദ്ധതിയുടെ ഭാഗമായാണ് അമിത് ഷാ-നടേശൻ ചർച്ചയ്ക്ക് അരങ്ങൊരുക്കിയത്. വി എച്ച് പി നേതാവ് അശോക് സിംഗളിന്റെ നിർദ്ദേശമനുസരിച്ചായിരുന്നു കൂടിക്കാഴ്ച. രാഷ്ട്രീയ മുന്നണി രൂപീകരിച്ചശേഷം തുഷാർ വെള്ളാപ്പള്ളിക്ക് രാജ്യസഭാ സീറ്റു നല്കി കേന്ദ്രമന്ത്രിസഭയിൽ ഉൾപ്പെടുത്തണമെന്നും വി എച്ച് പി നേതൃത്വം ശുപാർശ ചെയ്തു. കോൺഗ്രസ് വിമുക്ത ഭാരതമെന്ന ദേശീയ അജണ്ടയിൽനിന്ന് വ്യതിചലിച്ച് കേരളത്തിൽ സി പി ഐ (എം)നെ മുഖ്യ എതിരാളിയായി കാണാനായിരുന്നു അമിത്ഷായുടെ നിർദ്ദേശം. 2016 ലെ നിയമസഭാ തിരഞ്ഞെടുപ്പിൽ ഹിന്ദുവോട്ടുകൾ ഭിന്നിക്കുന്നത് കോൺഗ്രസിന്റെ തുടർഭരണത്തിന് വഴിയൊരുക്കിയാലും പ്രശ്നമില്ലെന്ന നിലപാടിലാണ് ബി ജെ പി നേതൃത്വം. സി പി ഐ എമ്മിന്റെ ഹിന്ദുവോട്ട് അടിത്തറയിളക്കാതെ കേരളത്തിൽ വളരാൻ കഴിയില്ലെന്ന് കേന്ദ്രനേതൃത്വവും കരുതുന്നു. കേരളത്തിൽ ഭാവിയിൽ പ്രധാന പ്രതിപക്ഷ കക്ഷിയെങ്കിലുമാകാൻ പാർട്ടി ശ്രമിക്കണമെന്നാണ് അമിത് ഷാ ആവശ്യപ്പെട്ടത്. ബി ജെ പി - എസ് എൻ ഡി പി കൂടിയാലോചന നടന്ന ഷായുടെ വീട്ടിൽ അശോക് സിംഗാൾ, ബി ജെ പി സംസ്ഥാന അദ്ധ്യക്ഷൻ വി മുരളീധരൻ, കേരളത്തിന്റെ ചുമതലയുള്ള നളിൻ കടീൽ എം പി, എസ് എൻ ഡി പി മൂവാറ്റുപുഴ യൂണിയൻ പ്രസിഡന്റ് സുഭാഷ്വാസു തുടങ്ങിയവരും പങ്കെടുക്കുകയുണ്ടായി. ശബരിമല ദേശീയ തീർത്ഥാടനകേന്ദ്രം, ശിവഗിരിയിൽ രാജ്യാന്തര പഠനകേന്ദ്രം, കാസർകോട്ടെ കേന്ദ്ര സർവ്വകലാശാലയ്ക്ക് ശ്രീനാരായണ ഗുരുവിന്റെ പേരിടൽ - തുടങ്ങി എസ് എൻ ഡി പി യുടെയും ഹിന്ദു സംഘടനകളുടെയും ആവശ്യങ്ങൾ അംഗീകരിച്ചുള്ള പ്രഖ്യാപനങ്ങൾ ഉണ്ടാകുമെന്നും അമിത് ഷാ -നടേശൻ കൂടിക്കാഴ്ചയിൽ വ്യക്തമാക്കപ്പെട്ടു. അതെല്ലാം നല്ലതുതന്നെ, അവയോടൊന്നും ആർക്കും എതിർപ്പുമുണ്ടാകാനിടയില്ല. എന്നാൽ ബി ജെ പി യുടെ കൗശലങ്ങൾക്ക് എല്ലാവിധ കൈയൊപ്പും നല്കുന്നവർ കാണാൻ കൂട്ടാക്കാത്ത കുറേ യാഥാർത്ഥ്യങ്ങളുണ്ട്. സംവരണം അനാവശ്യമാണെന്ന് ഔദ്യോഗികമായിത്തന്നെ നിലപാട് പ്രഖ്യാപിച്ച, ദളിത് -പിന്നോക്ക വിഭാഗങ്ങളുടെ ഉപജീവനവും ഭക്ഷണവുമായ മത്സ്യ-മാംസ വില്പനക്കെതിരെ കലാപാഹ്വാനം മുഴക്കുന്ന, ഹിന്ദുക്കളിലെ അവർണ്ണരെ ക്ഷേത്രങ്ങളിൽനിന്ന് ആട്ടിയോടിക്കുന്ന ഹിന്ദുത്വ ശാഠ്യങ്ങളുമായി ശ്രീനാരായണീയ സംഘടനകൾക്ക് യോജിക്കാനാകുമോ? ജനാധിപത്യവാദികളിൽനിന്ന് ഇത്തരം ചോദ്യങ്ങളുയർന്നപ്പോൾ മറുപടി

പറയുന്നതിനു പകരം, തർക്കുത്തരങ്ങൾ നിരത്തി സ്വയം അപഹാസ്യനാവുകയായിരുന്നു നടേശൻ. എസ് എൻ ഡി പി പലരുടെയും പിറകെപോകും അതിൽ സി പി ഐ എമ്മിനെന്താണെന്ന് ഒച്ചവെച്ച അയാൾ പിന്നീട് കൂട്ടിച്ചേർത്തത് ധിക്കാരത്തിനുമപ്പുറമായിരുന്നു. ബി ജെ പി യുമായുള്ള ബന്ധത്തെ ന്യായീകരിക്കുന്നതിൽ ഒതുങ്ങിയില്ല അത്. കമ്യൂണിസ്റ്റുകാർക്കെതിരെ ഐ എസുമായിപ്പോലും കൂട്ടുചേരുമെന്നുവരെ പോയി ഒച്ചവെക്കൽ. സ്വന്തം കച്ചവട സ്ഥാപനംപോലെ നടേശന് എന്തും കാട്ടിക്കൂട്ടാനുള്ളതല്ല എസ് എൻ ഡി പി. 1918 സെപ്തംബറിൽ ശ്രീനാരായണ ഗുരു സിലോൺ സന്ദർശിക്കുകയുണ്ടായി. ആ ഘട്ടത്തിൽ അച്ചടിച്ച് വിതരണംചെയ്ത കത്ത് ശ്രദ്ധിക്കേണ്ടതുണ്ട്. ജാതി മത ഭേദംകൂടാതെ പൊതുജനങ്ങളുടെ നന്മ ഉദ്ദേശിച്ച് ഏർപ്പെടുത്തിയ സ്ഥാപനമാണ് എസ് എൻ ഡി പിയെന്ന അദ്ദേഹത്തിന്റെ ആ നിശ്ചയമാണ് നടേശൻ പിച്ചിച്ചീന്തുന്നത്. യോഗ നേതൃത്വത്തിന് ജാതി പറയാൻ പിണറായി വിജയന്റെയും വി എസ് അച്യുതാനന്ദന്റെയും ലൈസൻസ് ആവശ്യമില്ല. ഈഴവരുടെ ക്ഷേമത്തിന് പ്രവർത്തിക്കാൻ യോഗത്തിന് അനുമതി തന്നത് തിരുവിതാംകൂർ ദിവാനായിരുന്ന കെ കൃഷ്ണസ്വാമി രായരാണെന്നും നടേശൻ കൂട്ടിച്ചേർത്തു. ഗുരു ജാതി ഉപേക്ഷിച്ചിരിന്നുവെന്നാണ് സി പി ഐ എം നേതൃത്വം പ്രചരിപ്പിക്കുന്നത്. തപസ്സിലൂടെ ഈശ്വരന്റെ പ്രതിപുരുഷനായി മാറിയപ്പോഴാണ് ജാതി ഉപേക്ഷിക്കുന്നുവെന്ന് ഗുരു വ്യക്തമാക്കിയതെന്ന പുതിയ അറിവും വിളമ്പി. ശ്രീനാരായണ ഗുരുവിന്റെ അറുപത്തിനാലാം ജന്മദിനത്തിൽ സഹോദരൻ അയ്യപ്പൻ എഴുതിയ മുഖപ്രസംഗം വായിക്കാൻ നടേശൻ സമയം കണ്ടെത്തണം. സ്വാമിപാദങ്ങളെ ദൈവമാക്കി പൂജിക്കുന്ന സമ്പ്രദായം നിർത്തണം. അദ്ദേഹം ദൈവമല്ല. നമ്മെപ്പോലെതന്നെയുള്ള മനുഷ്യനാണ്. നിശ്ചലമായ തപോനിഷ്ഠകൊണ്ട് സ്നേഹവും ജ്ഞാനവും വികസിപ്പിച്ച മഹാൻ. അദ്ദേഹത്തെ അങ്ങനെ കണ്ടനുകരിക്കാൻ, നമുക്കും അദ്ദേഹത്തെപ്പോലെ ആയിത്തീരാൻ ശ്രമിക്കാം. അതാണ് വസ്തുനിഷ്ഠവും നിലനില്ക്കുന്നതുമായ സ്വാമിഭക്തി. ശ്രീകൃഷ്ണൻ, ബുദ്ധൻ, ക്രിസ്തു മുതലായവരുടെ ചിരപ്രതിഷ്ഠിതമായ അവതാരനിലയ്ക്കുതന്നെ അടിസ്ഥാനം ഇളകിത്തുടങ്ങിയിരിക്കുന്നു. ശ്രീരാമപരമഹംസരെ അവതാരമാക്കാൻ യദായദാഹി മന്ത്രംചൊല്ലി, സമർത്ഥനായ വിവേകാനന്ദസ്വാമി പഠിച്ചപണി പതിനെട്ട് കഴിച്ചിട്ടും സാധിച്ചില്ല. ഇക്കാലത്ത് നമ്മൾ ശ്രീനാരായണ ഗുരുവിനെ പിടിച്ച് ഈശ്വരനായി വാഴിച്ചാൽ വിദ്വജ്ജന ദൃഷ്ടിയിൽ അദ്ദേഹത്തിന് അവിടെ നില്ക്കാൻ സാധിക്കില്ല. നേരെമറിച്ച് ആധുനികകാലത്ത് ഇന്ത്യയിൽ ഉണ്ടായിട്ടുള്ള മഹാത്മാക്കളായ ജനനേതാക്കളിൽ ഒരാളാണ് അദ്ദേഹമെന്ന പരമാർത്ഥം നിർമ്മത്സരരായ എല്ലാവരും സമ്മതിക്കണം. മനുഷ്യരെ ദൈവമായി വാഴിക്കുന്ന കടങ്കഥക്കാലം കഴിഞ്ഞുപോയി. ശ്രീനാരായണ ഗുരുവിന്റെ വാസ്തവമഹത്വത്തിലേക്ക് ജനങ്ങളുടെ ദൃഷ്ടി തിരിച്ച്

അദ്ദേഹം സാധിക്കാൻ ഉപദേശിച്ചിട്ടുള്ള വലിയ കാര്യങ്ങളിൽ സഹായികളാവാൻ അവരെ പ്രേരിപ്പിക്കാൻവേണ്ടിയാണ് ഇത്രയും പറഞ്ഞത്. അദ്ദേഹം ഇനി കുറേ അന്ധവിശ്വാസികളുടെ മുത്തപ്പൻ പൂജയ്ക്കുള്ള മൂർത്തിയായാൽ പോരാ, വലിയ ജനനേതാവും പതിതോദ്ധാരകനും പരിഷ്കാര പ്രവർത്തകനും മഹാജ്ഞാനിയും മഹായോഗിയുമായ യഥാർത്ഥ മഹാത്മാവിന്റെ നിലയിൽ ആ മാതൃക, ഭാവി സന്താനങ്ങൾക്കുകൂടി ആരാധിപ്പാനും അനുകരിപ്പാനും ഇടയായിത്തീരണമെന്നാണ് ആഗ്രഹിക്കുന്നത്. ശ്രീനാരായണ ഗുരു മരിച്ചു, സ്വാമി സമാധിയടഞ്ഞു,വിദേഹമുക്തനായി, കൈവല്യംപ്രാപിച്ചു, സ്വർഗ്ഗാരോഹണംചെയ്തു എന്നെല്ലാം പറയുന്നത് അദ്ദേഹം മരിച്ചുപോയി എന്നതിന്റെ ബഹുമാനസൂചകമായ അലങ്കാരപര്യായങ്ങൾ മാത്രമാണ്. മറ്റെല്ലാവരെയുംപോലെ അദ്ദേഹവും മരിക്കുകതന്നെയാണുണ്ടായത്. ഒരു വ്യത്യാസവുമില്ല. എന്നാൽ സാധാരണക്കാരെപ്പോലെ അദ്ദേഹം മരണത്തോടെ അവസാനിച്ചില്ല. മരിച്ചിട്ടും അവരെപ്പോലെയല്ലാത്തവിധം വീണ്ടും ജീവിക്കുന്നുണ്ട്. അത് മഹാന്മാരുടെ പ്രത്യേകതയാണ്. സ്വാമിയുടെ യശസ്സും ദൃഷ്ടാന്തവും ഉപദേശങ്ങളും മരിക്കാത്തവയാണ്. അവ ലോകത്തിന് പ്രയോജനപ്പെടുത്താനാണ് സ്വാമിയോട് യഥാർത്ഥ ഭക്തിയും ബഹുമാനവും സ്നേഹവുമുള്ളവർ ശ്രമിക്കേണ്ടത് എന്നാണ് ഗുരുവിന്റെ മരണവേളയിൽ സഹോദരൻ എഴുതിയ ചരമക്കുറിപ്പിൽ സൂചിപ്പിച്ചതും. അയ്യൻകാളി പറഞ്ഞതാകട്ടെ ശ്രീനാരായണ ഗുരുവിനെ മൂന്നാംകിട ദൈവമായല്ല, ഒന്നാംകിട മനുഷ്യനായിക്കാണണമെന്നാണ്.

കർണ്ണാടകയിൽ അടിച്ചേല്പിക്കുന്ന മഡേസ്നാനത്തോടും ക്ഷേത്രത്തിൽ കയറിയ ദളിത് സ്ത്രീകൾക്ക് പിഴ ചുമത്തിയതിനോടും നടേശന്റെ സമീപനമെന്താണ്. കുക്കേ സുബ്രമണ്യസ്വാമി ക്ഷേത്രത്തിൽ ബ്രാഹ്മണരുടെ എച്ചിലിലയിൽ വീണുരുളുന്ന മഡേസ്നാന അനാചാരം തടസ്സമില്ലാതെ നടക്കുന്നതിൽ സംഘപരിവാരഭ്രമം മൂത്തവർക്ക് മനഃക്ലേശമുണ്ടാവാനിടയില്ല. ഉത്സവത്തിന്റെ ഭാഗമായി മൂന്ന് ദിവസമാണ് മഡേസ്നാനം. അവസാന ദിവസം നൂറുകണക്കിനാളുകൾ ബ്രാഹ്മണരുടെ എച്ചിലിലയിൽ ഉരുളും. കോടതി ഉത്തരവിന്റെ മറവിലാണ് ഒടുവിലും ഈ അനാചാരം നടന്നത്. എച്ചിലിൽ ഉരുളുന്നതിനുപകരം ക്ഷേത്രത്തിൽനിന്ന് നല്കുന്ന പ്രസാദത്തിൽ ഉരുളണമെന്ന 2012 ലെ കർണ്ണാടക ഹൈക്കോടതി വിധി സുപ്രീംകോടതി സ്റ്റേ ചെയ്തിരുന്നു. ചർമ്മരോഗങ്ങൾ മാറുമെന്നും മോക്ഷം ലഭിക്കുമെന്നും പ്രചരിപ്പിച്ചാണ് ദളിതരുൾപ്പെടെയുള്ള പിന്നോക്കവിഭാഗങ്ങളെ ബ്രാഹ്മണരുടെ എച്ചിലിലയിൽ ഉരുളിക്കുന്നത്. ഈ അനാചാരം മറ്റ് സുബ്രഹ്മണ്യസ്വാമി ക്ഷേത്രങ്ങളും അനുകരിച്ചുതുടങ്ങിയിട്ടുണ്ട്.

ഹാസൻ ജില്ലയിലെ ഹൊളെനരസിപ്പുർ സിഗരണഹള്ളിയിലാണ് ക്ഷേത്രത്തിൽ കയറിയ ദളിത് സ്ത്രീകൾക്ക് 2015 സെപ്തംബർ ഏഴിന് സവർണ്ണർ പിഴയിട്ടത്. ക്ഷേത്രശുദ്ധീകരണ പൂജയുടെ ചെലവുനല്

കാനും മേൽജാതിക്കാർ ഉൾപ്പെട്ട ക്ഷേത്രകമ്മിറ്റി വിധിച്ചു. പരിഷ്കൃത സമൂഹത്തിന് നാണക്കേടുണ്ടാക്കിയതാണ് ആ വർണ്ണവിവേചനം. ഗ്രാമത്തിലെ ശ്രീ ബസവേശ്വര ക്ഷേത്രത്തിൽ പ്രവേശിച്ചതിനാണ് പട്ടിക ജാതി വിഭാഗത്തിൽപ്പെട്ട തായമ്മ, സന്നമ്മ, പത്മമ്മ, തങ്കേമ്മ എന്നിവരോട് പിഴയൊടുക്കാൻ സവർണ്ണ വൊക്കലിംഗ സമുദായത്തിൽപ്പെട്ടവർ ആജ്ഞാപിച്ചത്. തങ്ങൾകൂടി അംഗങ്ങളായ ശ്രീ ബസവേശ്വര സ്ത്രീ ശക്തി സംഘത്തിന്റെ പേരിൽ നടത്തിയ പ്രത്യേക പൂജയുടെ ഭാഗമായാണ് അവർ ക്ഷേത്രത്തിലെത്തിയത്. അവിടെയുണ്ടായ വൊക്കലിംഗ സമുദായ പ്രമാണി, ദളിതുകളായ നാല് സ്ത്രീകളെയും തടഞ്ഞുനിർത്തി അസഭ്യം പറഞ്ഞു. ദളിതുകൾ ക്ഷേത്രത്തിൽ പ്രവേശിക്കരുതെന്ന് ശഠിച്ചായിരുന്നു പരാക്രമം. എതിർത്തപ്പോൾ മുൻ പഞ്ചായത്ത് അംഗംകൂടിയായ തായമ്മയെയടക്കം ആക്രമിക്കാനും ശ്രമിച്ചു. അടുത്തദിവസം സമുദായ പ്രമാണിമാർ യോഗംചേർന്ന് ദളിതർ ക്ഷേത്രത്തിൽ പ്രവേശിച്ചതിന് ആയിരം രൂപ പിഴയടയ്ക്കാൻ ആവശ്യപ്പെട്ടു. ക്ഷേത്രം ശുദ്ധീകരിക്കാൻ ഇരുപതിനായിരത്തോളം രൂപ നല്കണമെന്നും വിധിച്ചു. ക്ഷേത്രോത്സവത്തിന് പിരിവ് നല്കിയ ദളിതരോടായിരുന്നു ക്രൂരത. പണത്തിന് അയിത്തമില്ല എന്നർത്ഥം. രാജ്യത്തെവിടെയായാലും ഹിന്ദുക്കളുടെ കപടപ്രശ്നങ്ങൾ ഉയർത്തി കലാപസജ്ജമാകുന്ന ആർ എസ് എസ് പാവപ്പെട്ട ദളിതർ സവർണ്ണരിൽനിന്ന് അനുഭവിക്കുന്ന അതിക്രമങ്ങൾക്ക് കൂട്ടാണ്. ഇതോടുള്ള നടേശന്റെ സമീപനമെന്താണ്.

ഭൂഗർഭശാസ്ത്രപരമായ വിപ്ലവങ്ങൾ ഭൂമിയുടെ ഉപരിതലത്തിന് രൂപംനല്കുന്നതുപോലെയാണ് ബൂർഷ്വാ വ്യവസായവും വാണിജ്യവും നവലോകത്തിന്റെ ഭൗതിക സാഹചര്യങ്ങൾ സൃഷ്ടിക്കുന്നതെന്ന് കാൾ മാർക്സ് എഴുതിയത് ന്യൂയോർക്ക് ഡെയിലി ട്രിബ്യൂണലിലാണ്. ഇന്ത്യയിലെ ബ്രിട്ടീഷ്ഭരണത്തിന്റെ ഭവിഷ്യത്തുകൾ എന്ന പഠനം ബൂർഷ്വാ ചൂഷണത്തെക്കുറിച്ചുള്ള കാവ്യാത്മക നിരീക്ഷണത്തോടെയാണ് അവസാനിക്കുന്നത്. കൊല്ലപ്പെട്ടവന്റെ തലയോട്ടിയിൽ നിന്നല്ലാതെ അമൃതപാനം നടത്തുകയില്ലെന്ന് ശഠിക്കുന്ന ദുർദ്ദേവതയിൽനിന്ന് വ്യത്യസ്തമായ പുരോഗതിയെക്കുറിച്ചാണതെന്നത് ശ്രദ്ധേയം. മനുഷ്യന്റെ തലയോട്ടി, അമൃതപാനം, ദുർദ്ദേവത തുടങ്ങിയ രൂപീകരണങ്ങൾ ഇപ്പോഴത്തെ ജാതി- മത പ്രവർത്തനങ്ങളെ വിശദീകരിക്കാനും ഉപയോഗിക്കേണ്ടിയിരിക്കുന്നു. മതങ്ങളും ജാതികളും അവയുടെ അക്രമാസക്ത സംഘടനകളും നാരകീയാവസ്ഥ സൃഷ്ടിക്കുന്നതിൽ എല്ലാ പ്രതിലോമ പ്രവണതകളെയും പിന്നിലാക്കി മുന്നേറുന്ന അവസ്ഥയിൽ പ്രത്യേകിച്ചും. ജനാധിപത്യത്തിന്റെ കാവൽനായ്ക്കളെന്ന് സ്വയം അഭിമാനിക്കുന്ന മാധ്യമങ്ങൾ കൊട്ടുംകുരവയുമായി അതിനെല്ലാം മൃതുഭാഷ്യം ചമയ്ക്കുന്നത് അപകടത്തിന്റെ ആഴം കൂട്ടുന്നു. ഇന്ത്യൻ പാരമ്പര്യം മുഴുവൻ തങ്ങളുടേതാണെന്ന സംഘപരിവാരത്തിന്റെ അവകാശവാദം പൂർണ്ണമായി അനുവദിച്ചുകൊടുക്കുകയുമാണ് അവ. ഇതേ വാദഗതിതന്നെയാണ് നടേശനും.

സാംസ്കാരിക കൂട്ടായ്മകൾ, മെയ്ദിനാചരണം, ശാസ്ത്രബോധ പ്രചാരണം, ജനാധിപത്യ പ്രക്ഷോഭങ്ങൾ തുടങ്ങിയവയ്ക്കെല്ലാം ബദലായി പ്രത്യേക സമാഹരണ യജ്ഞങ്ങൾതന്നെ കാവിപ്പട രൂപപ്പെടുത്തിയിട്ടുണ്ട്. ലോക തൊഴിലാളി ദിനത്തെ വിശ്വകർമ്മദിനമാക്കി ചുരുക്കാനും ശ്രമിക്കുന്നു. ബി ജെ പിക്ക് പാർലമെന്റിൽ രണ്ടുസീറ്റ് മാത്രമായിരുന്നപ്പോഴും മാധ്യമങ്ങളിൽ മൂന്നിൽ രണ്ട് ഭൂരിപക്ഷമുണ്ടായിരുന്നുവെന്ന പ്രശസ്ത പത്രപ്രവർത്തകൻ പി സായ്നാഥിന്റെ വാക്കുകൾക്ക് സമാനമാണ് ഇപ്പോഴത്തെ കേരളീയ പരിസരം. ബുദ്ധിജീവികളുടെ നിലയാവട്ടെ അതിലും പരിതാപകരം. 'ബുദ്ധിജീവികളും മതപുനരുത്ഥാനവാദവും' എന്ന ശീർഷകത്തിൽ വർഷങ്ങൾക്കുമുമ്പ് നടത്തിയ ബെർട്രൻഡ് റസ്സൽ സ്മാരക പ്രഭാഷണത്തിൽ ചിന്തകനായ ഒ ചിന്നപ്പറെഡ്ഡി സൂചിപ്പിച്ചതുപോലെ, കച്ചവടഭക്തിയുടെ പ്രചാരകരായിരിക്കുന്നു അവർ. കാവിപ്പടയുടെ കുടക്കീഴിൽ നടക്കുന്ന എല്ലാ വിശ്വാസ വാണിഭത്തെയും വെറും ആഘോഷങ്ങളായി വരവുവെക്കുകയുമാണ്. അവയ്ക്കുപിന്നിലെ കൊലവിളികൾ മറച്ചുപിടിക്കുകയും ചെയ്യുന്നു. ഇതിനു സമാനമായ നിലയിലുള്ള പെരുമാറ്റംതന്നെയാണ് നടേശനിൽനിന്നും ഉണ്ടാകുന്നത്. ആർ എസ് എസ് പരിപാടികൾക്ക് മുസ്ലീം, ക്രിസ്ത്യൻ സഹോദരങ്ങൾ പിന്തുണയും ഭക്ഷണവും നല്കി സഹകരിക്കുന്നതായും ചില വാർത്തകൾ പുളകംകൊണ്ടു. ഉത്തരേന്ത്യൻ അനുഭവങ്ങളെങ്കിലും അത്തരക്കാർ ഓർക്കേണ്ടതായിരുന്നു. ചില ദിനാചരണങ്ങളോടനുബന്ധിച്ച് മുസ്ലിം മേഖലകളിൽ കൊലവിളിനടത്തുകയായിരുന്നു കാവിഭീകരത. വർണ്ണങ്ങൾ വാരിവിതറിയും ഭയം ഉദ്ദീപിപ്പിക്കുന്ന ഒച്ചവെച്ചും ഉന്മൂലന ഭീഷണികൾ ഉയർത്തിയും യുദ്ധസന്നാഹത്തോടെ നീങ്ങുന്നവരെക്കണ്ട് മുസ്ലിങ്ങൾ ഓടിയൊളിക്കുകയായിരുന്നു. അഹമ്മദാബാദിലെ ഓൾഡ്സിറ്റിയിലും മറ്റും അത്തരം കുറേ നിസ്സഹായരെ എനിക്കും കാണാനായി. ആ ഭീതിയുടെ മനഃശാസ്ത്രത്തിലേക്ക് കേരളത്തെയും തള്ളിയിടാൻ നടത്തുന്ന ശ്രമങ്ങളെയാണ് വാചാടോപങ്ങൾകൊണ്ട് മറച്ചുപിടിക്കാൻ ശ്രമിക്കുന്നത്. കർണ്ണാടകയിലെ ദേശീയ ശ്രദ്ധേയനായ എഴുത്തുകാരനും ഹംപി കന്നഡ സർവ്വകലാശാലാ മുൻ വൈസ് ചാൻസലറുമായ എം എം കൽബുർഗിയെ വെടിവെച്ചുകൊന്നതിനെപ്പറ്റിയുള്ള *മലയാള മനോരമ*യുടെയും *മാതൃഭൂമി*യുടെയും വാർത്തകളിൽ യഥാർത്ഥ പ്രതികളുടെ രാഷ്ട്രീയം മുങ്ങൽ വിദഗ്ദ്ധർക്കുപോലും കണ്ടെടുക്കാനായില്ല. അപ്പോഴും കമ്യൂണിസ്റ്റ് പ്രസ്ഥാനത്തിനുനേരെ കുറ്റപത്രമൊരുക്കുകയായിരുന്നു. ശ്രീനാരായണ ഗുരുവിനെ മുൻനിർത്തിയായിരുന്നു ഒടുവിലേത്. അത് ഇനിയും തുടരുകയും ചെയ്യുമെന്നുറപ്പ്. കൊടിയേരി നങ്ങാറത്തുപീടികയിൽ ആർ എസ് എസുകാർ ഗുരുപ്രതിമ തകർത്തതിൽ എവിടെയും കാര്യമായ പ്രതിഷേധമുണ്ടായില്ല. അത് അദ്ദേഹത്തിന്റെ ഔദ്യോഗിക പ്രതിമയല്ലെന്നായിരുന്നു തുഷാർ വെള്ളാപ്പള്ളിയുടെ സമാധാനം. ഗുരു തറക്കല്ലിട്ടതായിരുന്നു തലശ്ശേരി ജഗന്നാഥക്ഷേ

ത്രം. കുമാരനാശാൻ എത്തിയാണ് ജ്ഞാനോദയയോഗം രൂപീകരിച്ചതും. യോഗം ഭരണസമിതി കൈപ്പിടിയിലൊതുക്കാൻ കാവിപ്പട അതിക്രമത്തിലൂടെ ശ്രമിച്ചപ്പോൾ അത് പരാജയപ്പെടുത്താൻ ശ്രീനാരായണീയർക്കൊപ്പം നിന്നത് സി പി ഐ (എം) യാണെന്നത് കോംപ്ലാൻ നേതാവിന് അറിയാത്തതല്ല.

യുക്തിബോധവും ശാസ്ത്രചിന്തയും വിമർശനബുദ്ധിയും കടപുഴക്കി മദ്ധ്യകാല യാഥാസ്ഥിതികത്വത്തെ ഓർമ്മിപ്പിക്കുംവിധമാണ് കാവിപ്പടയുടെ ഇപ്പോഴത്തെ പ്രവൃത്തികൾ. ചെറുപ്പത്തിലേ പിടികൂടുക എന്ന കൗശലം ആവർത്തിക്കപ്പെടുന്നുമുണ്ട്. കാവിപ്പടയുടെ ഹിംസാത്മക രാഷ്ട്രീയത്തിന് പിറകിൽ കുട്ടികളെപ്പോലും പിടിച്ച് വരിനിർത്തിപ്പിക്കുകയാണ്. കേരളത്തിൽ ശ്രീകൃഷ്ണ ജന്മാഷ്ടമിയുടെ വർണ്ണാഭമായ എഴുന്നള്ളത്തിനെ നിഷ്കളങ്കമായ കൂടിച്ചേരലായാണ് ചിലർ വിവരിക്കുന്നത്. ഇതാകട്ടെ 'സ്വതന്ത്ര' ബുദ്ധിജീവികളുടെയും നിഷ്പക്ഷ മാധ്യമ നാവുകളുടെയും നിറഞ്ഞ പിന്തുണയിലുമാണ്. വെള്ളപ്പൊക്കക്കെടുതിയിൽ അരിയും പഴന്തുണിയും വിതരണംചെയ്യുന്ന ആർ എസ് എസ് രാജ്യത്തിന് അഭികാമ്യമാവേണ്ട സംഘടനയാണെന്നുവരെ വാദിക്കുന്നവരുണ്ട്. ഹിറ്റ്ലർ സസ്യഭുക്കാണെന്നത് ഇരുപതാം നൂറ്റാണ്ടിലെ ഏറ്റവും ക്രൂരമായ രാഷ്ട്രീയ ഫലിതങ്ങളിലൊന്നാണ്. വിഖ്യാതനായ ആ സസ്യഭുക്ക് നിരപരാധികളുടെ പല്ലുകൾകൊണ്ടാണ് കുപ്പായത്തിന്റെ കുടുക്കുകൾ തീർത്തത്.

ഫാസിസ്റ്റ് സമാഹരണ യജ്ഞങ്ങൾ സാധാരണ ഉത്സവങ്ങളെന്ന മറയ്ക്കുപിന്നിലും നിഷ്കളങ്കങ്ങളായ ആചാരങ്ങളെന്ന വിനീത നാട്യത്തിലും ഒളിച്ചിരിക്കുകയാണ്. പുരോഗമന കൂട്ടായ്മകൾക്ക് പകരമായി വിഭാഗീയമായ പരിപാടികൾ അടിച്ചേല്പിക്കുന്നു. അവയെ വിശദീകരിക്കാൻ മാധ്യമങ്ങൾ പ്രത്യേക കാവി പദാവലികളും നിഘണ്ടുക്കളും തയ്യാറാക്കുന്നുണ്ട്. ശോഭായാത്രകളെയും ശ്രീകൃഷ്ണ ജന്മാഷ്ടമിയെയും കുറിച്ച് എഴുതുമ്പോൾ പൈങ്കിളികൾപോലും തോറ്റുപോവുകയാണ്. ആർ എസ് എസ് ശാഖകളിലെ വിളിപ്പേരുകളും സംബോധനകളും കുത്തിനിറച്ചാവും ആ വാർത്താവിഭവങ്ങൾ. അതുകണ്ട് *ജന്മഭൂമി*യും *കേസരി*യും തോല്‌വി സമ്മതിക്കുന്നു. കാവിനിറത്തിൽ രാജ്യമാകെ പടരുന്ന പ്ലേഗിനെ ജനാധിപത്യവല്ക്കരണമായി വിലയിരുത്താനും *മാതൃഭൂമി*ക്കും *മലയാള മനോരമ*യ്ക്കും മറ്റും ഒരു മനഃസാക്ഷിക്കുത്തുമില്ല. ബാലഗോകുലത്തിന്റെ മറവിൽ നടക്കുന്ന കുട്ടികളിലേക്കുള്ള കാവിവല്ക്കരണത്തിന് എല്ലാ പിന്തുണയും നല്കുകയുമാണ്. ഇത് തിരിച്ചറിഞ്ഞിട്ടും നടേശന്മാർ ആർ എസ് എസിനൊപ്പം കുട്ടികളെ ചാപ്പകുത്തുകയുമാണ്.

''ജന്മാഷ്ടമി നാളിൽ ചന്നം പിന്നംപെയ്ത മഴയിലും ആവേശംകെടാതെ വർണ്ണാഭമായ ശോഭായാത്ര. പീതാംബരവും പീലിത്തൊപ്പിയും ധരിച്ച് കഴുത്തിൽ പുഷ്പഹാരവുമണിഞ്ഞ്, കുഞ്ഞിക്കൈകളിൽ മുരളിയുമേന്തി ഉണ്ണികൃഷ്ണന്മാരും ആടയാഭരണങ്ങളണിഞ്ഞ ഗോപിക

മാരും ശോഭായാത്രയ്ക്ക് പകിട്ടേകി. ഭഗവാൻ ശ്രീകൃഷ്ണന്റെ ജനനാഘോഷവേളയിൽ ബാലഗോകുലം സംഘടിപ്പിച്ച ശോഭായാത്രയിൽ നൂറുകണക്കിന് സ്ത്രീപുരുഷന്മാരും ആവേശത്തോടെ പങ്കെടുത്തു'' എന്ന *മാതൃഭൂമി* വർണ്ണന എന്തൊരു നിഷ്കളങ്കമാണ്! ഈ പരിപാടി ആസൂത്രണംചെയ്തത് ഏത് സംഘടനയാണെന്നോ അതിനുപിന്നിലെ രാഷ്ട്രീയം എന്താണെന്നോ പത്രസിംഹങ്ങൾക്ക് അറിയാഞ്ഞിട്ടാണോ. ആർ എസ് എസ് മേധാവി മോഹൻ ഭാഗവതിനെപ്പോലുള്ളവർ പരിപാടിയുടെ ഉദ്ഘാടകരായെത്തിയിട്ടും അവയ്ക്ക് മിണ്ടാട്ടമുണ്ടായില്ല. ശ്രീകൃഷ്ണ ജന്മാഷ്ടമി നാളുകളിലും ശോഭായാത്രകളിലും സമീപ വർഷങ്ങളിൽ പശുക്കളെ എഴുന്നള്ളിക്കുന്നതിനു പിന്നിലെ ഗൂഢാലോചനയും പരിശോധിക്കേണ്ടതുണ്ട്. ഗോപൂജയുടെ ഹിംസാത്മകതയും സസ്യാഹാര വാദത്തിന്റെ പ്രചാരണവും ചേർത്തു നിർത്തുകയാണ് കേരളത്തിലും. മുലയിൽ വിഷം പുരട്ടി ശ്രീകൃഷ്ണനെ കൊലപ്പെടുത്താൻ പോയ പൂതനയുടെ പാരമ്പര്യമാണ് യഥാർത്ഥത്തിൽ കാവിപ്പടയ്ക്ക് അവകാശപ്പെടാനാവുക.

നാഗപ്പൂർ കേന്ദ്രമായി ഇന്ത്യാ ചരിത്രമാകെ വികൃതമാക്കാൻ നടത്തിയ പരിശ്രമങ്ങൾ ഞെട്ടലിന്റെ അകമ്പടിയോടെമാത്രമേ കേട്ടിരിക്കാനാവൂ. ആർ എസ് എസിന്റെ ബൗദ്ധിക കേന്ദ്രമായ ദീൻദയാൽ റിസർച്ച് ഇൻസ്റ്റിറ്റ്യൂട്ടിന്റെ കാർമ്മികത്വത്തിലായിരുന്നു അത്. ഉത്തർപ്രദേശ്, ഗുജറാത്ത്, മദ്ധ്യപ്രദേശ്, രാജസ്ഥാൻ– തുടങ്ങിയ സംസ്ഥാനങ്ങളിലെല്ലാം ഈ വക്രീകരണം വിജയം കണ്ടു. മദ്ധ്യപ്രദേശിൽ പഴയ ഗുരുകുല മാതൃകയിലാണ് പദ്ധതി. ചരിത്രത്തിലും സാഹിത്യത്തിലും മാത്രമായിരുന്നില്ല ആശയ കടന്നാക്രമണം. ഗണിതശാസ്ത്രത്തിലും പരിഭാഷാ സിദ്ധാന്തങ്ങളിലും എന്തിനേറെ കവിതകളിൽപ്പോലും നുഴഞ്ഞുകയറ്റമുണ്ടായി. മദ്ധ്യപ്രദേശിലെ ഒരു ആർ എസ് എസ് വിദ്യാലയത്തിലെ ഗണിതശാസ്ത്രത്തിലെ ചോദ്യം നോക്കാം: ബാബറി മസ്ജിദിന്റെ ചുറ്റളവ് 450 ചതുരശ്ര അടിയാണെങ്കിൽ ഉപരിതല വിസ്തീർണ്ണം എത്ര? ഒരു കർസേവകൻ ദിവസം പത്തു മണിക്കൂർ വീതം 40 ദിവസം പണിയെടുത്താൽ ബാബറി മസ്ജിദ് പൊളിച്ചുമാറ്റാൻ കഴിയുമെങ്കിൽ ദിവസം 9 മണിക്കൂർ പണിയെടുക്കുന്ന 32 കർസേവകർക്ക് എത്ര ദിവസം വേണം?

ഉത്തർപ്രദേശിൽ സരസ്വതി ശിശുമന്ദിരങ്ങളും ഭാരതീയ ശിക്ഷാമണ്ഡലുമാണ് വിദ്യാഭ്യാസ പരിപ്രേക്ഷ്യം തീരുമാനിക്കുന്നത്. ആർ എസ് എസ് പ്രസിദ്ധീകരണങ്ങളും കൃതികളും സ്കൂൾ ലൈബ്രറികളിൽ അടിച്ചേല്പിക്കുന്നു. ആർ എസ് എസ് സ്ഥാപകൻ കേശവറാവു ഹെഡ്ഗെവാറുടെ 'സംഭാവനകൾ' ഉൾപ്പെടുത്താൻ സ്വാതന്ത്ര്യസമര ചരിത്രം മാറ്റിയെഴുതി. അദ്ദേഹം സുഭാഷ്ചന്ദ്ര ബോസുമായി നടത്തിയ കൂടിക്കാഴ്ചയാണത്രെ സ്വാതന്ത്ര്യപോരാട്ടത്തിലെ നിർണ്ണായകമായ വഴിത്തിരിവ്. ഗുജറാത്തിലെ പാഠപുസ്തകങ്ങൾ വിഡ്ഢിത്തങ്ങളുടെയും വളച്ചൊടിക്കലുകളുടെയും ചവറ്റുകൊട്ടയാണ്. മഹാത്മാഗാന്ധി കൊല്ലപ്പെ

ട്ടത് 1948 ഒക്ടോബർ 30നാണെന്നും രണ്ടാംലോകയുദ്ധത്തിൽ ജപ്പാൻ അമേരിക്കയ്ക്കുമേലെ ആണവാക്രമണം നടത്തിയെന്നും 6,7,8 ക്ലാസു കളിൽ പഠിപ്പിക്കുന്നു. പുരിയിലെ രഥയാത്ര കേരളത്തിലെ ഓണവും തമിഴ്നാട്ടിലെ ഭരതനാട്യവും ആന്ധ്രാപ്രദേശിലെ കുച്ചുപ്പുടിയുംപോലെ ഇന്ത്യൻ ഉത്സവങ്ങളിലൊന്നാണത്രേ!

സരസ്വതി ശിശുമന്ദിരങ്ങളിലൂടെയും ക്ലാസ് മുറികളിലൂടെയും അന്തഃ സാരശൂന്യങ്ങളായ കള്ളങ്ങൾ നിരത്തി വ്യക്തിത്വ നിഷേധത്തിന് വി ധേയമാക്കപ്പെട്ട പുതുതലമുറയെയാണ് വാർത്തെടുക്കാൻ ശ്രമിക്കുന്ന ത്. ഇത്തരം ഗൂഢാലോചനയ്ക്ക് നടേശന് കൈയൊപ്പുനല്കാം. അതിന് ഗുരുവിനെ കൂട്ടുപിടിക്കരുത്. ഗോൾവാൾക്കർ സ്ഥിരമായി പറയാറുണ്ടാ യിരുന്ന ഒരു കഥയുണ്ട് തന്റെ പൂന്തോട്ടത്തിൽ കണ്ട മനോഹരമായ മ യിലിന് ഒരു സമ്പന്നൻ മയക്കുമരുന്ന് കലർത്തി ഭക്ഷണം കൊടുത്തു. അത് എല്ലാ ദിവസവും വരാൻ തുടങ്ങി. ഒടുവിൽ അതേ സമയത്തെ നി ത്യസന്ദർശകനായി. പിന്നെ മയക്കുമരുന്നില്ലാതെ തന്നെ മയിൽ തന്റെ പൂന്തോട്ട സന്ദർശനവുമായി പൊരുത്തപ്പെടുകയുംചെയ്തു. ഒരു കുട്ടി ക്കഥയുടെ ലാഘവത്തോടെ ഗോൾവാൾക്കർ പറയുമായിരുന്ന ആ ക ഥ, പ്രതികരണത്തിൽനിന്ന് വെട്ടിമാറ്റപ്പെട്ട അച്ചടക്കത്തെയാണ് അടിവ രയിട്ടത്. ആർ എസ് എസിന്റെ 'അച്ചടക്ക'ത്തെക്കുറിച്ച് മേനിപറഞ്ഞ സന്ദർശകന്റെ തൊലിയുരിച്ച് ഗാന്ധിജി നടത്തിയ അഭിപ്രായപ്രകടന മെങ്കിലും നടേശന്മാർ ഓർക്കേണ്ടതുണ്ട്. ഹിറ്റ്ലറുടെ കീഴിൽ നാസിക ളും മുസോളിനിയുടെ നേതൃത്വത്തിൽ ഫാസിസ്റ്റുകളും ഇതുപോലെ യായിരുന്നെന്നായിരുന്നു മഹാത്മാവിന്റെ മറുപടി. ഫാസിസ്റ്റ് വിരുദ്ധ പോ രാട്ടത്തെ ക്രമസമാധാനപ്രശ്നം മാത്രമായി ചുരുക്കിയെഴുതുന്ന പണ്ഡി ത വരേണ്യരുടെയും മാധ്യമ കേസരികളുടെയും അലംഭാവത്തിനെതി രെ ജർമ്മൻ ബുദ്ധിജീവി മാർട്ടിൻ നീമൊള്ളർ നടത്തിയ പ്രതികരണം മറക്കാതിരിക്കാം: 'ആദ്യം അവർ ജൂതന്മാരെ തേടിവന്നു. ഞാനൊന്നും മിണ്ടിയില്ല. കാരണം ഞാനൊരു ജൂതനല്ലായിരുന്നു. പിന്നീടവർ കാത്തോ ലിക്കരുടെ നേരെയായി. അപ്പോഴും ഞാനൊന്നും ഉരിയാടിയില്ല. കാര ണം ഞാനൊരു കാത്തോലിക്കനല്ലായിരുന്നു. തുടർന്ന് കമ്യൂണിസ്റ്റുകാ രെ തേടിയെത്തി. ഞാനൊന്നും പറഞ്ഞില്ല. കാരണം എനിക്ക് കമ്യൂണി സത്തോട് താൽപ്പര്യമില്ലായിരുന്നു. ഒടുവിലവർ എന്റെ നേർക്ക് വന്നു. അപ്പോൾ എനിക്കുവേണ്ടി ശബ്ദിക്കാൻ ആരും അവശേഷിച്ചിരുന്നില്ല'. ഫാസിസ്റ്റുകാലത്തെ ജർമ്മൻ ബുദ്ധിജീവികളുടെ ഷണ്ഡത്വവും ഭീരു ത്വവും മനസ്സിലിരുത്തിയായിരുന്നു നീമൊള്ളറുടെ കവിതാപ്രതികരണം. മിൽട്ടൻ മേയർ 1955 ൽ പുറത്തിറക്കിയ *ദേ തോട്ട് ദേ വേർ ഫ്രീ* എന്ന പുസ്തകത്തിൽ പ്രത്യക്ഷപ്പെട്ടതോടെയാണ് ആ പ്രസ്താവം ലോക ശ്രദ്ധ നേടിയത്. തങ്ങൾ സ്വതന്ത്രരാണെന്ന് കരുതി കുറ്റകരമായ മൗ നം അവലംബിച്ചവർക്കുള്ള മറുപടികൂടിയായിരുന്നു അത്. പൂവുകൾ ക്കിടയിലും കുട്ടികൾക്കൊപ്പവും ഹിറ്റ്ലറെ നിർത്തിയെടുത്ത ഫോട്ടോ

കൾകൊണ്ട് നിറഞ്ഞിരുന്നു 1930കളിലെ ജർമ്മൻ മാധ്യമങ്ങൾ. നരേന്ദ്ര മോദി രാജ്യമാകെയുള്ള വിദ്യാർത്ഥികൾക്കായി നടത്തിയ പ്രഭാഷണം അതിന്റെ ആദ്യ ഇന്ത്യൻ മാതൃകയാവണം.

'സർവൈവൽ ഓഫ് ദി ഫിറ്റസ്റ്റ്' എന്ന ചാൾസ് ഡാർവിന്റെ സിദ്ധാന്തം 1990 കളിൽ 'എറൈവൽ ഓഫ് ദി ഫിറ്റസ്റ്റ്' എന്ന് ബഹുരാഷ്ട്ര വസ്ത്ര നിർമ്മാണ ഭീമൻ പരസ്യ വാചകമാക്കിയത് ഗൗരവമേറിയ അപഗ്രഥനത്തിന് വിധേയമാക്കേണ്ടതായിരുന്നു. പഴയ ഉപമകളും രൂപീകരണങ്ങളും പ്രയോഗങ്ങളും ചിഹ്നങ്ങളും എന്തിനധികം പേരുകൾ പോലും കവർന്നെടുത്ത് സ്വന്തം ആവശ്യങ്ങൾക്കായി ദുരുപയോഗം ചെയ്യുന്ന കൗശലത്തിന് സ്ഥലകാല വ്യത്യാസമില്ല. ലാറ്റിനമേരിക്കയിലെ ചില ജനവിരുദ്ധ പ്രസ്ഥാനങ്ങളുടെ പേരുകൾ ഏറ്റവും പുരോഗമനപരമെന്ന് ദ്യോതിപ്പിക്കുന്നതായിരുന്നു. ചുവപ്പും അദ്ധ്വാന ബിംബങ്ങളുമെല്ലാം എടുത്തണിഞ്ഞ് ജനപ്രിയമാണെന്ന് വരുത്താൻ ചിലതിന് കഴിഞ്ഞിരുന്നു. മറ്റ് നിറങ്ങൾക്കും ഇത് ബാധകമാണ്. മഞ്ഞയും കാവിയും തമ്മിൽ അടിസ്ഥാനപരമായ പ്രധാന വ്യത്യാസങ്ങൾ തന്നെയുണ്ട്. എസ് എൻ ഡി പി യോഗത്തിന്റെ മഞ്ഞക്കൊടിയും സംഘപരിവാരത്തിന്റെ കാവിക്കൊടിയും ഒന്നാണെന്ന് വരുത്തിത്തീർക്കുന്ന കുതന്ത്രങ്ങൾ അതിനാൽ നിസ്സാരമായി തള്ളിക്കളയാനാവില്ല. 1990 കളുടെ മദ്ധ്യത്തിൽ വെള്ളാപ്പള്ളി നടേശന്റെ ഇടതു കൈത്തണ്ടയിൽ ആചാരമായോ, ആഭരണമായോ കെട്ടിയ ചരടുകൾ ഉണ്ടായിരുന്നില്ല. ഒരു പതിറ്റാണ്ടിനുശേഷം വർണ്ണച്ചരടുകൾകൊണ്ട് അലങ്കരിക്കപ്പെട്ടു. ആ ഘട്ടത്തിൽ കേന്ദ്രത്തിൽ അടൽ ബിഹാരി വാജ്പേയി നേതൃത്വം കൊടുത്ത എൻ ഡി എ സർക്കാരായിരുന്നു. അന്ന് അതുമായും സംഘപരിവാര നേതൃത്വവുമായും ബന്ധംവെക്കാൻ നടേശൻ തകൃതിയായ ശ്രമങ്ങൾ നടത്തി. ആ ഘട്ടമാകുമ്പോൾ ആ കൈത്തണ്ടയിൽ മഞ്ഞക്കൊപ്പം കാവിച്ചരടുകൂടി പ്രത്യക്ഷപ്പെട്ടുതുടങ്ങി. ഇപ്പോഴാകട്ടെ രണ്ടിനും ഇടമുണ്ട് അവിടെ. ഒന്നര പതിറ്റാണ്ടുമുമ്പ് പരീക്ഷിച്ച് പാതിവഴിയിൽ അലസിപ്പോയ സംഘപരിവാർ ബന്ധത്തിന്റെ പുതിയ സാദ്ധ്യതകളാണ് ഇപ്പോഴത്തെ ചരട് പ്രയോഗത്തിൽ തെളിയുന്നതും. പ്രവീൺ തൊഗാഡിയ കണിച്ചുകുളങ്ങരയിലെത്തി ആശ്ലേഷിച്ചതും മകൻ തുഷാറിനൊപ്പം ഡൽഹിയിലെത്തി ബി ജെ പി അദ്ധ്യക്ഷൻ അമിത്ഷായെ കണ്ട് വണങ്ങിയതും ഒടുവിൽ, വാക്കുകളിൽപ്പോലും വർഗ്ഗീയതയുടെ തിളയ്ക്കും ലാവ കൊണ്ടുനടക്കുന്ന സാധ്വി നിരഞ്ജൻ ജോഷിയെക്കൊണ്ട് ചതയദിനാഘോഷങ്ങൾ ഉദ്ഘാടനം ചെയ്യിച്ചതുമൊക്കെ ഈ പരീക്ഷണത്തിന്റെ ദൃഷ്ടാന്തങ്ങൾ.

ആ ഗൂഢാലോചനതന്നെയാണ് കണ്ണൂരിൽ ബാലസംഘം ഘോഷയാത്രയിൽ പ്രദർശിപ്പിച്ച നിശ്ചലദൃശ്യവുമായി ബന്ധപ്പെട്ട അനാവശ്യ വിവാദങ്ങൾക്ക് ഇന്ധനം പകർന്നത്. ഘോഷയാത്ര നടത്തിയത് 2015 സെപ്തംബർ 5 ന്. അന്നുതന്നെ അതിന്റെ ദൃശ്യങ്ങൾ വിവിധ ചാനലു

കൾ സംപ്രേഷണം ചെയ്തതാണ്. അപ്പോഴൊന്നും വിവാദമായില്ല. ഒരു ദിവസം കഴിഞ്ഞ് ഏഴിന് ഇറങ്ങിയ ചില പത്രങ്ങൾ ആ ചിത്രം ഉപയോഗിച്ച് വാർത്ത നിർമ്മിക്കുകയായിരുന്നു. പത്രങ്ങളിൽ വിവാദം ഉയരുന്നതിന്റെ തലേദിവസം വൈകിട്ട് കണിച്ചുകുളങ്ങരയിൽ വിഷയമുയർത്തി പ്രതിഷേധങ്ങളുണ്ടായി. പ്രകടനം നയിച്ചവരിൽ ഏറെപ്പേരും കാവിമുണ്ടുടുത്ത, കാവിച്ചരട് കെട്ടിയ അറിയപ്പെടുന്ന ആർ എസ് എസുകാർ. കണ്ണൂരിലെ സംഘസവിധത്തിൽനിന്ന് പ്രകാശവേഗത്തിലെത്തിയ പ്രകോപന സന്ദേശത്തെ തുടർന്നാണ് കണിച്ചുകുളങ്ങര കേന്ദ്രീകരിച്ച് പ്രതിഷേധ പ്രകടനം നടത്തിയത്. മഞ്ഞ– കാവിച്ചരടുകൾ കൂട്ടിക്കെട്ടുന്നതിൽ മാത്രം ഒതുങ്ങിയില്ല അത്, ഇരുകൊടികളും ചേർത്തുകെട്ടി നടേശനും അനുചരവൃന്ദവും ആർ എസ് എസിനോടുള്ള വിധേയത്വം പ്രകടമാക്കി. ശ്രീനാരായണഗുരുവിന്റെ ഓർമ്മ അലയടിച്ച ദിവസങ്ങളിലായിരുന്നു അതെന്നതാണ് അത്ഭുതകരം. 2015 ആഗസ്ത് 30 ന് ചതയ ദിനാഘോഷത്തിന് ചേർത്തല ടൗണിലെ സെന്റ് മേരീസ് പാലത്തിൽ കെട്ടിയതായിരുന്നു മഞ്ഞക്കൊടികൾ. ആ ആഘോഷം കഴിഞ്ഞിട്ടും മാറ്റിയില്ല. ഒരാഴ്ച കഴിഞ്ഞ് സെപ്തംബർ 5 ന് ആർ എസ് എസുകാർ ശ്രീകൃഷ്ണ ജയന്തി ആഘോഷിച്ചപ്പോൾ ആർ എസ് എസ് പതാക കൂടി മഞ്ഞക്കൊടിയോട് കൂട്ടിക്കെട്ടുകയായിരുന്നു. ആർ എസ് എസിനോടും ബി ജെ പിയോടും ഒരു ബന്ധവുമില്ലെങ്കിൽ എന്തുകൊണ്ടായിരുന്നു അത്. ബി ജെ പിയും ആർ എസ് എസുമായി എസ് എൻ ഡി പി നേതൃത്വമുണ്ടാക്കുന്ന അവിശുദ്ധ കൂട്ടുകെട്ടിനെപ്പറ്റി പറയുന്നവരോട് കേന്ദ്രം ഭരിക്കുന്ന പാർട്ടിയുമായി എന്തിന് അകല്ച്ച കാണിക്കണമെന്ന മറുചോദ്യമാണ് നടേശൻ ഉന്നയിക്കുന്നത്. അങ്ങനെ ചേർന്നുനിന്നാൽ വല്ലതുമൊക്കെ തരപ്പെടുത്താൻ കഴിയുമല്ലോ എന്ന ധ്വനിയാണ് അതിൽ ഒളിഞ്ഞിരിക്കുന്നതും.

കേരളത്തിന്റെ വെളിച്ചം

അധികാരത്തെ ഏറ്റവും കൂടുതൽ ദൃഢപ്പെടുത്തുന്നത് നിശ്ശബ്ദതയാണ്. ഇരുമ്പ് ഉപയോഗിക്കാതിരുന്നാൽ തുരുമ്പ് പിടിക്കും. കെട്ടിക്കിടക്കുന്ന ജലം മലിനമാകും. അകർമ്മണ്യത മനസ്സിന്റെ ചൈതന്യത്തിലും ഉന്മേഷത്തിലും കറ വീഴ്ത്തുകയുംചെയ്യും. മൂന്നുതരത്തിലുള്ള മനുഷ്യരുണ്ടെന്ന് പറയാറുണ്ട്. എല്ലാം കാണുന്നവരാണ് ആദ്യത്തേത്. രണ്ടാമത്തെ വിഭാഗത്തിൽപ്പെട്ടവരാകട്ടെ കാണിച്ചുകൊടുത്താൽമാത്രം കാണുന്നവരാണ്. അവസാന തരക്കാരാവട്ടെ, ഒന്നും കാണാത്തവരും. ഉണർന്നിരിക്കുമ്പോഴുള്ള ഭാവനയിലെതിനേക്കാൾ സ്വപ്നത്തിലെ കണ്ണുകൾ വസ്തുക്കളെ കൂടുതൽ വ്യക്തതയോടെ കാണുന്നത് എന്തുകൊണ്ടാണെന്ന് ആരാഞ്ഞത് ലിയാനാഡോ ഡാവിഞ്ചി. പ്രവൃത്തിയുടെ തിടുക്കം തന്നിൽ എപ്പോഴും മതിപ്പുളവാക്കുന്നുണ്ടെന്നും കൂട്ടിച്ചേർത്ത അദ്ദേഹം അറിവ് മാത്രം പോരെന്നും അത് പ്രയോഗിക്കണമെന്നും സന്നദ്ധതയിലൊതുങ്ങി നില്ക്കരുതെന്നും പ്രവൃത്തിയിലേക്ക് ഉണരണമെന്നും വിശദീകരിച്ചിരുന്നു. ഭൂമുഖത്തിന്റെ ഏത് കോണിലായാലും നവോത്ഥാന പ്രസ്ഥാനങ്ങളുടെ പൊതുദിശ അതായിരുന്നുവെന്ന് കാണാം. അറിവ് സന്നദ്ധതയിലേക്കും തുടർന്ന് പ്രവൃത്തിയിലേക്കും വികസിച്ചതാണ് അതിന്റെ രൂപം. കേരളത്തിൽ ഈ കാഴ്ചപ്പാട് അമർത്തിപ്പറഞ്ഞ് ഇടപെടൽ നടത്തിയ ഉജ്ജ്വല വ്യക്തിത്വമായിരുന്നു ശ്രീനാരായണഗുരു. ഇരുൾ മൂടിക്കിടന്ന സാമൂഹ്യ പ്രതലം അസാമാന്യമായ ഉൾക്കാഴ്ചനിറഞ്ഞ സന്നദ്ധതകളിലൂടെ വൃത്തിയാക്കിയെടുക്കാൻ ശ്രമിക്കുകയായിരുന്നു അദ്ദേഹം. സാധാരണക്കാർമുതൽ സമ്പന്ന സവർണ്ണ വിഭാഗങ്ങൾതൊട്ട് രവീന്ദ്രനാഥ ടാഗോറും ഗാന്ധിജിയും ജവഹർലാൽ നെഹ്രുവും സി എഫ് ആൻഡ്രൂസും വിനോബഭാവെയും രമണ മഹർഷിയും ഡോ. എസ് രാധാകൃഷ്ണനുംവരെ ആ സംഭാവനയുടെ വ്യാപ്തി ബഹുമാനാദരങ്ങളോ

ടെയാണ് നോക്കിനിന്നതും. ഞാൻ ലോകത്തിന്റെ പലഭാഗത്തും സഞ്ചരിച്ചുവരികയാണ്. അതിനിടയിൽ പല മഹാന്മാരെയും മഹർഷികളെയും ദർശിക്കാനുള്ള അപൂർവ്വ ഭാഗ്യമുണ്ടായി. എന്നാൽ കാര്യം തുറന്നുസമ്മതിക്കുകയാണ്. മലയാളത്തിലെ ശ്രീനാരായണ ഗുരുവിനേക്കാൾ മികച്ചതോ അദ്ദേഹത്തോട് തുല്യനോ ആയ മഹാത്മാവിനെ കാണാൻ സാധിച്ചിട്ടില്ല എന്നാണ് ടാഗോർ പ്രഖ്യാപിച്ചത്. സി എഫ് ആൻഡ്രൂസ് പറഞ്ഞതാകട്ടെ, താൻ ദൈവത്തെ മനുഷ്യരൂപത്തിൽ കണ്ടു. ആ ചൈതന്യമൂർത്തി ഇന്ത്യയുടെ തെക്കേ അറ്റത്ത് വിജയിച്ചരുളുന്ന ശ്രീനാരായണ ഗുരുസ്വാമികളല്ലാതെ മറ്റാരുമല്ല എന്നാണ്

കാലത്തിനുമുന്നേ നടന്ന ആ മനുഷ്യൻ ഊഹിക്കാനാവാത്ത പൊളിച്ചെഴുത്തുകളാണ് സാദ്ധ്യമാക്കിയത്. ആചാരാനുഷ്ഠാനങ്ങളിലെ ബാലിശത്വം, ജാതിയുടെ നിരർത്ഥകത, മനുഷ്യരെ ചങ്ങലയ്ക്കിടുന്ന അധീശ ഗൂഢാലോചനയുടെ അന്തഃസാരശൂന്യത തുടങ്ങിയവയെല്ലാം പിടിച്ചുലച്ചു. ആ പ്രഹരശേഷിയിൽ പലതും തകർന്നുവീണു. പുതുക്കിപ്പണിയലിന്റെ ഉള്ളടക്കംകൂടിയുണ്ടായ അദ്ദേഹത്തിന്റെ പല പ്രബോധനങ്ങളും കട്ടകെട്ടിയ അബദ്ധ ചിന്തകൾക്കുനേരെയുള്ള ശക്തമായ ചോദ്യശരങ്ങളുമായി. മനുഷ്യർ പല ജാതികളായി വിഭജിക്കപ്പെട്ട, തീണ്ടലും അയിത്തവും നീതിയായി കണക്കാക്കിയിരുന്ന കാലഘട്ടത്തിലായിരുന്നു നാണുവിന്റെ ജനനം -1856 ചിങ്ങമാസത്തിലെ ചതയം നക്ഷത്രത്തിൽ. വീട്ടുപേരിൽപോലും വ്യത്യസ്തതയുണ്ടായി. വയലിന്റെ തീരത്തുള്ളത് എന്ന അർത്ഥത്തിൽ വയൽവാരത്തുവീട് എന്നായിരുന്നു അറിയപ്പെട്ടത്.

നരനു നരനശുദ്ധവസ്തുപോലും
ധരയിൽ നടപ്പതു തീണ്ടലാണുപോലും
നരകമിവിടമാണ് ഹന്ത, കഷ്ടം!
ഹര,ഹര!യിങ്ങനെ വല്ല നാടുമുണ്ടോ?

എന്ന് കുമാരനാശാനെക്കൊണ്ട് നെഞ്ചുപൊട്ടി ചോദിപ്പിച്ച ഇരുട്ടിലായിരുന്നു അന്ന് നാട്. അയിത്ത ജാതിക്കാർക്ക് ക്ഷേത്രങ്ങളിലോ വിദ്യാലയങ്ങളിലോ പ്രവേശനമില്ലായിരുന്നു. സർക്കാർ ജോലികളുടെ കാര്യം പറയുകയുംവേണ്ട. എന്തിനധികം ചില പൊതുവഴികൾപോലും അവർക്കുമുന്നിൽ കൊട്ടിയടയ്ക്കപ്പെട്ടു.

തൊട്ടുകൂടാത്തവർ, തീണ്ടിക്കൂടാത്തവർ
ദൃഷ്ടിയിൽപ്പെട്ടാലും ദോഷമുള്ളോർ;
കെട്ടില്ലാത്തോർ തമ്മിലുണ്ണാത്തോരിങ്ങനെ
യൊട്ടല്ലഹോ ജാതിക്കോമരങ്ങൾ

എന്നും ആശാൻ പാടി.

നാരായണൻ എന്നാണ് ഗുരുവിനു പേരിട്ടതെങ്കിലും അത് ചുരുക്കി നാണുവെന്നാണ് എല്ലാവരും വിളിച്ചിരുന്നത്. ചെറുപ്പത്തിൽത്തന്നെ കുസൃതിനിറഞ്ഞവൻ. അക്കാലത്ത് ഭേദപ്പെട്ട കുടുംബങ്ങളിലെല്ലാം പൂജയും വഴിപാടും പതിവായിരുന്നു. അതിന് പലതരം പലഹാരങ്ങളു

ണ്ടാകും. ദൈവങ്ങൾക്കും മരിച്ചവർക്കും തിന്നാനായി അവ മുറിക്കുള്ളിൽ അടച്ചുവയ്ക്കുകയും ചെയ്യും. കുറച്ചു കഴിഞ്ഞ് മുറി തുറക്കുമ്പോൾ അവർ ഭക്ഷിച്ചുകഴിഞ്ഞിരിക്കുമെന്നാണ് സങ്കല്പം. അതിനുശേഷമേ വീട്ടിലെ ആളുകൾക്ക് പലഹാരം വിളമ്പൂ. അങ്ങനെ ദൈവങ്ങൾക്കായി കരുതിവെക്കുന്നവ അകത്താക്കുക നാണുവിന്റെ തമാശകളിലൊന്നായിരുന്നു. മനുഷ്യർക്കല്ലേ വിശപ്പ്, ദൈവങ്ങൾക്ക് വിശക്കേണ്ട കാര്യമില്ലല്ലോ എന്നായിരുന്നു അവന്റെ വിശദീകരണം. പുലയച്ചാളയിൽ അടുപ്പിലിരുന്ന് തിളച്ചുമറിഞ്ഞ കലം ഇറക്കിവെച്ചതിന്റെ കരിയുമായായാണ് ഒരു ദിവസം സ്കൂളിൽനിന്ന് വന്നത്. കുറച്ചുകൂടി പ്രായമായപ്പോൾ പുലയരുടെ അടുത്തുചെല്ലുകയും അവരെ തൊടുകയുംചെയ്യുന്നത് പതിവാക്കി. വയൽവാരത്ത് വീട്ടുകാരുടെ ബന്ധുക്കളുള്ള തിരുവനന്തപുരത്തും നെയ്യാറ്റിൻകരയിലുമെല്ലാം നാണു ഇടയ്ക്കിടെ പോകുമായിരുന്നു

പതിനാറ് വയസ്സായപ്പോഴേക്ക് സംസ്കൃതത്തിലും മലയാളത്തിലും മികച്ച നിലയിൽ സ്വാധീനംനേടിയ നാണുവിന് സഞ്ചാരത്തിലൂടെയും ക്ഷേത്രദർശനങ്ങളിലൂടെയും വായനയിലൂടെയുമെല്ലാം നേടേണ്ടതായിരുന്നു വിദ്യ. പിന്നീട് സംസ്കൃതത്തിൽ ഉപരിപഠനം നടത്തുന്നതിന് കരുനാഗപ്പള്ളിയിലെ കുമ്പള്ളി രാമൻപിള്ള ആശാന്റെ പഠനശാലയിൽ ചേർന്നു. അവിടത്തെ പഠനം പൂർത്തിയാക്കി മടങ്ങിയശേഷം കുട്ടികളെ പഠിപ്പിച്ചു. അങ്ങനെയാണ് നാണുവാശാൻ ആയത്. അക്കാലത്ത് എപ്പോഴും ചിന്തയിൽ മുഴുകുമായിരുന്ന അദ്ദേഹത്തെ സാധാരണ നിലയിലേക്ക് മടക്കിക്കൊണ്ടുവരാൻ അമ്മാമനുംമറ്റും കണ്ട വഴി വിവാഹം. പരമ്പരാഗത രീതിയിൽ അത് നടത്തി. വരന്റെ അഭിപ്രായമൊന്നും തേടാത്തവിധമാണ് അന്നത്തെ മംഗല്യം. വധുവിനെ വീട്ടിലേക്ക് കൊണ്ടുവന്ന ദിവസം നാണു അവിടംവിട്ടു. അസഹ്യമായ അസ്വാസ്ഥ്യമനുഭവിച്ചുള്ള അന്വേഷണത്തിന്റെ തുടക്കമായിമാറി ആ ഇറങ്ങിപ്പുറപ്പെടൽ. വിവിധ മതങ്ങളിൽപെട്ട അപരിചിതർക്കിടയിൽ അന്തിയുറങ്ങിയാണ് നാളുകൾ കടന്നുപോയത്. നിരവധി ദേവാലയങ്ങൾ സന്ദർശിക്കുകയുംചെയ്തു. ഹിന്ദു വേദാന്തികളുമായും മുസ്ലിം പണ്ഡിതന്മാരുമായും ക്രിസ്ത്യൻ പുരോഹിതന്മാരുമായും സുദീർഘങ്ങളായ ചർച്ചകളിൽ ഏർപ്പെട്ടു. തമിഴ്നാട്ടിലേക്കും കർണ്ണാടകത്തിലേക്കുമെല്ലാം അവധൂതനെപ്പോലെ സന്ദർശനംനടത്തി. ദീർഘ സഞ്ചാരങ്ങൾതന്നെ. ആ യാത്രയ്ക്കിടയിലാണ് ചട്ടമ്പിസ്വാമികളുമായി പരിചയപ്പെടുന്നത്. കല്ലടക്കുറിച്ചി അപ്പാത്തുരഅയ്യർ, മധുരയിലെ കുപ്പാചാര്യർ എന്നിവരിൽനിന്ന് ഷഡ്ദർശനങ്ങളിലും വ്യാകരണത്തിലും വിജ്ഞാനം നേടിയ ചട്ടമ്പിസ്വാമികൾ തെക്കേയിന്ത്യയാകെ സഞ്ചരിച്ച് സംവാദങ്ങൾ നടത്തി ലോകപരിചയം വളർത്തിയെത്തിയ ഘട്ടം. തമിഴ്നാട്ടിലെ ഒരു തങ്ങളിൽനിന്ന് ഖുറാനും ഇസ്ലാമിക ജീവിതക്രമവും പരിചയപ്പെട്ടു. ക്രിസ്തുമത തത്വങ്ങൾ സ്വയം പഠിച്ചു. കേരളത്തിൽ നിലനിന്ന ജാതിവ്യവസ്ഥ, പുരോഹിതന്മാർ തങ്ങ

ളുടെ ആധിപത്യം നിലനിർത്താനുണ്ടാക്കിയ അനാചാരമാണെന്നാണ് അദ്ദേഹം അഭിപ്രായപ്പെട്ടത്. തീണ്ടൽ, തൊടീൽ, അയിത്തം തുടങ്ങിയ അനാചാരങ്ങളെ യുക്തിയുപയോഗിച്ച് എതിർത്തുപോന്നു. ശൂദ്രന് വേദം പഠിക്കാൻ അവകാശമില്ലെന്ന വിശ്വാസത്തെ വേദവാക്യങ്ങളുപയോഗിച്ചുതന്നെ തുറന്നുകാട്ടി. അങ്ങനെ ഏറെ മുദ്രകൾ പതിപ്പിച്ച് മുന്നേറുകയായിരുന്ന ചട്ടമ്പിസ്വാമികളെ ശ്രീനാരായണൻ കണ്ടുമുട്ടുന്നത് 1883 ൽ. ചെമ്പഴന്തിക്കടുത്ത അണിയൂർ ക്ഷേത്രത്തിൽ വെച്ചായിരുന്നു അത്. ശ്രീനാരായണനേക്കാൾ മൂന്ന് വയസ്സ് മൂപ്പനായിരുന്നു ചട്ടമ്പിസ്വാമി. ഇരുവരും പരസ്പരം ഏറെ സ്നേഹിക്കുകയും ബഹുമാനിക്കുകയും ചെയ്തിരുന്നു. ഒരുമിച്ച് യാത്ര നടത്തുകയും മരുത്വാമലയിലും അരുവിപ്പുറത്തും കുറേക്കാലം ഒന്നിച്ച് കഴിഞ്ഞുകൂടുകയുമുണ്ടായി.പരസ്പര ചർച്ചകളിലൂടെ ഇരുവരും വിജ്ഞാനം വിസ്തൃതമാക്കി. നാരായണനെ തൈക്കാട്ട് അയ്യാവുമായി പരിചയപ്പെടുത്തിയതും ചട്ടമ്പിസ്വാമി. നാരായണനെ മാറ്റിയെടുക്കുന്നതിൽ അദ്ദേഹം വഹിച്ച മുൻകൈയെക്കുറിച്ച് നടരാജഗുരു പറഞ്ഞതിങ്ങനെ: നവോത്ഥാന വിഭാഗത്തിന്റെ നേതാക്കളിലൊരാളായ കുഞ്ഞൻപിള്ള ചട്ടമ്പി, ഗുരുനാരായണന്റെ അന്തർലീനമായ സാദ്ധ്യതകൾ കാലേക്കൂട്ടി കാണുകയും ബുദ്ധിപൂർവ്വവും പരിപക്വവുമായ മാർഗനിർദ്ദേശംകൊണ്ട്, ലജ്ജാലുവും യുവാവും ശാലീനനുമായിരുന്ന അന്നത്തെ നാണുവിനെ സ്വയം ആവിഷ്കരിക്കാൻ ബോധപൂർവ്വം സഹായിക്കുകയും ചെയ്തു. ചട്ടമ്പിസ്വാമികളുടെ പ്രാധാന്യവും മഹത്വവും മനസ്സിലാക്കിയ നാരായണൻ അദ്ദേഹത്തെ ഗുരുവായി വരിച്ചു. അങ്ങനെയാണ് ദീർഘനാൾ കൂടെ താമസിക്കാൻ തീരുമാനിക്കുന്നതും. നീലകണ്ഠതീർത്ഥസ്വാമികൾ രചിച്ച ദേവാർച്ചപദ്ധതി എന്ന കൃതിയിൽ ആരൂഢപദത്തിലെത്തുന്നതിന് അനേക സംവത്സരകാലം ചട്ടമ്പിസ്വാമികളുടെകൂടെ വസിച്ചിട്ടുള്ള പ്രഥമശിഷ്യൻ നാണുഗുരു എന്ന് എഴുതിയതായി കാണാം. ചട്ടമ്പിസ്വാമിയുടെ നിർദ്ദേശമനുസരിച്ചാണ് നാരായണഗുരു *നവമഞ്ജരി* എന്ന കൃതി രചിച്ചത്.

ശിശുനാമ ഗുരോരാജ്ഞാനം
കരാമി ശിരസാ വഹൻ
നവമഞ്ജരികാം ശുദ്ധീ കർത്തും

മർഹന്തി കോവിദാ എന്ന് അതിന്റെ ആമുഖത്തിലുണ്ട്. ശിശു (കുഞ്ഞൻ)എന്ന് പേരുള്ള ഗുരുവിന്റെ ആജ്ഞയനുസരിച്ചാണ് *നവമഞ്ജരി* രചിച്ചതെന്നാണ് ശ്ലോകാർത്ഥം. ചട്ടമ്പിസ്വാമിയുടെ സമാധിയെക്കുറിച്ച് ശ്രീനാരായണൻ എഴുതിയ കവിതയും പ്രശസ്തമായിരുന്നു.

അങ്ങനെ നിതാന്തമായ ആത്മീയാന്വേഷണങ്ങളുടെ ഒരു ഘട്ടത്തിലാണ് ശ്രീനാരായണഗുരു അരുവിപ്പുറത്ത് എത്തുന്നത്. അവിടം പ്രവർത്തനങ്ങളുടെയും ജനസമ്പർക്കത്തിന്റെയും സാന്ത്വനത്തിന്റെയും ഉപദേശത്തിന്റെയും കേന്ദ്രമാക്കി. അനുയായികളും ഭക്തരും പ്രവഹിച്ചുകൊണ്ടേയിരുന്നു. അങ്ങനെയാണ് 1888 ൽ ശിലാഖണ്ഡം പ്രതിഷ്ഠിച്ചത്.

ബ്രാഹ്മണനല്ലാത്ത ഒരാൾക്ക് വിഗ്രഹം പ്രതിഷ്ഠിക്കാൻ അക്കാലത്ത് അവകാശമില്ലായിരുന്നു. അത് അടിവരയിട്ട ഒരു പണ്ഡിതൻ, സ്വാമിയുടെ പ്രവൃത്തിയെ ചോദ്യംചെയ്തു. നാം ഈഴവ ശിവനെയാണല്ലോ പ്രതിഷ്ഠിച്ചത് എന്നായിരുന്നു അദ്ദേഹത്തിന്റെ മറുപടി. അരുവിപ്പുറത്തിനുശേഷംശിവഗിരിയും ആലുവയും ഗുരുവിന്റെ പ്രധാന കേന്ദ്രങ്ങളായി. 1903 ലാണ് അദ്ദേഹം ശിവഗിരിക്കുന്നിന്റെ മുകളിൽ പർണ്ണശാലയുണ്ടാക്കി താമസംതുടങ്ങിയത്. പാവങ്ങളെ പഠിപ്പിക്കാൻ അവിടെ വിദ്യാശാലയും സ്ഥാപിച്ചു. കുറവന്മാർക്കായി നിശാപാഠശാലയും. തൊഴിൽ പരിശീലനത്തിനായുള്ള സ്ഥാപനവും തുടങ്ങി. അതേ കാലയളവിലാണ് എസ് എൻ ഡി പി യോഗം സ്ഥാപിതമായത്. അതിനായി പ്രധാനമായും രംഗത്തിറങ്ങിയത് ഡോ. പല്പുവായിരുന്നു. വൈദ്യശാസ്ത്രത്തിൽ ബിരുദം നേടിയ അദ്ദേഹത്തിന് തിരുവിതാംകൂറിൽ ഉദ്യോഗം നിഷേധിക്കപ്പെട്ടു. ആ അവഗണനയുടെ മാനങ്ങൾ വളരെ വലുതാണെന്ന് തിരിച്ചറിഞ്ഞ പല്പു തന്റേതുമാത്രമല്ല, താഴ്ന്ന സമുദായങ്ങളാകെ അവകാശനിഷേധത്തിന്റെ ഇരകളാണെന്ന് കണ്ടു. മൈസൂർ ഗവൺമെന്റിനുകീഴിൽ ലഭിച്ച ഉയർന്ന ഉദ്യോഗത്തിലും അദ്ദേഹം തൃപ്തനായില്ല. മനുഷ്യാവകാശം സ്ഥാപിച്ചുകിട്ടുന്നതിന് നിവേദനങ്ങൾ, പത്രലേഖനങ്ങൾ, ലഘുലേഖകൾ, സംഘടനകൾ –തുടങ്ങിയവയിലൂടെ നിതാന്ത പരിശ്രമങ്ങൾ നടത്തി. സ്വാമി വിവേകാനന്ദൻ ബംഗളൂരുവിലെത്തിയപ്പോൾ ചെന്നുകണ്ടു. തിരുവിതാംകൂറിലെ ജാതിപരമായ അനീതിയെക്കുറിച്ച് സ്വാമിയോട് ധാർമ്മികരോഷത്തോടെ സംസാരിച്ചു. ഒരു ആദ്ധ്യാത്മിക ഗുരുവിനെ കേന്ദ്രമാക്കി പ്രവർത്തിച്ചാൽ അതൊരു മഹാപ്രസ്ഥാനമാകുമെന്ന ഉപദേശമാണ് അദ്ദേഹം നല്കിയത്. അങ്ങനെ ശ്രീനാരായണനെ സന്ദർശിച്ച പല്പു, ഉദ്ദേശ്യം തെളിച്ചുപറഞ്ഞു.

അനാചാരങ്ങളുടെയും അന്ധവിശ്വാസങ്ങളുടെയും കൂരിരുട്ടിൽ അമർന്ന നിലയിലായിരുന്നു അന്നത്തെ കേരളം. ഗുരുവും ശിഷ്യരും അവയ്ക്കെല്ലാമെതിരെ തുറന്ന വിമർശനങ്ങൾ നടത്തി. തന്നെ കാണാൻ വരുന്നവരോടെല്ലാം ഗുരു ആചാരാനുഷ്ഠാനങ്ങളെക്കുറിച്ച് സംസാരിച്ചു. ആരാധനാ സമ്പ്രദായത്തിൽത്തന്നെ പൊളിച്ചെഴുത്ത് വേണമെന്ന് ഉപദേശിക്കുകയുംചെയ്തു. പ്രസംഗങ്ങളും ഉപദേശങ്ങളും എത്ര കേട്ടാലും ആചാരങ്ങളിൽനിന്ന് പിന്മാറിയില്ല ഭൂരിപക്ഷവും. അത് മനസ്സിലാക്കി അദ്ദേഹംതന്നെ നേരിട്ടിറങ്ങി. പല വീടുകളിലും കയറിച്ചെന്ന് കാര്യങ്ങൾ പഠിപ്പിച്ചു. അക്കാലത്ത് മാടൻ, യക്ഷി, മറുത, പൂതത്താൻ, മല്ലൻ, കരുങ്കാളി, ഇരുളൻ തുടങ്ങിയ പ്രാകൃത ദൈവങ്ങളെയാണ് അധഃകൃതർ ആരാധിച്ചുപോന്നിരുന്നത്. ഗുരു നേരിട്ടുചെന്ന് അത്തരം മൂർത്തികളെ നീക്കിയ അനുഭവങ്ങൾ ഏറെ. പല ദുർദ്ദേവതകളുടെയും വിഗ്രഹങ്ങൾ ചാക്കിലാക്കി പുഴയിൽ ഒഴുക്കിയിട്ടുമുണ്ട്. സർപ്പക്കാവുകൾ പലതും വെട്ടിവെളിപ്പിക്കുകയുമുണ്ടായി. ഡോ. തേഴ്സ്റ്റൻ നടത്തിയ ആറ്റിക്കുറുക്കിയ പ്രതികരണത്തിൽ ആ പ്രവൃത്തിയുടെ ഊക്ക് മുഴുവനുമുണ്ട്. ഈ

ഭദ്രകാളിമതം നാണൻ ആശാൻ എന്ന വേദപണ്ഡിതന്റെ ഉദ്ബോധനഫലമായി ഇപ്പോൾ ക്ഷയിച്ചുകൊണ്ടിരിക്കയാകുന്നു.

രസകരമായ ഒരു സംഭവം ഇവിടെ കൂട്ടിച്ചേർക്കാം: കുട്ടിച്ചാത്തന്റെ ഉപദ്രവംകൊണ്ട് കിടക്കപ്പൊറുതിയില്ലെന്ന് പരാതിപറയാൻ വന്ന ഒരാളോട് ഗുരു ആദ്യം പ്രതികരിച്ചത് നാമും കുട്ടിച്ചാത്തനും തമ്മിൽ പരിചയമില്ലെന്നായിരുന്നു. ഇതുകേട്ടു വിഷണ്ണനായ ആഗതനോട് അദ്ദേഹം ചോദിച്ചതാകട്ടെ കുട്ടിച്ചാത്തന് കത്ത് തന്നാൽ മതിയോ എന്നും. തുടർന്ന് എഴുതിയെടുക്കാൻ നിർദ്ദേശിച്ചു. ശ്രീ കുട്ടിച്ചാത്തൻ അറിയാൻ! ഈ കത്ത് കൊണ്ടുവരുന്ന പെരരായിയുടെ വീട്ടിൽ മേലാൽ യാതൊരു ഉപദ്രവവും ചെയ്യരുത് എന്ന് നാരായണ ഗുരു. താലികെട്ട് കല്യാണം, പുടവകൊട് കല്യാണം, പുളികുടി കല്യാണം –തുടങ്ങിയ അനാചാരങ്ങളെയും ഗുരു രൂക്ഷമായി എതിർത്തുപോന്നു. ആത്മീയവും ഭൗതികവുമായ കാര്യങ്ങളിൽ ആരോഗ്യപരമായ ഉദ്ബോധനം നല്കാൻ അദ്ദേഹം എസ് എൻ ഡി പി യോഗത്തോട് ആവശ്യപ്പെട്ടു. അതിനായി നല്ല പ്രാസംഗികരെ നിയോഗിക്കാനും നിർദ്ദേശിച്ചു. മതം, സദാചാരം, വിദ്യാഭ്യാസം, വ്യവസായം എന്നീ വിഷയങ്ങളായിരുന്നു ധർമ്മപ്രചാരണത്തിന് തെരഞ്ഞെടുത്തതും.

കേരളത്തിന്റെ പല ഭാഗങ്ങളിലായി അറുപതിലധികം ക്ഷേത്രങ്ങൾ സ്ഥാപിച്ചിരുന്നു ഗുരു. പാറശ്ശാലമുതൽ മംഗലാപുരംവരെ എന്നാണ് സാധാരണ പറയാറുള്ളത്. ആശ്രമങ്ങളും മഠങ്ങളും വേറെ. വിഗ്രഹങ്ങളില്ലാതെയും പ്രതിഷ്ഠകൾ നിർവ്വഹിച്ചു. തൃശൂരിനടുത്ത് കാരമുക്ക് ക്ഷേത്രത്തിൽ വിളക്കായിരുന്നു പ്രതിഷ്ഠ. 1920ലായിരുന്നു അത്. വെളിച്ചം പരക്കട്ടെ എന്ന ആശംസയോടെ അദ്ദേഹം വിശദീകരിച്ചു: ഇരുട്ടാണ് ജീവിതത്തെ എന്നും അലട്ടുന്നത്. വെളിച്ചം വരുമ്പോൾ അത് പൊയ്ക്കൊള്ളും. അന്നേരം ജീവിതം തെളിയുകയുംചെയ്യും. ജീവിതത്തിൽ വെളിച്ചം പരത്തുകയാണ് ക്ഷേത്രങ്ങളുടെ ലക്ഷ്യമെന്നറിയാമല്ലോ? മുരുക്കുംപുഴയിൽ പ്രഭയാണ് പ്രതിഷ്ഠിച്ചത്–1921 ൽ. 1927 ൽ കളവങ്കോട് നീലക്കണ്ണാടിയും.ക്ഷേത്രങ്ങളെ ആരാധനക്കൊപ്പം സാമൂഹ്യമായ ചില ഉള്ളടക്കത്തോടെയാണ് ഗുരു വിഭാവനംചെയ്തിരുന്നത്. അവയോടനുബന്ധിച്ച് തൊഴിൽകേന്ദ്രങ്ങളും വായനശാലകളും നിർബ്ബന്ധമാക്കി. വായനശാലകളിൽ എല്ലാ മതഗ്രന്ഥങ്ങളും ശേഖരിച്ച് പഠിപ്പിക്കണമെന്നും പറഞ്ഞു. ക്ഷേത്രങ്ങൾക്ക് ചുറ്റും തറകൾ കെട്ടണമെന്നും നിർദ്ദേശിച്ചു. ചർച്ചകൾക്കും സംവാദങ്ങൾക്കുമായി വലിയ ഹാളുകൾ വേണമെന്നും ഉപദേശിക്കുകയുണ്ടായി. അപ്പോഴും കൂട്ടിച്ചേർത്തത് ക്ഷേത്രം ഒരറ്റത്ത് നിന്നുകൊള്ളട്ടെ എന്നായിരുന്നു.

1914 മേയ് പതിനാലിന് ശ്രീനാരായണ ഗുരുവും സ്വാമി വാഗ്ഭടാനന്ദനും തമ്മിൽ ആലുവ അദ്വൈതാശ്രമത്തിൽ നടന്ന കൂടിക്കാഴ്ച എടുത്തു പറയേണ്ടതാണ്. അങ്ങ് ക്ഷേത്രങ്ങൾ സ്ഥാപിക്കുകയും പ്രതിഷ്ഠ നടത്തുകയും ചെയ്യുന്നുണ്ടല്ലോ? അദ്വൈതവും അതും തമ്മിൽ എങ്ങനെ

പൊരുത്തപ്പെടും എന്ന വാഗ്ഭടാനന്ദന്റെ ചോദ്യത്തിന് ഗുരു നല്കിയ മറുപടി ശ്രദ്ധിക്കാം: ജനങ്ങൾ സൈ്വരം തരണ്ടേ? അവർക്ക് ക്ഷേത്രം വേണം. പിന്നെ കുറേ ശുചിത്വമുണ്ടാകുമെന്ന് നാമും വിചാരിച്ചു. ഈ കാഴ്ചപ്പാട് പിന്നീട് അദ്ദേഹം തന്നെ വിപുലമാക്കി. ക്ഷേത്രങ്ങൾ പഴയ സമ്പ്രദായത്തിൽ വളരെ പണം ചെലവുചെയ്ത് ഉണ്ടാക്കേണ്ട ആവശ്യമില്ല. ഉത്സവത്തിനും കരിമരുന്നിനും മറ്റും പണം ചെലവഴിക്കരുത്. ക്ഷേത്രങ്ങളിൽ ജനങ്ങൾക്ക് സുഖത്തോടെ വന്നിരിക്കാനും പ്രസംഗിക്കാനുമുള്ള വിശാലമായ മുറികളാണ് വേണ്ടത്. എല്ലാ ക്ഷേത്രങ്ങളോടുംചേർന്ന് വിദ്യാലയങ്ങളും തോട്ടങ്ങളും ഉണ്ടായിരിക്കണം. കുട്ടികളെ പലതരം വ്യവസായങ്ങൾ ശീലിപ്പിക്കാനുള്ള ഏർപ്പാടുകളും അവയോട് ചേർന്ന് ഉണ്ടാവണം. വഴിപാടായി ക്ഷേത്രത്തിൽ കിട്ടുന്ന ധനം സാധുക്കളായ ജനങ്ങൾക്കുതന്നെ പ്രയോജനകരമാംവിധം ചെലവഴിക്കുകയാണ് വേണ്ടതും –എന്ന മട്ടിലായിരുന്നു അത്. ക്ഷേത്രത്തിലെ ഭണ്ഡാരപ്പെട്ടി കളവുപോയി എന്ന് പരാതി പറഞ്ഞ ഭക്തനോട് ഗുരു ഫലിതരൂപേണ പ്രതികരിച്ചതും ശ്രദ്ധേയം. അതിലിട്ട കാശെല്ലാം നിങ്ങൾ ഓരോരുത്തരും കൈയിൽവെച്ചിരുന്നെങ്കിൽ എല്ലാവരെയും ഒന്നിച്ചു കൊള്ളയടിക്കാൻ മോഷ്ടാവിന് ആവുമായിരുന്നോ എന്നായിരുന്നു അദ്ദേഹത്തിന്റെ മറു ചോദ്യം. ബർമ്മയിൽ സഞ്ചരിച്ച് മടങ്ങിയെത്തിയ ഒരു ശിഷ്യനോട് പലതും സംസാരിച്ച കൂട്ടത്തിൽ ഗുരു ഇങ്ങനെ ചോദിക്കുകയുണ്ടായി: ബുദ്ധക്ഷേത്രത്തിൽ വിഗ്രഹമുണ്ടല്ലോ? ഹിന്ദുക്ഷേത്രത്തിൽ ഉള്ളതിലും കൂടുതലുണ്ട് എന്നായിരുന്നു അയാളുടെ പ്രതികരണം. അത് മുടിവെട്ടുംപോലെയാണ്. വെട്ടുംതോറും അധികവും വേഗവും ഉണ്ടാകാൻ തുടങ്ങും. വിഗ്രഹം പാടില്ലെന്ന് നിർബ്ബന്ധംപിടിച്ചത് കൊണ്ടായിരിക്കാം ആ വർദ്ധനയെന്നായിരുന്നു അദ്ദേഹത്തിന്റെ മറുപടി.

ശ്രീ നാരായണഗുരുവും കുമാരനാശാനും

വൈക്കവും ഗുരുവായൂരും

മനുഷ്യാവകാശ പോരാട്ടത്തിലെതന്നെ അവിസ്മരണീയമായ ഏടാണ് വൈക്കം സത്യഗ്രഹം. അയിത്ത വിരുദ്ധപ്രക്ഷോഭമായിരുന്നു അതിന്റെ മാനങ്ങൾ. അതിവിപുലവും സന്ദേശങ്ങൾ വിശാലവുമായിരുന്നു. വിവേചനത്തിനും അയിത്താചരണത്തിനുമെതിരെ കേരളത്തിലുണ്ടായ ചെറുത്തുനില്പിന്റെ ദിശാമാറ്റം സൂചിപ്പിച്ചു വൈക്കം. 1924 മാർച്ച് മുപ്പതിന് ആരംഭിച്ച് ഇരുപത് മാസം നീണ്ട ആ സമരം അവസാനിപ്പിച്ചത് 1925 നവംബർ 23നാണ്. പത്തൊമ്പതാം നൂറ്റാണ്ടിന്റെ ആദ്യപാദത്തിൽ കേരളത്തിൽ സാന്നിദ്ധ്യമറിയിച്ച സാമൂഹികപരിഷ്കരണ പ്രസ്ഥാനങ്ങളുടെ ചരിത്രത്തിൽ വൈക്കത്തിന് സവിശേഷ സ്ഥാനമാണ്. അതിന്റെ കേളികൊട്ട് ത്വരിതമായപ്പോഴേക്കും ജാതിനിർമ്മാർജ്ജനവും അയിത്തോച്ചാടനവും പ്രധാന ലക്ഷ്യമാക്കിയ പ്രസ്ഥാനങ്ങളെല്ലാം സ്ഥാപിക്കപ്പെട്ടുകഴിഞ്ഞിരുന്നു. ജാതിതിരിഞ്ഞ് സംഘടനകൾ രൂപീകരിച്ചതുകൊണ്ടോ ജാതിബോധം പുലർത്തി സമത്വത്തിന് വാദിച്ചതുകൊണ്ടോ വിവേചനരഹിതവും സമത്വപൂർണ്ണവുമായ സമൂഹം ഉയർത്താൻ കഴിയില്ലെന്ന തിരിച്ചറിവ് പൗരാവകാശ പ്രക്ഷോഭങ്ങൾക്ക് പുതിയ മാനം പ്രദാനംചെയ്തു. ബാരിസ്റ്റർ ജി പി പിള്ളയും സ്വദേശാഭിമാനി രാമകൃഷ്ണപിള്ളയും സഹോദരൻ അയ്യപ്പനും ടി കെ മാധവനും മിതവാദി സി കൃഷ്ണനും മറ്റും ഉണർത്തിവിട്ട മതാതീവും ജാത്യാതീതവുമായ സമത്വചിന്ത ജനാധിപത്യകേരളത്തിന്റെ പിറവിക്ക് കാരണമായി. ജാതിസംഘടനകളല്ല, രാഷ്ട്രീയപ്രസ്ഥാനങ്ങളാണ് പ്രശ്നം ഏറ്റെടുക്കേണ്ടതെന്ന തിരിച്ചറിവ് അങ്ങനെയാണുണ്ടാവുന്നത്. ജാതിസംഘടനകൾ ജാതിബോധം നിലനിർത്താൻ ശ്രമിക്കുമ്പോൾ അതിനെ ഉച്ചാടനംചെയ്യാൻ ജാതിക്കും മതത്തിനും അതീതമായ രാഷ്ട്രീയസംഘടനയ്ക്കേ കഴിയൂവെന്നാണ്

ടി കെ മാധവൻ മനസ്സിലാക്കിയത്. അത്തരമൊരു കാഴ്ചപ്പാട് ശ്രീനാരായണ ഗുരുവിന്റെ പിന്തുണയോടെയാണ് രൂപപ്പെട്ടതും. അങ്ങനെ മാധവൻകോൺഗ്രസിനെയും ഗാന്ധിജിയെയും വൈക്കം സത്യഗ്രഹത്തിലേക്ക് കൊണ്ടുവന്നു. അക്കാലത്ത് ക്ഷേത്രങ്ങളുടെ സമീപത്തുള്ള നിരത്തുകളിൽപ്പോലും അവർണ്ണക്ക് സഞ്ചാരസ്വാതന്ത്ര്യം അനുവദിക്കപ്പെട്ടിരുന്നില്ല. അയിത്തോച്ചാടനം, സഞ്ചാര സ്വാതന്ത്ര്യം, ക്ഷേത്രപ്രവേശനം - എന്നീ മൂന്ന് പ്രശ്നങ്ങളും ബന്ധപ്പെട്ടുകിടക്കുകയായിരുന്നു. അയിത്തോച്ചാടന പ്രവർത്തനങ്ങൾ ത്വരിതമാക്കാനും പ്രക്ഷോഭം ആരംഭിക്കാനും പലനിലയിലും യോജിച്ച സ്ഥലമായിരുന്നു വൈക്കം. അവിടുത്തെ മഹാദേവക്ഷേത്ര പരിസരത്തെ റോഡിൽ, അയിത്തജാതിക്കാർക്ക് ഇതിനപ്പുറം പ്രവേശനമില്ല എന്നെഴുതിയ തീണ്ടൽപലകകൾ സ്ഥാപിച്ചിരുന്നു. കോൺഗ്രസിന്റെ കാക്കിനാട സമ്മേളനത്തിൽ പ്രധാന കർമ്മപരിപാടിയായി അയിത്തോച്ചാടനത്തെ അംഗീകരിപ്പിക്കുന്നതിൽ ടി കെ മാധവൻ വിജയിച്ചു. ആ പ്രശ്നത്തിന്റെ ഗൗരവമുയർത്തിയ ലഘുലേഖ സമ്മേളനപ്പന്തലിൽ വിതരണം ചെയ്യുകയുമുണ്ടായി.

കോൺഗ്രസും ഗാന്ധിജിയും ഇടപെട്ടതോടെ അയിത്തോച്ചാടന സമരത്തിന് അഖിലേന്ത്യാമാനം കൈവന്നു. പഞ്ചാബിൽനിന്ന് അകാലികളും തമിഴ്നാട്ടിൽനിന്ന് പെരിയാർ ഇ വി രാമസ്വാമിനായ്ക്കരും എത്തി. വിവിധ മതവിശ്വാസികളും സവർണ്ണാവർണ്ണ വ്യത്യാസമില്ലാതെ നാനാ ജാതിക്കാരും അതിൽ പങ്കുകൊണ്ടു. കെ കേളപ്പൻ, കെ പി കേശവ മേനോൻ, കുറൂർ നീലകണ്ഠൻ നമ്പൂതിരിപ്പാട്, ബാരിസ്റ്റർ എ കെ പിള്ള, ടിആർ കൃഷ്ണസ്വാമി അയ്യർ, കണ്ണന്തോടത്ത് വേലായുധമേനോൻ, മന്നത്ത് പത്മനാഭൻ, ജോർജ്ജ് ജോസഫ് തുടങ്ങിയവർ നേതൃത്വത്തിലുണ്ടായി. പ്രാരംഭത്തിൽ ചില ഈഴവ നേതാക്കൾ അറച്ചുനിന്നിരുന്നു. കടവുൾ ഇല്ലൈയ് എന്ന് അർത്ഥശങ്കയ്ക്കിടയില്ലാത്തവിധം പ്രഖ്യാപിക്കാൻ ധീരതകാണിച്ച, അബ്രാഹ്മണ പ്രസ്ഥാനത്തിന്റെ നേതാവായ പെരിയാറുടെ വീറ് സങ്കുചിത ചിന്തകൾക്ക് വിശദീകരിക്കാനാവില്ല. ശ്രീനാരായണ ഗുരുവിന്റെ എല്ലാ പിന്തുണയുമുണ്ടായി പ്രക്ഷോഭത്തിന്. സത്യഗ്രഹ ഫണ്ടിലേക്ക് അദ്ദേഹം ആദ്യംതന്നെ ആയിരം രൂപ സംഭാവന നല്കി. ഗുരുവിന്റെ അധീനതയിലുണ്ടായ വൈക്കം വെല്ലൂർ മഠം സത്യഗ്രഹികൾക്കായി വിട്ടുകൊടുത്തു. പ്രക്ഷോഭ ഫണ്ട് സ്വരൂപിക്കുന്നതിന് ശിവഗിരിയിൽ ഭണ്ഡാരവും സ്ഥാപിക്കുകയുണ്ടായി. ഗുരു കാൽനടയായി സമരഭൂമിയിലെത്തിയത് വലിയ ആവേശമായിരുന്നു. വൈക്കം സന്ദർശിച്ച ഗാന്ധിജിയോട് സ്വന്തം കാഴ്ചപ്പാട് അവതരിപ്പിക്കുന്നതിൽ ഒരു അലംഭാവവും കാട്ടിയതുമില്ല. ജാതിഭേദത്തെക്കുറിച്ച് ചില സന്ദേഹങ്ങൾ കൈയൊഴിയാതിരുന്ന ഗാന്ധി, മുന്നിൽക്കണ്ട ആൽമരം ചൂണ്ടി ഒരുകാര്യം സൂചിപ്പിച്ചു. അതിലെ ഇലകളെല്ലാം ഒന്നുപോലെയല്ലല്ലോ എന്ന മട്ടിലായിരുന്നു സംസാരത്തുടക്കം. മനസ്സിലിരിപ്പ് ഉടൻ പിടികിട്ടിയ ഗുരു തുറന്നടിച്ച മറുപടി നല്കി. ഇലകളെല്ലാം വ്യത്യസ്തമാണെന്നാലും

അവയെല്ലാം ചതച്ച് നീരാക്കി രുചിച്ചു നോക്കിയാൽ ഒരേ രുചിയായിരിക്കും എന്നായിരുന്നു പ്രതിവചിച്ചത്. 1100 കന്നി രണ്ടിന് ശ്രീനാരായണ ഗുരു സത്യഗ്രഹാശ്രമം സന്ദർശിച്ചു. ആശ്രമ പ്രവർത്തനങ്ങളിലും സമരപരിപാടികളിലും തൃപ്തി പ്രകടിപ്പിക്കുകയും ചെയ്തു. ഗാന്ധിജിയുടെ ദീർഘായുസിനായി നടത്തിയ പ്രാർത്ഥനായോഗത്തിൽ അദ്ധ്യക്ഷനായതും അദ്ദേഹം. ചട്ടമ്പിസ്വാമി പറഞ്ഞതാകട്ടെ, പട്ടിക്കും പൂച്ചയ്ക്കും ശ്രീകോവിലിനുള്ളിൽ കയറിയിറങ്ങാം. അതിൽ ഒരു ബ്രാഹ്മണനും പരാതിയില്ല. അതേസമയം അവർണ്ണരെന്ന് പറഞ്ഞ് തരംതാഴ്ത്തപ്പെട്ട മനുഷ്യർ ദേവന്റെ മുന്നിലോ പരിസരത്തുള്ള വഴിയിലോ ഒന്ന് കയറിയിറങ്ങിപ്പോയാൽ മതഭ്രാന്തുപിടിക്കുന്ന ഭക്തന്മാർ ഇവിടെയുണ്ട്. അത് പൂർണ്ണമായി മാറണമെന്നാണ്. ആദ്യ ദിനം സത്യഗ്രഹത്തിനെത്തിയത് പുലയനായ കുഞ്ഞപ്പിയും ഈഴവനായ ബാഹുലേയനും ഗോവിന്ദപ്പണിക്കർ എന്ന നായരുമായിരുന്നു. ഉദ്യോഗസ്ഥർ ജാതി തിരക്കിയാണ് ആളുകളെ പ്രവേശിപ്പിച്ചിരുന്നത്. സത്യഗ്രഹത്തോട് ആഭിമുഖ്യം പ്രകടിപ്പിച്ച് നടത്തിയ നായർ-ഈഴവ സംയുക്ത സമ്മേളനം ആവേശകരമായിരുന്നു. ചങ്ങനാശ്ശേരി പരമേശ്വരൻ പിള്ളയായിരുന്നു അദ്ധ്യക്ഷൻ. നായരീഴവ സമുദായങ്ങൾ സത്യഗ്രഹ വിജയത്തിന് ശക്തിപൂർവ്വം ശ്രമിക്കണമെന്ന് ആവശ്യപ്പെട്ടുള്ള പ്രമേയം അവതരിപ്പിച്ചതാകട്ടെ, മന്നത്ത് പത്മനാഭൻ. എന്നാൽ അവർണ്ണവിഭാഗത്തിലെ ചില യാഥാസ്ഥിതികർ തുറന്ന മനസ്സോടെയായിരുന്നില്ല. സി എസ് അയ്യാമുത്തു ഗൗഡർ ഒരു പ്രസംഗത്തിലൂടെ അത് ഉന്നയിക്കുകയുണ്ടായി:

> ഞാൻ ഈഴവ സഹോദരങ്ങളോട് ഒരുവാക്ക് പറഞ്ഞ് അവസാനിപ്പിക്കാം. അന്യന്മാർ എത്രവലിയ സഹായം ചെയ്തുതന്നാലും സ്വാശ്രയശക്തിയില്ലാതെ ഒരിക്കലും വിജയം സിദ്ധിക്കില്ലെന്ന് നിങ്ങൾ എപ്പോഴും ഓർക്കേണ്ടതാണ്. നിങ്ങളുടെ ഇടയിൽ ധനവാന്മാരായി പലരുമുണ്ട്. എന്നാൽ അവരുടെ ഇടയിൽനിന്നും വൈക്കം സത്യഗ്രഹത്തിൽ ഭാഗഭാക്കാകുന്നതിന് മുമ്പോട്ടുവന്നിട്ടുള്ളവരുടെ എണ്ണം അറിയുന്നതിന് എത്ര കൈവിരലുകൾ മടക്കേണ്ടിവരും. ഈ ശോചനീയാവസ്ഥ പരിഹരിക്കേണ്ടത് നിങ്ങളുടെ പാവനമായ കർത്തവ്യമല്ലേ.

പ്രകൃതിയുടെ പ്രതികൂലാവസ്ഥ തീർത്ത തടസ്സങ്ങൾക്കിടയിലും വൈക്കം പ്രക്ഷോഭം തളരാതെ മുന്നേറി. ഉരുകിയൊലിപ്പിച്ച വെയിലിലും കോരിച്ചൊരിഞ്ഞ പേമാരിയിലും എന്തിനധികം, 1099 ലെ ഭയാനകമായ വെള്ളപ്പൊക്കത്തിലും ആവേശത്തോടെ അതു തുടർന്നു. സത്യഗ്രഹികളെയും സമര വളണ്ടിയർമാരെയും യാഥാസ്ഥിതികന്മാർ പലമട്ടിൽ ദ്രോഹിക്കുകയുണ്ടായി. മലബാറിൽനിന്നെത്തിയ ചാത്തുക്കുട്ടിനായരെ അതിക്രൂരമായി മർദ്ദിച്ചു. സത്യഗ്രഹ ഭടനായ ഇളയതിന്റെ കണ്ണിൽ

ചുണ്ണാമ്പൊഴിക്കുകയും ചെയ്തു. അവർണ്ണർക്ക് സഞ്ചാര സ്വാതന്ത്ര്യം അരുതെന്ന ശാങ്കരഭാഷ്യം കൃത്രിമമമായുണ്ടാക്കി ഗാന്ധിജിയെ വഴിതെറ്റിക്കാൻ ശ്രമിച്ച ഇണ്ടൻതുരുത്തി നമ്പൂതിരിയുടെ നീക്കവും അതോട് ചേർത്തുവായിക്കാം. സനാതന ഹിന്ദുവായിരുന്നെങ്കിലും വൈശ്യനായതിനാൽ പടിപ്പുരയിലിരുത്തി സംഭാഷണം നടത്തിയ അയിത്താചാരത്തിന്റെ വക്താവായ ഇണ്ടംതുരുത്തി പിന്നീട് ഗാന്ധിജി ഇരുന്ന സ്ഥലം ചാണകവെള്ളം തളിച്ച് ശുദ്ധിവരുത്തിയതും പ്രശ്നത്തിൽ തിരുവിതാംകൂർ ഭരണം ഇടപെടാതിരുന്നതും ചരിത്രം. വൈക്കം സത്യഗ്രഹം ശക്തമായി മുന്നേറവെ 1099 കർക്കടകത്തിൽ ശ്രീമൂലം തിരുനാൾ മഹാരാജാവ് അന്തരിച്ചു. സേതുലക്ഷ്മിഭായി ഭരണമേറ്റെടുക്കുന്നതോടനുബന്ധിച്ച് തടവിലാക്കപ്പെട്ട സത്യഗ്രഹികളെ വിട്ടു എന്നതൊഴിച്ചാൽ സഞ്ചാരസ്വാതന്ത്ര്യത്തിന് അനുകൂലമായ നീക്കങ്ങളൊന്നുമുണ്ടായില്ല. മാസങ്ങൾ കഴിഞ്ഞ സമരത്തിന്റെ ഊർജ്ജം മങ്ങി. സവർണ്ണഹിന്ദുക്കളുടെ എതിർപ്പെന്ന പുതിയ വാദം ഉയർത്തിപ്പിടിച്ച് സർക്കാർ അലംഭാവം തുടർന്നു. ആ ഘട്ടത്തിലാണ് സവർണ്ണജാഥകൾ തീരുമാനിക്കപ്പെടുന്നതും. വൈക്കത്തുനിന്നും നാഗർകോവിലിൽനിന്നും രണ്ട് ജാഥകൾ തിരുവനന്തപുരത്ത് എത്താനായിരുന്നു നിശ്ചയിച്ചത്. വൈക്കത്തുനിന്നുള്ളതിന്റെ നേതൃത്വം മന്നത്ത് പത്മനാഭനായിരുന്നു. നാഗർകോവിലിൽ നിന്ന് പുറപ്പെട്ടത് നയിച്ചതാകട്ടെ ഡോ. എം ഇ നായിഡുവും. 1100 തുലാം പതിനാറിനാണ് കാൽനടയാത്ര തുടങ്ങിയത്. കോൺഗ്രസ് പതാകയ്ക്കൊപ്പം സഞ്ചാര സ്വാതന്ത്ര്യം എല്ലാ പൗരന്മാരുടെയും ജന്മാവകാശം എന്നെഴുതിയ പ്ലക്കാർഡും ഉയർത്തിപ്പിടിച്ചായിരുന്നു പ്രയാണം.

മരണത്തേക്കാളും ഭയമാകും തീണ്ടൽ
പ്പലകനില്ക്കുന്നി, തതുകണ്ടാൽ
അവയെല്ലാം നീക്കീട്ടവമാനം ഭൂമി-
യ്ക്കൊഴിവാക്കീടണം ശിവശംഭോ
ഭഗവാന്റെ ദാസപ്പടിവിട്ടങ്ങോട്ടു
വിടകൊള്ളാനുള്ള മടികൊണ്ട്
തിരുമുമ്പിൽവന്നു ഭജനംചെയ്യുന്നു
തിരുവൈക്കത്തപ്പാ ശിവശംഭോ

എന്ന പാട്ടുപാടി, ആവേശംവിതച്ച് മുന്നോട്ട് നീങ്ങിയ ജാഥയിൽ ജാതി വിഭജനത്തിന്റെ നിരർത്ഥകത വിളിച്ചോതിയ ഗാനങ്ങളും മുഴങ്ങി. ഇരു ജാഥകളും തുലാം 27 ന് തിരുവനന്തപുരത്ത് സമാപിച്ചു. കടപ്പുറത്ത് ചേർന്ന സമാപനത്തിൽ ലക്ഷക്കണക്കിനാളുകൾ കൂടി. നേതാക്കൾ പൂജപ്പുര കൊട്ടാരത്തിലെത്തി മഹാറാണിക്ക് നിവേദനം നല്കിഇരുപത്തിരണ്ടായിരത്തിലേറെപ്പേർ ഒപ്പിട്ട അതിലെ കാര്യങ്ങൾക്ക് വ്യക്തമായ മറുപടി നല്കാൻ അവർ തയ്യാറായില്ല. അത് ജാഥാവളണ്ടിയർമാരെയും പൊതുജനങ്ങളെയും പ്രകോപിതരാക്കി.

ജാതിരാഷ്ട്രീയത്തിന്റെ പുത്തൻ വാണിഭക്കാർക്ക് ഉത്തരം നല്

കുന്ന ചില സംഭവങ്ങളും വൈക്കം സത്യഗ്രഹത്തിലുണ്ടായി. നിയമസഭയിൽ അവതരിപ്പിച്ച സഞ്ചാര സ്വാതന്ത്ര്യ പ്രമേയം വോട്ടിനിട്ടപ്പോൾ പരാജയപ്പെടുത്തിയത് ആരാണെന്ന് നടേശൻ വിസ്മരിക്കരുത്. വൈക്കം ക്ഷേത്രത്തിനും തിരുവിതാംകൂറിലെ മറ്റെല്ലാ ക്ഷേത്രങ്ങൾക്കും ചുറ്റുമുള്ള എല്ലാ റോഡുകളും ജാതി-മത വ്യത്യാസംകൂടാതെ മഹാരാജാവുതിരുമനസ്സിലെ സകല വിഭാഗം പ്രജകൾക്കും സഞ്ചരിക്കുന്നതിന് തുറന്നുകൊടുക്കണമെന്ന് ഈ കൗൺസിൽ ഗവൺമെന്റിനോട് ശുപാർശചെയ്യുന്നുവെന്ന, എൻ കുമാരൻ അവതരിപ്പിച്ച പ്രമേയത്തെ നായർ അംഗങ്ങൾ ഒറ്റക്കെട്ടായി പിന്തുണച്ചു. ഈഴവ സമുദായാംഗമായ പരമേശ്വരന്റെ എതിർ വോട്ടാണ് അതിനെ പരാജയപ്പെടുത്തിയത്. പ്രമേയത്തെ ഏതുനിലയ്ക്കും പിന്തുണയ്ക്കാൻ ബാദ്ധ്യസ്ഥനായ പരമേശ്വരൻ എന്തുകൊണ്ട് ചരിത്രപരമായ ആ ക്രൂരതയ്ക്ക് മുതിർന്നുവെന്നത് പുതിയ വരേണ്യവാദികളുടെ ചർച്ചയിൽ വരാനിടയില്ല. പ്രമേയത്തെ ഏകകണ്ഠമായി തുണച്ച നായർ അംഗങ്ങളെ പ്രശംസിച്ച് *കേരളകൗമുദി* മുഖപ്രസംഗമെഴുതുകയുണ്ടായി. എന്നാൽ, പരമേശ്വരനാകട്ടെ എല്ലാ സമുദായങ്ങളിലെയും പുരോഗമനവാദികളുടെ കനത്ത പരിഹാസം നേരിട്ടു. സി കേശവൻ ആത്മകഥയിൽ ഇങ്ങനെയെഴുതി: പരമേശ്വരന്റെ കൈ ആ അച്ചാരമനുസരിച്ച് പൊങ്ങി. ആ ഒറ്റ വോട്ടുകൊണ്ട് പ്രമേയം തള്ളപ്പെട്ടു. വോട്ട് കഴിഞ്ഞ്, സമുദായത്തെ മാരകമായവിധം ദംശിച്ചിട്ട് ടൗൺഹാളിൽനിന്ന് ഇറങ്ങിപ്പോകുന്ന ആ മൂർഖന്റെ പുറകിൽ ഞാൻ ഓടിയെത്തി. ഒരു ജഡ്കയിൽ ആ മനുഷ്യൻ പായുകയാണ്. ഞാനും പാഞ്ഞു. ഒരു ഫർലോങ് ദൂരംവരെ വായിൽതോന്നിയ അസഭ്യങ്ങളെല്ലാം ഞാൻ ആ മനുഷ്യനെ വിളിച്ചു. ഒരു കൊലപ്പുള്ളിയാകാൻപോലും ആ സന്ദർഭത്തിൽ എനിക്ക് വൈമുഖ്യമുണ്ടായിരുന്നില്ല.

നാളുകൾ മുന്നോട്ടുപോയപ്പോൾ സ്ഥിതിഗതികൾ മാറി. പൊതുജനാഭിപ്രായം മാനിക്കാതിരിക്കാൻ കടുത്ത യാഥാസ്ഥിതികർക്കുപോലം കഴിയാതായി. പട്ടിക്കും പുഴുവിനും പഴുതാരയ്ക്കും സഞ്ചരിക്കാവുന്ന പൊതുവഴിയിൽ അയിത്തജാതിക്കാരന് വിലക്കേർപ്പെടുത്തിയ 'തീണ്ടൽപ്പലകകൾ' പിഴുതെറിയപ്പെട്ടു. ഇരുപത് മാസത്തിനുശേഷം ഗാന്ധിജിയുടെ നിർദ്ദേശാനുസരണം സമരം സമാപിച്ചു. അധികാരികളുമായുള്ള ഒത്തുതീർപ്പ് വ്യവസ്ഥയനുസരിച്ച് വൈക്കം ക്ഷേത്രറോഡുകളിൽ എല്ലാവർക്കും പ്രവേശന സ്വാതന്ത്ര്യം അനുവദിക്കപ്പെട്ടു. കേരളത്തിലെ മറ്റെല്ലാ പൊതുവഴികളും സകലർക്കുമായി തുറന്നുകിട്ടി. എല്ലാ ഹിന്ദു ദേവാലയങ്ങളിലും എല്ലാ ഹിന്ദുക്കൾക്കും പ്രവേശനം അനുവദിച്ച് 1936ൽ തിരുവിതാംകൂർ മഹാരാജാവ് വിളംബരവും പുറപ്പെടുവിച്ചു.

വൈക്കം സത്യഗ്രഹത്തിലൂടെ ജാതിവിവേചനത്തിനെതിരെ സഹനസമരം നടത്തി വിജയംവരിച്ചത് കൊടിയ വിവേചനം അനുഭവിച്ച അമേരിക്കയിലെ കറുത്തവർഗ്ഗക്കാർക്കുപോലും ആവേശമായി. സാമൂഹ്യ പ്രക്ഷോഭകർ, അദ്ധ്യാപകർ, അഭിഭാഷകർ, മതപ്രവർത്തകർ, രാഷ്ട്രീ

യനിരീക്ഷകർ തുടങ്ങിയ നിലകളിലുള്ള നിരവധി കറുത്തവർഗ്ഗക്കാർ ഇന്ത്യയിലെത്തി ഗാന്ധിജിയെയും ശിഷ്യരെയും കണ്ട് സഹനസമരത്തിന്റെ രീതിശാസ്ത്രം മനസ്സിലാക്കി തങ്ങളുടെ നാട്ടിൽ നിലനിന്ന വിവേചനത്തിനെതിരെ പൊരുതാനുള്ള ഉപാധികൾ സമ്പാദിച്ചു. അതാണ് മോണ്ട്ഗോമറി ബസ് ബഹിഷ്കരണ സമരത്തിന് പ്രചോദനമായത്. അമേരിക്കയിലെ അലബാമ സംസ്ഥാനത്തെ മോണ്ട്ഗോമറി പട്ടണത്തിലെ ബസുകളിൽ കറുത്തവർഗ്ഗ യാത്രക്കാർക്ക് വിവേചനം അനുഭവിക്കേണ്ടിവന്നിരുന്നു. അത് അവസാനിപ്പിക്കാൻ ഗാന്ധിയൻ സത്യഗ്രഹ മാർഗ്ഗമാണ് അവർ അവലംബിച്ചത്. നേതൃത്വംകൊടുത്തതാകട്ടെ കറുത്തവരുടെ ഗാന്ധിയെന്ന് അറിയപ്പെട്ട മാർട്ടിൻ ലൂഥർ കിങ് ജൂനിയർ. അമേരിക്കൻ ഭരണഘടനയുടെ 13, 14, 15 ഭേദഗതികൾ കറുത്തവർക്ക് തുല്യതയും വോട്ടവകാശവും വിവേചനത്തിൽനിന്നുള്ള സംരക്ഷണവും ഉറപ്പാക്കിയിട്ടും വർണ്ണവെറി അവസാനിച്ചില്ല. അതിനെതിരായ കറുത്തവരുടെ ചെറുത്തുനില്പുവഴി അഹിംസയായിരുന്നു. മോണ്ട്ഗോമറി സമരത്തിന്റെ വിജയത്തിനു പിന്നിലും അതാണ്. കറുത്തവരും അവരോട് അനുഭാവം പുലർത്തിയ വെള്ളക്കാരും ബസ് സഞ്ചാരം ബഹിഷ്കരിച്ചപ്പോൾ മുതലാളിമാർക്ക് കീഴടങ്ങേണ്ടിവന്നു. കോടതിയും വിവേചനത്തിനെതിരെ നിലയുറപ്പിച്ചു. നൂറിലധികം ചെറുനഗരങ്ങളിലും ബഹിഷ്കരണം വ്യാപിക്കുകയുണ്ടായി. ആശുപത്രികൾ, സർക്കാർ ഓഫീസുകൾ, വിദ്യാലയങ്ങൾ, പാർക്കുകൾ, വ്യാപാര സ്ഥാപനങ്ങൾ, പൊതുഗതാഗത സംവിധാനങ്ങൾ–തുടങ്ങി എല്ലായിടത്തുനിന്നും കറുത്തവരെ അകറ്റി. മോണ്ട്ഗോമറിക്ക് തുടർച്ചയായി ഒന്നിനുപിറകെ ഒന്നായി അവിടെയെല്ലാം വിവേചനം അവസാനിപ്പിക്കേണ്ടിവന്നു. വൈക്കം സത്യഗ്രഹം അമേരിക്കൻ കറുത്തവർഗ്ഗക്കാർക്ക് മാർഗ്ഗദർശനം നല്കിയതിന്റെ പ്രാധാന്യം അനാവരണം ചെയ്യുന്നതാണ് മേരി എലിസബത്ത് കിങ് രചിച്ച *ഗാന്ധിയൻ നോൺവയലന്റ് സ്ട്രഗിൾ ആൻഡ് അൺടച്ചബിലിറ്റി ഇൻ സൗത്ത് ഇന്ത്യ: ദി 1924–25 വൈക്കം സത്യഗ്രഹ ആൻഡ് ദി മെക്കാനിസം ഓഫ് ചെയ്ഞ്ച്* എന്ന കൃതി

ക്ഷേത്രപരിസരത്തെ വഴിയിൽക്കൂടിയുള്ള സഞ്ചാരസ്വാതന്ത്ര്യസമരം, ആറു വർഷത്തിനുശേഷം ക്ഷേത്രപ്രവേശനത്തിനായുള്ള ഗുരുവായൂർ സത്യഗ്രഹത്തിലേക്ക് വികസിക്കുന്നത് രാഷ്ട്രീയ ഇടപെടൽക്കൊണ്ടാണ്. പി കൃഷ്ണപിള്ളയെയും കെ കേളപ്പനെയും എ കെ ജിയെയും പോലുള്ളവർ കേരളത്തിന്റെ രാഷ്ട്രീയനഭസ്സിൽ തിളക്കമുള്ള താരകങ്ങളായി മാറിയതും ആ പരിണാമത്തിന്റെ ഫലം. ഗുരുവായൂർ സത്യഗ്രഹത്തിന് മാർഗ്ഗദർശകമായത് തീർച്ചയായും വൈക്കത്തിന്റെ വിജയം തന്നെ. മലബാർ കേന്ദ്രീകരിച്ചും തിരുവിതാംകൂർ–കൊച്ചി മേഖലകളിൽ സഞ്ചരിച്ചും ഹരിജനങ്ങൾക്ക് ക്ഷേത്രപ്രവേശനം അനുവദിക്കേണ്ടതിന്റെ അടിയന്തരാവശ്യത്തെയും അതിന്റെ ന്യായത്തെയും വിശദീകരിച്ച് എ കെ ജിയും എം പി ദാമോദരനും മറ്റും ഒട്ടേറെ പ്രസംഗിച്ചു. പ്രചാ

രണം ഉദ്ദിഷ്ട ഫലമുളവാക്കാത്തതിനാലാണ് 1932 സെപ്തംബർ 21 ന് സത്യഗ്രഹം ആരംഭിച്ചത്. അതിനുമുമ്പ് കണ്ണൂരിൽനിന്ന് ടി എസ് തിരുമുമ്പിന്റെ നേതൃത്വത്തിൽ ഗുരുവായൂർ സത്യഗ്രഹ കാൽനട ജാഥയും നടത്തി. കേളപ്പന്റെ നിരാഹാരം രാജ്യമാകെ ചലനങ്ങളുണ്ടാക്കി. കോൺഗ്രസിന്റെ പല നേതാക്കളും സമരസ്ഥലത്തെത്തി. ചിലർ സാമൂതിരിയെക്കണ്ട് സംഭാഷണം നടത്തി. സവർണ്ണ ഹിന്ദുക്കൾ അനുകൂലമല്ലെന്ന് പറഞ്ഞ് അദ്ദേഹം കടുംപിടിത്തം കാട്ടുകയായിരുന്നു. ആ ഘട്ടത്തിൽ ഗാന്ധിജി ഇടപെട്ട് സത്യഗ്രഹം നിർത്തിവെപ്പിച്ചു. സവർണ്ണരുടെ മനോഭാവമായി പ്രചരിപ്പിക്കപ്പെട്ട കഥയിൽ അപ്പോഴും അദ്ദേഹം വിശ്വാസമർപ്പിച്ചില്ല. ആ വാദത്തിന്റെ യാഥാർത്ഥ്യമറിയാൻ ഗുരുവായൂരും പരിസരത്തുമുള്ള സവർണ്ണർക്കിടയിൽ ഹിതപരിശോധന നടത്തേണ്ടതുണ്ടെന്ന് നിർദ്ദേശിച്ചു. വിപുലമായ പ്രചാരണങ്ങൾക്ക് ശേഷമാണ് ഹിതപരിശോധന ഉണ്ടായത്. കസ്തൂർബാ ഗാന്ധി, സി രാജഗോപാലാചാരി, ഊർമ്മിളാദേവി, കൊണ്ടവെങ്കിടപ്പയ്യ തുടങ്ങിയവർ പലേടത്തും ജനങ്ങളെ അഭിസംബോധനചെയ്തു. കോൺഗ്രസ് നേതാവ് കെ മാധവൻനായർക്കായിരുന്നു പ്രചാരണത്തിന്റെ ചുമതല. ഇതിന്റെയെല്ലാം ഫലമായി എഴുപത്തിയേഴ് ശതമാനം സവർണ്ണരും അവർണ്ണരുടെ ക്ഷേത്രപ്രവേശനത്തിന് അനുകൂലമായി വോട്ടുചെയ്തു. ഗുരുവായൂർ സത്യഗ്രഹത്തിന് നേതൃത്വം നല്കിയ ആർക്കും അവിടെ പ്രവേശിക്കാൻ തടസ്സമുണ്ടായിരുന്നില്ല. അതും ഒരു ജനാധിപത്യ-മനുഷ്യാവകാശ പോരാട്ടമായിരുന്നുവെന്ന യഥാർത്ഥ വ്യാഖ്യാനം നടേശന് രുചിക്കാനിടയില്ല.

ശ്രീനാരായണ ഗുരു പറഞ്ഞത് ഒരു ജാതി, ഒരു മതം, ഒരു ദൈവം മനുഷ്യന്, ജാതിഭേദവും മതദ്വേഷവും പാടില്ല; മതമേതായാലും മനുഷ്യൻ നന്നായാൽമതി എന്നൊക്കെയാണ്. അയൽവാസികളെയടക്കം ശത്രുക്കളായി വർഗ്ഗീകരിക്കുകയും അവരുടെ ഉന്മൂലനംവരെ ലക്ഷ്യമാക്കുകയുംചെയ്യുന്ന കാവിപ്പടയുടെ ഹിംസാത്മകതയും ഗുരുവിന്റെ സിദ്ധാന്തവും തമ്മിൽ ഒരു ബന്ധവുമില്ല. അയിത്തവും ക്ഷേത്രപ്രവേശന വിലക്കും എച്ചിൽ സ്നാനവും ദുരഭിമാന വധങ്ങളും സതിക്ക് സമാനമായ നിർബ്ബന്ധിത സ്ത്രീഹത്യകളും നിലനില്ക്കുന്ന ഇതര സംസ്ഥാനങ്ങളിൽനിന്ന് വ്യത്യസ്തമായി കേരളത്തെ ഭ്രാന്താലയത്തിൽനിന്ന് മനുഷ്യാലയമാക്കിയ ഗുരു കേരളീയരുടെയാകെ ആത്മബോധചിഹ്നവും സഞ്ചാരസ്വാതന്ത്ര്യവും അവകാശ പ്രഖ്യാപന ധീരതയുടെ തലയെടുപ്പും മതനിരപേക്ഷ ബോധവും വരേണ്യവിരുദ്ധ ചുവടും കൂടിയാണ്. മലയാളിയുടെ ജാതി-അയിത്ത ബോധത്തിന്റെ പ്രാകൃതത്വത്തെ ഓടിച്ച് മനുഷ്യനായി പുലരാനുള്ള വെളിച്ചം അദ്ദേഹം പകർന്നു നല്കി. 'നമുക്ക് ജാതിയില്ല' എന്ന് പ്രഖ്യാപിച്ച ഗുരുവിനുമേൽ ജാതി കെട്ടിയേല്പിക്കുകയാണ് എല്ലാ ജാതി മതങ്ങളിലുംപെട്ടവരെയും യുക്തിവാദികളെയും സന്തോഷപൂർവ്വം ശിഷ്യഗണത്തിൽപ്പെടുത്താൻ മടികാണിച്ചിരുന്നില്ല അദ്ദേഹം. ഇന്ത്യൻ സന്ന്യാസി പാരമ്പര്യത്തിലെ ആവേശകരവും വ്യത്യസ്തവും

മാതൃകാപരവുമായ ധാരയാണത്. ഇ വി രാമസ്വാമി നായ്ക്കരും സഹോദരൻ അയ്യപ്പനും സ്വാമി വാഗ്ഭടാനന്ദനും ആനന്ദതീർത്ഥനും കുറ്റിപ്പുഴ കൃഷ്ണപിള്ളയും എം സി ജോസഫുമൊക്കെ ആയിരുന്നു ശിഷ്യപരമ്പരയിൽ.

കേരളത്തിൽ മതസഹിഷ്ണുതയുടെ അടിത്തറ പാകിയത് ഗുരുവാണ്. മതമാത്സര്യം കൊടുമ്പിരിക്കൊണ്ട അവസ്ഥ അദ്ദേഹം ദീർഘദർശനംചെയ്തത് കാണാം: 'ഇന്ന് ഇന്ത്യയുടെ ആവശ്യമെന്താണ്? ജാതികൾ തമ്മിലും മതങ്ങൾ തമ്മിലുമുള്ള മത്സരത്തിൽനിന്ന് മോചനം. സമബുദ്ധിയോടും സമഭക്തിയോടും എല്ലാ മതങ്ങളെയും എല്ലാവരും പഠിച്ചറിവാനും, ലഭിച്ച അറിവിനെ പരസ്പരം സ്നേഹപൂർവ്വം വിനിമയംചെയ്യാനും ശ്രമിക്കട്ടെ.' സി വി കുഞ്ഞിരാമൻ ചോദിച്ചു: എല്ലാ മതസാരവും ഒന്നാണെങ്കിൽ അങ്ങയുടെ ശിഷ്യസംഘത്തിൽ ഹിന്ദു- ബുദ്ധ–ക്രിസ്തു–മുഹമ്മദ് മതവിശ്വാസികൾക്കും പ്രവേശനം അനുവദിക്കേണ്ടതാണല്ലോ. ഒരു വിരോധവുമില്ലെന്നായിരുന്നു മറുപടി. ഈശ്വരനിഷേധിയായ സഹോദരൻ അയ്യപ്പനെ ശിഷ്യഗണത്തിൽപ്പെടുത്തിയ അദ്ദേഹത്തിന്റെ പാരമ്പര്യത്തെ എങ്ങനെയാണ് സംഘപരിവാറിന്റെ തൊഴുത്തിൽക്കൊണ്ടുപോയി കെട്ടുന്നത്. എസ് എൻ ഡി പി യോഗം ഒരു സമുദായക്കാരുടെ മാത്രം സംഘടനയായി കൊണ്ടുപോകാതെ ജാതിയില്ലാത്ത ജനസംഘടനയായി നിലനില്ക്കണമെന്നു പറഞ്ഞ ഗുരുവിന്റെ ഉപദേശം ചിലർക്ക് ഇപ്പോഴും രുചിക്കുന്നില്ല. അദ്ദേഹത്തിന്റെ വ്യക്തി സവിശേഷതകളും ദർശനവും സാമീപ്യവും മനുഷ്യ നിർവ്വചനവും സമകാലികരിൽ ആദരവ് സൃഷ്ടിച്ചിരുന്നു. ഗാന്ധിജിയും ടാഗോറും ഉൾപ്പെടെയുള്ള ദേശീയപ്രതിഭകൾ ചട്ടമ്പിസ്വാമി, അയ്യൻകാളി തുടങ്ങിയ കേരളീയ നവോത്ഥാന നായകർ തുടങ്ങിയവരൊക്കെ ആത്മബന്ധം പുലർത്തി. ഹിന്ദുത്വത്തിന്റെ കൊടിച്ചുവട്ടിലും അതിന്റെ അറവുശാലയിലും അനുബന്ധ സംഘടനകളുടെ കുടക്കീഴിലും ഗുരുവിനെയും എസ് എൻ ഡി പിയെയും കൊണ്ടുപോയി തളച്ചിടുന്നവരും പണയപ്പെടുത്തുന്നവരും ചരിത്രത്തിലെ ആ ദീപ്തമുഖം കാണിച്ച് അച്ചാരംവാങ്ങുന്നവരും സി വി കുഞ്ഞിരാമന്റെ 'ഈ തത്ത്വമസിയുടെ ആഭാസ മതം നമുക്കു വേണ്ട' എന്ന ലേഖനം വായിക്കേണ്ടതാണ്. അദ്ദേഹം എഴുതി: ഹിന്ദുവായിരിക്കുന്ന കാലത്തോളം ഈഴവന്റെ ആത്മാഭിമാനമെന്നു പറഞ്ഞാൽ അടിയാന്റെ ആത്മാഭിമാനം എന്നല്ലാതെ വ്യാഖ്യാനിക്കാൻ തരമില്ലല്ലോ.

ഈയർത്ഥത്തിൽ മലയാളിയായ പ്രശസ്ത കാർട്ടൂണിസ്റ്റ് ആർ പ്രസാദ് 2015 സെപ്തംബർ 12 ന് *എക്കണോമിക് ടൈംസിൽ* വരച്ച കാർട്ടൂൺ ശ്രദ്ധേയവും ചിന്തോദ്ദീപകവുമാണ്. ഗുരുദേവനെ സമീപിക്കുന്ന ആർ എസ് എസ് എന്നതാണ് അതിന്റെ ശീർഷകം. ഗുരുവിന്റെ പ്രതിമക്കടുത്ത് കാക്കി നിക്കർധാരി വന്നുനില്ക്കുകയാണ്. ഒരു ജാതി ഒരു മതം ഒരു ദൈവം മനുഷ്യന് എന്ന ഗുരുവിന്റെ സന്ദേശം എഴുതിവെച്ചിട്ടുണ്ട്. അത് കണ്ണിൽതറച്ച ആർ എസ് എസുകാരൻ, ഒന്ന് നെഗോഷി

യേറ്റ് ചെയ്തുകൂടെയെന്ന് ആരായുന്നിടത്താണ് കാർട്ടൂണിന്റെ മർമ്മം. സംഘപരിവാരവും നടേശനും തമ്മിലുള്ള സംഭാഷണങ്ങൾക്കും വിലപേശലുകൾക്കും ഇതേ ഛായയാണ്.

ഗുരുവായൂർ ക്ഷേത്രപ്രവേശനകാലത്തെ ആഴമേറിയ അനുഭവങ്ങൾ വിശദമാക്കുന്ന എ കെ ജിയുടെ ആത്മകഥയിലെ ഭാഗം സമകാലീന സാമൂഹിക ജീവിതത്തിലെ പല പ്രവണതകളുടെയും വിവരണംകൂടിയാണ്. കോൺഗ്രസ് പ്രവർത്തനവും ക്ഷേത്രപ്രവേശനജാഥയും (എന്റെ ജിവിതകഥ) എന്ന അദ്ധ്യായം സാമൂഹിക പരിഷ്കരണത്തെ രാഷ്ട്രീയസമരവുമായി ബന്ധിപ്പിച്ചതിന്റെ നിരവധി ഉദാഹരണങ്ങൾ സമൃദ്ധമായി കാണിച്ചുതരുന്നുണ്ട്. സത്യഗ്രഹകാലത്തെ ദുരനുഭവങ്ങളും കട്ടപിടിച്ച ജാത്യാഭിമാനം സൃഷ്ടിച്ച വിലക്കുകളും അവയെയെല്ലാം വെല്ലുവിളിച്ച് സർവ്വ ജാതിയിലുംപെട്ടവർ ചേർന്ന് രൂപംനല്കിയ സത്യഗ്രഹക്യാമ്പിന്റെ അവസ്ഥയുമെല്ലാം അദ്ദേഹം അനുസ്മരിച്ചിട്ടുണ്ട്. ക്ഷേത്രപ്രവേശനാശയം പ്രചരിപ്പിക്കുന്നതിന് കേരളം മുഴുവൻ സ്പർശിച്ച ജാഥ നടത്തിയിരുന്നു. തിരുവിതാംകൂറിലെ പരിപാടികൾ ആസൂത്രണം ചെയ്തത് മന്നത്ത് പത്മനാഭൻ. എസ് എൻ ഡി പിയും എൻ എസ് എസും ഒന്നിച്ചുചേർന്ന് പരിപാടികൾ വിജയമാക്കിയതായും എ കെ ജി എഴുതി.

മനുഷ്യ സമൂഹത്തിന്റെ ശരീരത്തിൽ ആഴ്ന്നിറങ്ങിയ നാറുന്ന ചെളിക്കട്ടയാണ് അയിത്തം എന്ന് ജനങ്ങളെ ബോദ്ധ്യപ്പെടുത്താൻ കഴിഞ്ഞ അദ്ദേഹം ഹരിജന സമരത്തിൽനിന്ന് പിൻവാങ്ങി. പിന്നീട് രാഷ്ട്രീയ രംഗത്തേക്ക് വീണ്ടും കടന്നു. ഞാനൊരു രാഷ്ട്രീയ പ്രവർത്തകനാണ്. കഷ്ടപ്പാടുകളെ വരിച്ച ഒരു പ്രവർത്തകൻ. എന്റെ പല ബന്ധുക്കളും വലിയ ഉദ്യോഗസ്ഥന്മാരായിരുന്നു. താഴ്ന്ന ജാതിക്കാരും ഹരിജനങ്ങളുമായ ശിപായിമാർ അവരുടെ വീടുകൾ കയറി പണിയെടുത്തു. ആരും അതേപ്പറ്റി ഒന്നും പറഞ്ഞിരുന്നില്ല. അയിത്ത പ്രശ്നത്തെ നിശ്ശബ്ദമാക്കാനുള്ള കഴിവ് വെള്ളി നാണയങ്ങൾക്കുണ്ടായിരുന്നു. യാഥാസ്ഥിതികരുടെ വായടയ്ക്കാൻ സ്വർണ്ണനാണയങ്ങൾ എറിഞ്ഞുകൊടുത്താൽ മതി, അത് നില്ക്കും. ആപത്തിനെ കല്ലെറിഞ്ഞുകൊല്ലാനുള്ള പണം അവർക്കുണ്ടായിരുന്നു എന്ന നിരീക്ഷണം ഇപ്പോഴും പ്രസക്തവും കൃത്യവുമാണ്. ക്ഷേത്ര പ്രവേശനത്തിനുശേഷവും പല ഹരിജനങ്ങൾക്കും ക്ഷേത്രങ്ങളിൽ പോകാനായില്ല. ഉടുതുണിക്ക് മറുതുണിയില്ലാത്തതാണ് അതിന് കാരണമെന്നാണ് എ കെ ജി പറഞ്ഞത്. സാമ്പത്തിക സ്വാതന്ത്ര്യമില്ലാതെ ഹരിജനങ്ങൾക്ക് നന്നാവാൻ കഴിയില്ലെന്നും അദ്ദേഹം കൂട്ടിച്ചേർത്തു. ഈയൊരു ബോധം രണ്ടാംഘട്ട രാഷ്ട്രീയ നേതൃത്വത്തിന്റെ സംഭാവനയായിരുന്നു. അതായത് തൊഴിലാളി–കർഷക മുന്നേറ്റങ്ങളുടെ ശക്തിയാണ് അത് ബോദ്ധ്യപ്പെടുത്തിയത്. അതിനുമപ്പുറത്തെ അവസ്ഥയിലേക്ക് കേരളത്തെ തിരിച്ചുകൊണ്ടു പോവുകയാണ് ചിലർ.

ജാതിയുടെ അടിത്തറ മനസ്സിലാക്കി ആദ്യകാല നവോത്ഥാനത്തിന്റെ പരിമിതികളെ വാഗ്ഭടാനന്ദനും മറ്റും വെല്ലുവിളിച്ചിട്ടുണ്ട്. നവോത്ഥാനത്തിന്റെ ആഗ്രഹ ചിന്തകളെ രാഷ്ട്രീയ സമരങ്ങളുമായി കണ്ണിചേർക്കുന്നത് അദ്ദേഹത്തെപ്പോലുള്ളവരാണ്. കരിവെള്ളൂർ കേന്ദ്രമായി 1934 ൽ എ വി കുഞ്ഞമ്പു രൂപംനല്കിയ അഭിനവ ഭാരത യുവക്സംഘത്തിന്റെ സമ്മേളനങ്ങളുടെ ഉദ്ഘാടകനും പ്രാസംഗികനുമായി വാഗ്ഭടാനന്ദൻ പലവട്ടം പങ്കെടുത്തിട്ടുണ്ട്. 1936 ൽ കരിവെള്ളൂർ മണക്കാട് വായനശാലയ്ക്ക് സമീപം ചേർന്ന യോഗത്തിൽ അദ്ദേഹം ചെയ്ത പ്രസംഗം ശ്രദ്ധേയമായിരുന്നു. ജാതി വ്യവസ്ഥയും അതുമായി ബന്ധപ്പെട്ട അനാചാരങ്ങളുമാണ് കർഷകരെ അസ്വതന്ത്രരാക്കിയതെന്ന് അന്നവിടെ പ്രഖ്യാപിച്ചു. ജന്മിത്വത്തിനും സാമ്രാജ്യത്വത്തിനുമെതിരായ കർഷക പ്രതിഷേധങ്ങളുടെ ആദ്യ പടി ജാതി വിരുദ്ധതയായിരുന്നുവെന്നും കൂട്ടിച്ചേർത്തു. അതേവർഷം ഫറോക്കിലെ ഓട്ടുകമ്പനിയിൽ ഹരിജൻ തൊഴിലാളിയെ ഉടമ അടിച്ചുകൊന്നതിൽ പ്രതിഷേധിച്ച് കെ പി ഗോപാലൻ പത്ത് ദിവസം നീണ്ട നിരാഹാരസത്യഗ്രഹം നടത്തിയിരുന്നു. വാഗ്ഭടാനന്ദൻ ആ സഹനസമരത്തിന് ശക്തമായ പിന്തുണ നല്കി. തൊഴിലാളികളെ അടിമകളായി വലിച്ചിഴയ്ക്കുന്ന മുതലാളിത്ത വ്യവസ്ഥയെയും സർക്കാർ നയത്തെയും രൂക്ഷമായി കടന്നാക്രമിക്കുകയുംചെയ്തു. മൂലധന കേന്ദ്രീകരണം സംബന്ധിച്ചും സമ്പത്തിനായുള്ള ആർത്തിക്കെതിരെയും പലമട്ടിൽ കലഹിച്ച അദ്ദേഹം മാനസിക പരിവർത്തനമെന്ന ആത്യന്തിക ലക്ഷ്യത്തിലേക്കുള്ള മാർഗ്ഗം സുഗമമാക്കാനുള്ള പ്രായോഗിക തലത്തിലുള്ള ചലനം അനിവാര്യമാണെന്ന് വിശ്വസിച്ചു. ഉല്പാദനോപാധികളുടെ പൊതുഉടമാവകാശമെന്ന സങ്കല്പത്തിനടുത്തുനിന്ന് പ്രവർത്തിക്കാനും വാഗ്ഭടാനന്ദനായി.

ഈഴവർക്കിടയിലെ സാമൂഹിക ഉണർവ്വുകളെ അന്നത്തെ തിരുവിതാംകൂർ സമൂഹത്തിൽ നടന്ന സാമ്പത്തിക മാറ്റങ്ങളോട് ബന്ധിപ്പിക്കാതെ പഠിക്കാനാവില്ല. ആ പുതിയ മുന്നേറ്റങ്ങളാവട്ടെ പഴയ ചാന്നാർ ലഹള പോലുള്ള കലാപങ്ങളിൽനിന്ന് വ്യത്യസ്തമായി ബൂർഷ്വാ നേതൃത്വത്തിന്റെ കീഴിലായിരുന്നു. നേതൃത്വത്തിന് മുഴുവൻ ഈഴവരെയും രംഗത്തിറക്കാൻ കഴിഞ്ഞതിന്റെ കാരണമായി തോമസ് ഐസക് കണ്ടെത്തിയത് സവിശേഷ ശ്രദ്ധയാകർഷിക്കുന്നുണ്ട്. മുസ്ലിം–സുറിയാനി–ക്രിസ്ത്യാനി മുതലാളിമാരുടേതിനെ അപേക്ഷിച്ച് ഭൂതകാലത്തിന്റെ ചങ്ങലകൾ കൂടുതൽ തടസ്സം സൃഷ്ടിച്ചത് ഈഴവ മുതലാളിയുടെ മുന്നേറ്റത്തിനായിരുന്നു. അതുകൊണ്ട് പഴയ ലോകത്തെ തകർക്കുന്നതിനുള്ള അവരുടെ ആവേശത്തിന് മറ്റു മുതലാളി വിഭാഗങ്ങളുടെതിനേക്കാൾ തീവ്രതയുണ്ടായി. (*ആലപ്പുഴയുടെ സമരപാത*)ഇത്തരമൊരു ബൂർഷ്വാ റാഡിക്കലിസത്തിന്റെ യുക്തിപൂർണ്ണമായ വളർച്ച അസാദ്ധ്യമാക്കിത്തീർത്തത് ഈഴവ മുതലാളിവർഗ്ഗത്തിന്റെ ബലഹീനതയും പരിമിതികളുമായിരുന്നു. ഇവരും മുന്നിൽ നിർത്തിയത് ശ്രീനാരായണഗുരുവി

നെയാണെന്നത് വൈരുദ്ധ്യം തന്നെ. ഈ വൈരുദ്ധ്യം സമകാലീന കേരളീയ ജീവിതം വീണ്ടും കാണുകയാണ്.

പുതിയ പൗരസമൂഹത്തിലെ അംഗങ്ങളെന്ന നിലയിൽ ജനങ്ങളെ സ്ഥാനപ്പെടുത്തിയ പൊതുമണ്ഡല രൂപീകരണമായിരുന്നു നവോത്ഥാനത്തിന്റെ പ്രധാന സംഭാവന. ഭാഷ, സാഹിത്യം, കല തുടങ്ങിയ മേഖലകളിലെ സമൂലമായ പൊളിച്ചെഴുത്തില്ലാതെ ഇത്തരമൊരു പൊതുമണ്ഡലം എത്തിപ്പിടിക്കാനാകുമായിരുന്നില്ല. സാംസ്കാരിക സമ്പർക്കത്തിന്റെ സൂചനകളായ അക്ഷരാഭ്യാസം, പള്ളിക്കൂടങ്ങൾ, പ്രസാധക സംരംഭങ്ങൾതൊട്ട് ക്ഷേത്രങ്ങളെവരെ ശ്രീനാരായണൻ കണ്ടത് അങ്ങനെ. എന്നാൽ ഈ സ്ഥാപനങ്ങളെല്ലാം ഒരു ന്യൂനപക്ഷത്തെ മാത്രമാണ് സ്വാധീനിച്ചത്. മത–ജാതി സ്പർശമില്ലാതിരുന്ന നേതാക്കൾ നവോത്ഥാനത്തിന്റെ കൈവഴിയിലെത്തിയത് വിദ്യാഭ്യാസം സിദ്ധിച്ച ആ വിഭാഗങ്ങളുടെ വർഗ്ഗതാല്പര്യങ്ങൾ ജാതിഘടന സ്തംഭിപ്പിച്ചു നിർത്തിയതിനാലാണ്. തങ്ങളുടെ പ്രവൃത്തികൾക്കുള്ള ന്യായീകരണങ്ങൾക്കായി ഇക്കൂട്ടർ ജാതി–മത വാദമുഖങ്ങൾ നിരത്തിയിരുന്നുമില്ല. ഇവരുടെയും ഗുരുവിന്റെയും സ്വാധീനത്തിലാണ് എസ് എൻ ഡി പി യോഗം സെക്കുലർ അവബോധങ്ങൾ ഉല്പാദിപ്പിച്ചത്. അക്കാലത്തുതന്നെ ആ പ്രവണതയോട് എതിർപ്പുകൾ ഉയർന്നിരുന്നു. സി വി കുഞ്ഞിരാമനെപ്പോലുള്ളവർക്ക് യാഥാസ്ഥിതിക ഈഴവരെ പരാജയപ്പെടുത്താനായത് ഗുരുവിന്റെകൂടി പിന്തുണയാലാണ്. മിശ്രഭോജനം നടത്തിയ സഹോദരൻ അയ്യപ്പനെയും കൂട്ടുകാരെയും കടന്നാക്രമിച്ചതിനു പിറകിലും ഈഴവരിലെ സവർണ്ണ മനോഭാവക്കാരായിരുന്നു. മതനിരപേക്ഷവാദികളായ നേതാക്കൾ നയിച്ച ക്ഷേത്രപ്രവേശന പ്രക്ഷോഭം അവർണ്ണരെ സംബന്ധിച്ച് മതപരമായ നേട്ടമായിരുന്നില്ല. മറിച്ച് അതൊരു സാമൂഹിക വിജയമായിരുന്നുവെന്നും പറയേണ്ടതുണ്ട്. വർഗ്ഗബന്ധങ്ങളെ മൂടിവയ്ക്കുന്നതാണ് ജാതിഘടന. ഉല്പാദനോപാദികൾ കൈയടക്കുന്ന ലളിത കൗശലമാണത്. കായികാദ്ധ്വാനവും മറ്റുള്ളതും തമ്മിലുള്ള വ്യത്യാസം മറച്ചുപിടിക്കുകയാണ് ആ സംവിധാനം.

ഇ എം എസും വി ടി ഭട്ടതിരിപ്പാടും മറ്റും സ്വന്തം സമുദായഭിത്തികൾ പിളർക്കാൻ ആഹ്വാനം നല്കിയപ്പോൾപോലും ആ ധാരണ മനസ്സിലുറപ്പിച്ചവരായിരുന്നു. ഉല്പാദനവും ഉപഭോഗവും തമ്മിലുള്ള വ്യത്യാസവും അത് സൃഷ്ടിക്കുന്ന സങ്കീർണ്ണതകളും വി ടിയുടെ ആത്മകഥയിൽ പലേടത്തും ചിതറിക്കിടക്കുന്നുണ്ട്. ഉദ്ബുദ്ധകേരളം എന്ന അദ്ദേഹത്തിന്റെ പ്രസ്ഥാനം ഈയർത്ഥത്തിലാണ് ചരിത്രം ഓർമ്മിക്കുന്നത്. മനുഷ്യരുടെ കൂട്ടായ്മയ്ക്കുള്ള അടിത്തറയാണ് ആ പ്രസ്ഥാനം. ഒറ്റയ്ക്കൊറ്റയ്ക്ക് സ്വകാര്യ സമ്പത്ത് സമ്പാദിച്ച് ജീവിക്കുന്ന മനുഷ്യൻ പലപ്പോഴും മൃഗസമാനമായി പെരുമാറുന്നു. ഇതിൽനിന്ന് വ്യത്യസ്തമായി ഈശാവാസ്യം അനുശാസിക്കുന്നതുപോലെ ഒരുമിച്ച് അദ്ധ്വാനിച്ച് ഒരുമിച്ച് ഉല്പാദിപ്പിച്ച് ആവശ്യാനുസരണം വിതരണംചെയ്ത് ഒരുമിച്ച് ഭുജിച്ച്

ഒരുമിച്ച് ശക്തിയാർജ്ജിക്കുന്ന നവസമൂഹ രചനയായിരുന്നു ഉദ്ബുദ്ധ കേരളം കൊണ്ടുദ്ദേശിച്ചത് എന്ന മാനിഫെസ്റ്റോയാണ് വി ടി വരച്ചുവെച്ചത്.

സാമ്പത്തിക ലക്ഷ്യങ്ങൾ സംഘടനാ രൂപത്തിലൂടെ ജാതീയമായ അവബോധങ്ങൾക്ക് കൂടുതൽ ശക്തിനല്കിയ അവസ്ഥയുണ്ടായപ്പോഴാണ് സഹോദരൻ അയ്യപ്പനും ഇ മാധവനും മറ്റും സ്ഫോടകാത്മകമായി പ്രതികരിച്ചത്. ഒരു ജാതി ഒരു മതം ഒരു ദൈവം എന്ന ഗുരുവചനം ജാതിവേണ്ട, മതം വേണ്ട, ദൈവം വേണ്ട എന്നാക്കിയായിരുന്നു മാധവന്റെ പ്രതികരണങ്ങൾ. ഈ കാഴ്ചപ്പാട് ഗുരുവിന്റെതന്നെ ധാരണകളുടെ പുനരാഖ്യാനമാണെന്ന് വിശദീകരിക്കാൻ മാധവൻ സ്വതന്ത്രസമുദായത്തിന്റെ രണ്ടു താളുകളോളം ഉപയോഗിക്കുകപോലുമുണ്ടായി. ഗുരു നിന്നിടത്തല്ല പുതിയ ലോകവും കാലവും സമൂഹവും ചലിക്കുന്നതെന്ന പ്രായോഗിക ധാരണയുടെ അടിസ്ഥാനത്തിലായിരുന്നു തിരുത്തലുകളും കൂട്ടിച്ചേർക്കലുകളും. പുതിയ പ്രക്ഷോഭങ്ങളുടെ സമ്മർദ്ദങ്ങളും ചിന്തയിലെ നവീനാശയങ്ങളും കണ്ടുകൊണ്ടേ ഏതൊരു കാഴ്ചപ്പാടിനെയും പൂർണ്ണമാക്കാനും നവീകരിക്കാനും കഴിയൂ എന്നതാണതിലെ അർത്ഥതലം.

ശംഭുകനെ ചുട്ടെരിച്ച രാമന്റെ രാജ്യമോ അത് വേണ്ട എന്ന് ഹിന്ദു മഹാസഭക്കാരനായ മദൻമോഹൻ മാളവ്യയെ വിമർശിച്ച സഹോദരൻ അയ്യപ്പൻ, ഹിന്ദുദേശീയവാദത്തെ എല്ലാ അർത്ഥത്തിലും കടപുഴക്കാൻ ശ്രമിച്ചുപോന്നിരുന്നു. ഈ കീഴാള അവബോധത്തിന്റെ ഉജ്ജ്വലതക്കെതിരെ എസ് എൻ ഡി പി യിലെ വരേണ്യവാദികൾ എതിർ തന്ത്രങ്ങളും മെനഞ്ഞു. മുപ്പതുകളിലും നാല്പതുകളിലും ഹിന്ദുമഹാ മണ്ഡല രൂപീകരണത്തിലൂടെ ഹിന്ദുസാഹോദര്യത്തിലേക്ക് വഴിതുറക്കാൻ ജാതിമേധാവികൾ ശ്രമിച്ചുവന്നു. ആ ആത്മഹത്യാ നീക്കത്തെ യോഗത്തിലെ ചാതുർവർണ്ണ്യ വിമർശകരായ ജനാധിപത്യനിര പരാജയപ്പെടുത്തുകയായിരുന്നു. അതിന്റെ പാഠമുൾക്കൊള്ളാതെ ചിലർ പുതിയ ഹിന്ദു ഐക്യത്തിലാണ് ഊന്നുന്നത്. ജാതിരഹിതനായ മനുഷ്യൻ എന്ന സങ്കല്പത്തിനൊപ്പം ജാതി മനുഷ്യൻ എന്ന എതിർ രൂപീകരണവും ഇപ്പോൾ കേരളത്തിൽ സമാന്തരമായി പ്രവർത്തിക്കുകയാണ്. ഭൂമി ദേവസ്വത്തിന്റെയോ ബ്രഹ്മസ്വത്തിന്റെയോ ജന്മിയുടെയോ അല്ല കർഷകരുടേതാണ്. ജന്മിമാരുടെ താല്പര്യം സംരക്ഷിക്കാനാഗ്രഹിക്കുന്ന നമ്പൂതിരിമാർ യോഗക്ഷേമസഭയെ അതിനുള്ള ഉപകരണമാക്കാൻ ശ്രമിക്കുകയല്ല വേണ്ടത്. മറിച്ച് ജന്മിസഭയുണ്ടാക്കി പ്രവർത്തിക്കുകയാണ് എന്ന് ഇ എം എസ് യോഗക്ഷേമസഭാവേദിയിൽ തന്നെ പറഞ്ഞത് നിസ്സാരമായിരുന്നില്ല. ശ്രീനാരായണന്റെ പേരിൽ ജാതിരാഷ്ട്രീയത്തിന്റെ വരേണ്യവാദം വില്പന വെക്കുന്നതിനുപകരം പുതിയ കച്ചവടസ്ഥാപനം തുടങ്ങുകയാണ് വേണ്ടത് എന്നതാണ് സാമൂഹികമായ ഉത്തരം.

ഇ എം എസിനെയും മറ്റും ഒളിവിൽ സാഹസികമായി രക്ഷിച്ചു

നിർത്തിയത് ഈഴവരായിരുന്നുവെന്നും എന്നാൽ സവർണ്ണരായ നേതാക്കൾ ഇത് മനസ്സിലാക്കുന്നില്ലെന്നും കേരളമാകെ പറഞ്ഞു നടക്കുന്നവരുണ്ട്. കണ്ണൂർ ജില്ലയിലെ ചെറുമാവിലായി നല്ലങ്കണ്ടി പൊക്കന്റെ കുടിലിലായിരുന്നു ഇ എം എസ് ദീർഘനാൾ ഒളിവിൽ കഴിഞ്ഞത്. ഈഴവ വീടായതിനാലല്ല, അസൗകര്യങ്ങളാൽ വീർപ്പുമുട്ടുന്ന പൊക്കന്റെ കൂര ഒളിത്താവളമാക്കിയത്. മറിച്ച് വർഗ്ഗപരമായി പൊക്കൻ അദ്ദേഹത്തിന്റെ രാഷ്ട്രീയം തിരിച്ചറിഞ്ഞുവെന്നതാണ് നേര്. അക്കാലത്തുതന്നെ സൗകര്യങ്ങളിൽ ആറാടിയ പല ഈഴവ കുടുംബങ്ങളുമുണ്ടായിരുന്നു. കണിച്ചുകുളങ്ങരയിലും മറ്റും ഏറെ പ്രൗഢിയോടെതന്നെ. അക്കാലത്ത് നേവിയിൽ നിയമനം ലഭിച്ച പൊക്കന്റെ മകൻ കുഞ്ഞിരാമൻ വീട്ടിലേക്കയച്ച കത്തുകളിൽ ഇ എം എസിനെ വിശേഷിപ്പിച്ചത് സ്വത്ത് എന്ന നിലയിലായിരുന്നു. സ്വത്ത് വിറ്റില്ല, നന്നായി നോക്കുന്നു എന്ന മട്ടിലായിരുന്നു അച്ഛന്റെ മറുപടി. ഇ എം എസ് നല്ലങ്കണ്ടി വീടുവിട്ടുപോയ വിവരം പൊക്കൻ കുഞ്ഞിരാമനെ അറിയിച്ചത് സ്വത്ത് കൈമാറി എന്നും. ഇവിടെ സ്വകാര്യ സ്വത്തല്ല ഉദ്ദേശിച്ചത്. മറിച്ച് അതിനൊരു സാമൂഹിക സ്വഭാവമുണ്ട്. ഇതാണ് വർഗ്ഗസമരത്തിന്റെ ആദ്യപാഠങ്ങൾ. ഈ തിരിച്ചറിവിനെയാണ് ജാതിപാഠങ്ങളിലൂടെ നടേശൻ കലക്കാൻ നോക്കുന്നത്. വനിതാപോരാളിയായ കെ ദേവയാനിയുടെ വിവാഹവും ഇതുപോലൊരു അവസ്ഥയുടെ ഉജ്ജ്വല മുഹൂർത്തമാണ്. കുടുംബത്തെപ്പറ്റിയോ സ്വകാര്യ സ്വത്തിനെക്കുറിച്ചോ എന്തിനധികം ശരിയായ പേരുപോലും അവർക്ക് അറിയാത്ത എ വി കുഞ്ഞമ്പു എന്ന കൃഷ്ണൻനായരാണ് ദേവയാനിയുടെ ജിവിതത്തിൽ എത്തിയത്. എതിർ ജാതിയിൽപ്പെട്ടയാൾ, അനാഥത്വം മാത്രം കൂട്ടായുള്ള വിവാഹ ദിവസംപോലും മുഷിഞ്ഞ വേഷങ്ങൾ: എ വിയെ ആ വനിതാപോരാളി ഭർത്താവായി സ്വീകരിക്കുന്നത് വർഗ്ഗ രാഷ്ട്രീയത്തിന്റെ ബലത്തിലാണ്.

മുതലാളിത്തത്തിന്റെ ശക്തികൾക്കെതിരെ തൊഴിലാളികൾ ഒന്നിച്ചുനിന്നതിനെത്തുടർന്ന് ജാതി വിലക്കുകൾ അലിഞ്ഞ് തീർന്നതിന്റെ രോമാഞ്ചജനകമായ കഥകൾ കൊല്ലത്തെ കശുവണ്ടി മേഖലയിൽനിന്ന് എത്രയോ കേൾക്കാനായിട്ടുണ്ട്. അക്കാലത്തെ ഒരു ഹരിജൻ സ്ത്രീയുടെ അനുഭവകഥ ശ്രദ്ധേയമാണ്: ബാല്യകാലത്ത് ഉയർന്നജാതിക്കാരുമായി ഞങ്ങൾ ഇടപഴകുകപോലുമുണ്ടായിരുന്നില്ല. നെൽപ്പാടങ്ങളിൽ ചില ഈഴവ സ്ത്രീകൾ പണിയെടുക്കാനുണ്ടായി. കശുവണ്ടി ഫാക്ടറിയിലാണ് ആദ്യമായി നായർ സ്ത്രീകളെ കണ്ടുമുട്ടിയത് എന്ന അനുഭവകഥ ജാതിലംഘനത്തിന്റെ സാമൂഹിക പ്രതലം വിശദമാക്കുന്നു. തൊഴിലാളി എന്ന പ്രാഥമിക വിധേയത്വമാണ് ജാതി എന്ന മിഥ്യാബോധത്തെ തുടച്ചുനീക്കുന്ന ശക്തിയായി വർത്തിച്ചതെന്നർത്ഥം. ഫാക്ടറിയിലെ പണി, ശിശുസംരക്ഷണ കേന്ദ്രങ്ങൾ, ഭക്ഷണ രീതികൾ തുടങ്ങിയവയെല്ലാം ചേർന്ന് തൊട്ടുകൂടായ്മയെ വലിച്ചെറിയുകയായിരുന്നു. ആ പുതിയ അവബോധത്തെ തുടർന്നാണ് നെൽവയലുകളിൽപ്പോലും

അസ്പൃശ്യത അകലുന്നത്. ഈ പരിവർത്തന ഘട്ടത്തിൽ ട്രേഡ് യൂണിയനുകളുടെ പങ്ക് സവിശേഷമായിരുന്നു. ശ്രീനാരായണ ഗുരുവിനെക്കണ്ട് പൊതുപ്രവർത്തനാരംഭം കുറിച്ച സി കേശവന്റെ ചരിത്രം പ്രധാനം. ശിവഗിരിയിൽ ചെന്ന കേശവനെ നെയ്ത്തുശാലയുടെ നടത്തിപ്പാണ് സ്വാമി ആദ്യം ഏല്പിച്ചത്. ജാതീയ വിഭജനം നിലനിർത്തി ഐക്യകേരളം രൂപപ്പെടുത്താൻ ആഗ്രഹിച്ചവരോട് കേശവൻ തന്റെ അഭിപ്രായം മറച്ചുവെച്ചതുമില്ല. 1935 ൽ മെയ് 11 ന് നടത്തിയ പ്രശസ്തമായ കോഴഞ്ചേരി പ്രസംഗത്തിലായിരുന്നു അത്. സമുദായങ്ങൾ തമ്മിൽ അവകാശത്തിനുവേണ്ടി തമ്മിൽത്തല്ലി തലകീറിത്തുടങ്ങിയിരിക്കുന്ന ഇക്കാലത്ത് നായന്മാർമാത്രം സംഘടിച്ച് ഐക്യ കേരളം ഉണ്ടാക്കണമെന്ന് പറയുന്നത് വെറും ഭോഷ്ക് തന്നെ. ബുദ്ധിയുള്ള മനുഷ്യർക്ക് ഇതൊരു പരിഹാസ്യ കാരണമാക്കി തീർക്കാമെന്നല്ലാതെ കാര്യബോധമുള്ളവർക്ക് ഇതിന്റെ പ്രായോഗികതയെപ്പറ്റി വിശ്വാസമുണ്ടാകയില്ല എന്ന പ്രസംഗം നടേശന്റെയെങ്കിലും ചെവിയിലെത്തിയിട്ടുണ്ടാവില്ല. പാലക്കാട്ടെ ഒരു വിശ്രമദിനത്തിൽ ശ്രീനാരായണ ഗുരുവും ഡോ. പല്പുവും തമ്മിൽ നടന്ന സംഭാഷണം ജാതിക്കെതിരായ ഇരുവരുടെയും മനോഭാവം വ്യക്തമാക്കുന്നതായിരുന്നു. പുലിത്തോലിലായിരുന്നു പല്പു അന്നവിടെ ഇരുന്നത്. പുലിക്ക് ജീവനുണ്ടായിരുന്നപ്പോൾ നാൽപ്പത്തീരടിയല്ല 84 അടി മാറിയാലും മനുഷ്യൻ ഭയപ്പെടുമായിരുന്നു. ജീവൻ പോയപ്പോൾ ഇതൊരു സുഖാസനമായി. ജാതിയുടെ കാര്യവും ഇങ്ങനെതന്നെ എന്ന മട്ടിൽ സംസാരം തുടങ്ങിയ പല്പുവിനോട് സ്വാമി പറഞ്ഞത്: പുലി നശിച്ചാൽ തോലെങ്കിലും ശേഷിക്കും ജാതി നശിച്ചാൽ ശേഷിക്കാനൊന്നുമില്ലല്ലോ എന്നായിരുന്നു, ഈ പ്രതികരണത്തെ പല്പു എതിരിട്ടത് ഇങ്ങനെ: കുശുമ്പ് ശേഷിക്കും. അത് തോലിനേക്കാൾ കൂടുതൽ കാലം നില്ക്കുകയുംചെയ്യും.

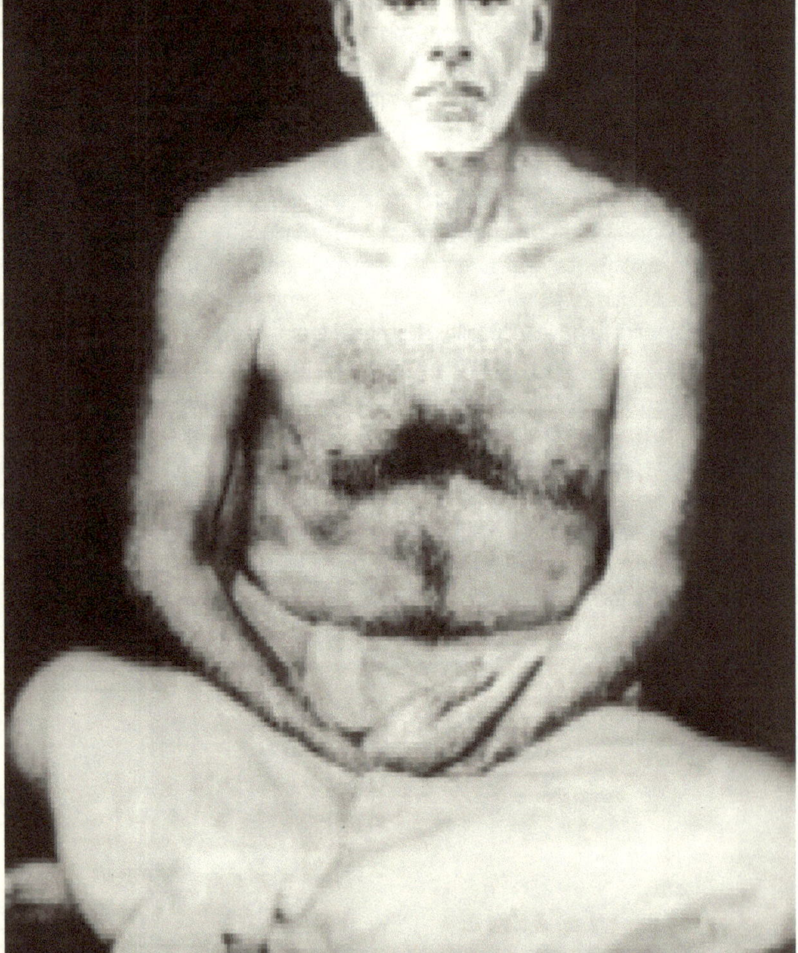

ഏകാകിയായ പോരാളി

കേരളീയ സാമൂഹിക ജീവിതത്തിന്റെ മതേതര അടിത്തറയെ സാംസ്കാരിക വലതുപക്ഷം പലമട്ടിൽ പോറലേല്പിച്ചുകൊണ്ടിരിക്കുകയാണിപ്പോൾ. പ്രതിസന്ധിയുടെ ആഴം അതിൽമാത്രം ഒതുങ്ങുന്നില്ല. സാമൂഹിക പ്രസ്ഥാനങ്ങളുടെ ചരിത്ര സ്ഥാനം ഈ ശക്തികൾ കലഹിച്ച് സ്വന്തമാക്കുകയുമാണ്. നവോത്ഥാന ഗുരുക്കന്മാരെ പലമട്ടിൽ പ്രായോഗികമായി പരാജയപ്പെടുത്തുന്ന ശിഷ്യന്മാർ പുതിയ ഭീഷണികളായി മാറിയിട്ടുണ്ട്. തങ്ങൾ ഏതൊക്കെ പ്രവണതകളെ എതിരിട്ടുവോ അതിന്റെയെല്ലാം പുനഃസ്ഥാപനത്തിനായി നവോത്ഥാന നായകരുടെ ചിന്തകളും ജീവിതവും ദുരുപയോഗപ്പെടുത്തപ്പെടുകയുമാണ്. എസ് എൻ ഡി പി യോഗത്തിന്റെ ശതാബ്ദിയാഘോഷങ്ങളുമായി ബന്ധപ്പെട്ട് നടന്ന പ്രഖ്യാപനങ്ങൾ ശ്രീനാരായണഗുരുവിനെതന്നെയാണ് അനാഥമാക്കിയത്. ഹിന്ദുത്വത്തിന്റെ താത്ത്വികകേന്ദ്രങ്ങൾ ആഗ്രഹിക്കുംവിധം ഗുരുചിന്തകളെ വ്യാഖ്യാനിക്കുകയും വളച്ചൊടിക്കുകയും ചെയ്യുന്നവർ, സാമൂഹിക ജീവിതത്തിന്റെ കാവിവല്ക്കരണമെന്ന സംഘപരിവാർ അജണ്ടയ്ക്ക് എല്ലാ പിന്തുണയും നല്കുകയാണ്.

എസ് എൻ ഡി പി യോഗം ജാത്യാതീത സംഘടനയാണെന്ന് പറയുന്നത് ശരിയല്ല. ഞങ്ങൾക്ക് ജാതിയുണ്ട്. യോഗത്തിന്റെ ഭരണഘടന അത് വ്യക്തമാക്കുന്നു എന്നുതുടങ്ങി അതിനായുള്ള പല ന്യായവാദങ്ങളും നിരത്തുന്ന വെള്ളാപ്പള്ളി നടേശൻ, ഗുരുവിന്റെ മതരഹിതമായ ബോദ്ധ്യങ്ങളെയും കുത്തിമലർത്തുകയാണ്. 'ശിവഗിരിയോഗത്തിൽ ഗുരുദർശനം പറയാൻ പുറമെനിന്ന് ഒരു ക്രിസ്ത്യാനിയെയും മുസ്ലീമിനെയും വിളിക്കുന്ന പതിവുണ്ടായിരുന്നു. ഞങ്ങൾ അത് അവസാനിപ്പിച്ചു. ഗുരുധർമ്മം പറയാൻ ഈഴവരും അവരുടെ മക്കളും ഉണ്ട്.' (*മലയാളം വാരിക*, 2003 മെയ് 16) എന്നുകൂടി തുറന്നടിച്ചപ്പോൾ കാര്യങ്ങൾ വ്യക്തമായി.

'ന്യൂനപക്ഷ സമുദായാംഗങ്ങൾ കൂടുതലായി തൊഴിലെടുക്കുന്ന മത്സ്യബന്ധന മേഖലയിൽ കടലിൽപോയി മരിച്ചാൽ ഒന്നരലക്ഷം രൂപ സർക്കാർ നഷ്ട പരിഹാരം നല്കും. എന്നാൽ തെങ്ങിൽനിന്നും വീണാൽ തിരിഞ്ഞുപോലും നോക്കില്ല. കടലും കാടും ഇന്ന് പ്രത്യേക മതവിഭാഗ ക്കാരുടെ കൈകളിലാണ്. മാറാട്പോലുള്ള പ്രശ്നങ്ങളിൽ നമ്പൂതിരി, നായർ, ഈഴവ, പിന്നോക്ക വിഭാഗങ്ങൾ തുടങ്ങി ഹിന്ദുസമാജത്തിലെ എല്ലാ അവാന്തര വിഭാഗങ്ങളെയും സഹകരിപ്പിച്ച് മുന്നോട്ടു നീങ്ങാൻ എസ് എൻ ഡി പി ആത്മാർത്ഥമായി പ്രവർത്തിക്കും' എന്ന ജന്മഭൂമി അഭിമുഖം (2003 മെയ് 11) ചിത്രം പൂർണ്ണമാക്കി. ശ്രീനാരായണ ഗ്ലോബൽ കൺവെൻഷന്റെ പശ്ചാത്തലത്തിൽ മുസ്ലിം ജനസംഖ്യാ പ്രവണത ചൂണ്ടി യുള്ള കാവിപ്പടയുടെ നുണക്കഥകൾ ആവർത്തിച്ചത് അതിന്റെ അനു ബന്ധവും.

എസ് എൻ ഡി പി മറ്റു പല ജാതികളിലും സംഘടനാ രൂപവല്ക്ക രണത്തിന് പ്രചോദനമായിരുന്നു. 1905 ൽ അയ്യങ്കാളി സൃഷ്ടിച്ച സാധു ജന പരിപാലന സംഘം അതിൽ ആദ്യത്തേതാണ്. 1863 ൽ ജനിച്ച അ യ്യങ്കാളിക്ക് നേരിടേണ്ടിവന്നത് അതിക്രൂരമായ സമൂഹ്യാവസ്ഥയെയാണ്. പൊതുനടപ്പാതകളിൽ പോലും താഴ്ന്ന ജാതിക്കാർക്ക് പ്രവേശനം അനു വദിച്ചിരുന്നില്ല. സ്ത്രീകൾക്ക് മാറ് മറച്ചുകൂടാ. ദളിതർക്ക് പൊതുവിദ്യാ ലയങ്ങളിൽ പ്രവേശനം വിലക്കി. അവർക്ക് ചായക്കടകളിൽനിന്ന് ചായ ലഭിക്കുമായിരുന്നില്ല. 1907 ൽ കർഷകത്തൊഴിലാളി പണിമുടക്ക് അഴി ച്ചുവിട്ടുകൊണ്ടാണ് അദ്ദേഹം അതിനെയെല്ലാം നേരിട്ടത്. 'നെല്ലിൻ ചു വട്ടിൽ മുളയ്ക്കും കാട്ടുപുല്ലല്ല, സാധുപ്പുലയൻ' എന്ന് അയ്യങ്കാളി പ്രാ യോഗികമായിത്തന്നെ തെളിയിച്ചു.

1910 ൽ തേവരയിൽ വാലസമുദായ പരിഷ്കാരിണി സഭയുണ്ടായി. കെ പി കറുപ്പന്റെ നേതൃത്വത്തിലായിരുന്നു അത്. നായന്മാർക്കിടയിലും നമ്പൂതിരിമാരിലും നവോത്ഥാന-പരിഷ്കരണ മുന്നേറ്റങ്ങളുണ്ടായത് ശ്രീനാരായണ ഗുരുവിന്റെ ചുവടുകൾ കണ്ടുകൊണ്ടാണ്. അദ്ദേഹത്തിന്റെ ശിഷ്യത്വം സ്വീകരിച്ച് ഒട്ടേറേ നായർ യുവാക്കൾ മുന്നോട്ടുവന്നു. സമ്പത്ത്, വിദ്യാഭ്യാസം, സാംസ്കാരിക പ്രവർത്തനങ്ങൾ, കുടുംബജീവിതം എന്നീ തലങ്ങളിലെല്ലാം വേണ്ടതുപോലെ നീതിയും സമത്വവും സ്വമേധയാ പാലിക്കപ്പെടണമെങ്കിൽ ദൃശ്യവും അദൃശ്യവുമായ ജാതിപ്രയോഗങ്ങളും സങ്കല്പങ്ങളും സാമൂഹിക ഘടനയിൽനിന്നു തന്നെ പിഴുതെറിയപ്പെട ണമെന്നാണ് വി ടി ഭട്ടതിരിപ്പാട് ഉറപ്പിച്ചുപറഞ്ഞത്.ഇതിന് പ്രേരണ ഗുരു വായിരുന്നു. അതുകൊണ്ടാണ് 1968 ൽ വി ടി, മിശ്രവിവാഹ പ്രചാരണ ജാഥ കാഞ്ഞങ്ങാട്ടുനിന്ന് ആരംഭിച്ച് ശ്രീനാരായണ ഗുരുവിന്റെ ജന്മസ്ഥ ലമായ ചെമ്പഴന്തിയിൽ അവസാനിപ്പിച്ചത്.

വൈക്കം- ഗുരുവായൂർ സത്യഗ്രഹങ്ങളും ജാതിക്കുപരിയായ മുന്നേ റ്റങ്ങളായിരുന്നു. സ്വാതന്ത്ര്യം ഒരു വ്യക്തിക്കോ, ഒരു വിഭാഗത്തിനോ മാത്രം പോരാ, അത് അർത്ഥവത്താകണമെങ്കിൽ സമൂഹത്തിനാകെയും

അനുഭവവേദ്യമാക്കണം എന്നതായിരുന്നു ഗുരുവായൂരിന്റെ സന്ദേശം. തിരുവിതാംകൂറിലെ ചില ചരിത്രാനുഭവങ്ങൾ ഇതോടുചേർത്തു വായിച്ചാൽ പുതിയ വരേണ്യവാദത്തെതന്നെയാണ് നാം പ്രതിക്കൂട്ടിൽ എത്തിക്കുക. എസ് എൻ ഡി പി യോഗ ചരിത്രത്തിൽ പരാമർശിക്കുന്ന ചിറയിൻകീഴിന് സമീപത്തെ സർക്കാർ പള്ളിക്കൂടത്തിലെ പഴയ അവസ്ഥ നോക്കാം. എല്ലാ കുട്ടികൾക്കും അവിടെ പ്രവേശനം അനുവദിച്ചു. നായർ കുട്ടികളെ കൂടാതെ അഞ്ചാറ് ഈഴവ വിദ്യാർത്ഥികളെയും ചേർത്തു. അന്നേരം നായർ കുട്ടികൾ സ്കൂൾ വിട്ടുപോയി. കുറേക്കഴിഞ്ഞപ്പോൾ രണ്ടു പുലയക്കുട്ടികളെ പ്രവേശിപ്പിച്ചു. അതുകണ്ട് ഈഴവ വിദ്യാർത്ഥികൾ പിരിഞ്ഞുപോയി. ഒടുവിൽ പുലയക്കുട്ടികൾ മാത്രം അവശേഷിച്ചു. അതേത്തുടർന്ന് ആ വിദ്യാലയം അടച്ചുപൂട്ടുന്നതിലേക്കാണെത്തിയത്. ബൂർഷ്വാ പുരോഗമനവാദത്തിലെ ഈ പരിമിതി മറികടക്കുന്നതിനുള്ള പ്രവർത്തനങ്ങൾ നടത്തുന്നതിലും ശ്രീനാരായണ ഗുരു മുന്നിലായിരുന്നു. ശിവഗിരിയിൽ അന്തേവാസികളായിക്കഴിഞ്ഞിരുന്ന ഏതാനും കുട്ടികളെ ശിവഗിരി സന്ദർശിച്ച ദിവാൻ വാട്സിനു പരിചയപ്പെടുത്തികൊണ്ട് എ കെ ദാസ് പറഞ്ഞതിനുള്ള ഗുരുവിന്റെ തിരുത്ത് സി ആർ കേശവൻ വൈദ്യർ (*ശ്രീനാരായണഗുരു: സ്വന്തം വചനങ്ങളിലൂടെ*) എടുത്തുകാട്ടിയിട്ടുണ്ട്. ഇവർ പറയക്കുട്ടികൾ ആയിരുന്നു. ഇവരെ ആശ്രമത്തിലെടുത്ത് മനുഷ്യരാക്കിയിരിക്കയാണ് എന്ന ദാസിന്റെ അഭിപ്രായത്തിന്, ഗുരു വരുത്തിയ ഭേദഗതി ശ്രദ്ധേയമായിരുന്നു. അവർ ആദ്യമേ മനുഷ്യർതന്നെ. പക്ഷേ, ആ സംഗതി മറ്റുള്ളവർ വകവെച്ചുകൊടുക്കാതിരുന്നതാണ്. 1905 ജനുവരി 22 ന് ഹരിപ്പാട് പൊട്ടിപുറപ്പെട്ട നായർ–ഈഴവ കലഹം ഈ വസ്തുതയുടെ മറ്റൊരു ഏടാണ്. 1859ൽ പന്തളം കമ്പോളത്തിലൂടെ പോവുകയായിരുന്ന ഈഴവ സ്ത്രീയുടെ മൂക്കുകുത്തി വലിച്ചൂരി അവരെ വ്രണപ്പെടുത്തിയതുമുതലുള്ള കലഹങ്ങൾ നിസ്സാരമായിരുന്നില്ല. കായംകുളത്ത് മാറിൽ തോർത്തിട്ട് നടക്കുകയായിരുന്ന ഈഴവ സ്ത്രീയുടെ തോർത്ത് വലിച്ചുകളഞ്ഞ് അവളുടെ മുലക്കണ്ണിൽ ചിരട്ടയെടുപ്പിച്ച് അപമാനിക്കുകയായിരുന്നു. ആ ധിക്കാരങ്ങളോടുള്ള പ്രതികരണവും അതിന്റെ പ്രതിഫലനവുമായിരുന്നു 1905 ലെ ഹരിപ്പാട് പ്രശ്നം. വൈക്കം സമരകാലയളവിൽ സത്യഗ്രഹികളുടെ കണ്ണിൽ ചുണ്ണാമ്പ് കലക്കിയൊഴിച്ച സംഭവംപോലുമുണ്ടായി. എന്നാൽ ആറു വർഷം കഴിഞ്ഞ് നടന്ന ഗുരുവായൂർ സത്യഗ്രഹ കാലത്തിനുശേഷം സ്ഥിതി ഇത്രയും രൂക്ഷമായിരുന്നില്ല.

കേരളീയ നവോത്ഥാനത്തിന്റെ പ്രധാന പ്രവണതകളെ ഉത്തരേന്ത്യൻ ചലനങ്ങളുമായി ചേർത്തുവെച്ചുള്ള താരതമ്യപഠനവും പ്രാധാന്യമർഹിക്കുന്നു. ഉത്തരേന്ത്യയിൽനിന്ന് വ്യത്യസ്തമായി ഇവിടത്തെ പരിഷ്കരണശ്രമങ്ങൾ അധഃസ്ഥിതരെ വലിയമട്ടിൽ തൊട്ടുണർത്തി. ഉത്തരേന്ത്യയിലാകട്ടെ പുതിയ വരേണ്യ വിഭാഗങ്ങളുടെ താല്പര്യത്തിനപ്പുറം ഇത് വളർന്നില്ല. അവിടെ ചോദ്യങ്ങൾ സവർണ്ണ സ്ത്രീകളുടെ

സാമൂഹിക പദവിയിലാണ് കുരുങ്ങിക്കിടന്നത്. പി കെ ഗോപാലകൃഷ്ണൻ നിരീക്ഷിച്ചതുപോലെ, ഉത്തരേന്ത്യയിലെ നവോത്ഥാന പ്രസ്ഥാനം ചില പുതിയ മതങ്ങൾക്ക്–ബ്രഹ്മസമാജം, ആര്യസമാജം, പ്രാർത്ഥനാ സമാജം– രൂപംനല്കിയപ്പോൾ കേരളത്തിലവ ഒരു മതവും സൃഷ്ടിച്ചില്ല. ഈ വസ്തുതകളെയാണ് മൂലധനത്തിന്റെ പുത്തൻ ജാതി മത സമവാക്യങ്ങൾകൊണ്ട് കൊലചെയ്യുന്നത്. മുസ്ലീങ്ങൾക്കിടയിലെ നവോത്ഥാന പരിശ്രമങ്ങളിലും നാരായണഗുരുവിന്റെ സ്വാധീനം പ്രകടം. വക്കം അബ്ദുൾഖാദർ മൗലവി സ്ഥാപിച്ച ഒരു സംഘടനയുടെ പേരിൽപോലും എസ് എൻ ഡി പിയുടെ അനുകരണം കാണാം. ഇസ്ലാമിക ധർമ്മ പരിപാലന സംഘം എന്നതായിരുന്നു അത്. അവർ ആവശ്യപ്പെട്ടാൽ മുസ്ലീങ്ങൾക്കും ക്രിസ്ത്യാനികൾക്കും ആരാധനാലയങ്ങൾ സ്ഥാപിക്കാൻ ഒരുക്കമാണെന്ന് പറഞ്ഞ ഗുരുവിനെ അന്യമത വിദ്വേഷിയായിട്ടാണ് ഇപ്പോൾ ചിത്രീകരിക്കുന്നത്.

ജാതിയെ മാനവികതയുടെ വികസിച്ച കാഴ്ചപ്പാടിലേക്ക് പരിവർത്തനം ചെയ്യാൻ ആഹ്വാനംചെയ്ത ശ്രീനാരായണ ഗുരുവിനെ ജാതി രാഷ്ട്രീയത്തിന്റെ ചുരുക്കപ്പേരായാണ് ഇപ്പോൾ വിശദീകരിക്കുന്നത്. തൃശൂരിൽനിന്നും കോഴിക്കോട്ടേക്കുള്ള യാത്രാമദ്ധ്യേ തീവണ്ടിയിൽ കണ്ട രാജാവുമായുള്ള സംഭാഷണത്തിനിടെ അദ്ദേഹം നല്കിയ മറുപടി, ജാതീയതയുടെ ക്രൗര്യങ്ങളെ കീറിമുറിക്കുന്നതായിരുന്നു. പേരെന്താണെന്ന ചോദ്യത്തിന് നാരായണനെന്നും ജാതിയേതാണെന്നുള്ള ആരായലിന് കണ്ടാൽ അറിയില്ലേ എന്നുമായിരുന്നു മറുപടി. രാജാവ് തൃപ്തനായില്ല. കണ്ടാൽ അറിയില്ല എന്ന മറുപടിക്ക് ഗുരുവിന്റെ പ്രത്യാക്രമണം പെട്ടെന്നായിരുന്നു. കണ്ടാൽ അറിഞ്ഞുകൂടെങ്കിൽ പിന്നെ കേട്ടാലറിയുന്നതെങ്ങനെ എന്ന ആ പ്രതികരണം വെറും വൈകാരിക പ്രകടനം മാത്രമായിരുന്നില്ല. മറിച്ച് ജാതിയെ നിരാകരിക്കുന്ന നിശ്ചയമാണത്.

പ്രബുദ്ധകേരളത്തിൽ 1091 മിഥുനമാസത്തിലെ ഒന്നാം വാല്യം ഒമ്പതാം ലക്കത്തിൽ ചേർത്ത ഗുരുവിന്റെ വിളംബരം ആധുനിക കേരളത്തിലെ തന്നെ ഏറ്റവും ശക്തമായ മനുഷ്യബോധങ്ങളിലൊന്നാണ്. നാം ജാതി മത ഭേദം വിട്ടിട്ട് ഇപ്പോൾ ഏതാനും സംവത്സരങ്ങൾ കഴിഞ്ഞിരിക്കുന്നു. എന്നിട്ടും ചില പ്രത്യേക വർഗ്ഗക്കാർ നമ്മെ അവരുടെ വർഗ്ഗത്തിൽപ്പെട്ടതായി വിചാരിച്ചും പ്രവർത്തിച്ചും വരുന്നതായും അതു ഹേതുവാൽ പലർക്കും നമ്മുടെ വാസ്തവത്തിന് വിരുദ്ധമായ ധാരണയ്ക്കിടവന്നിട്ടുണ്ടെന്നും നാം അറിയുന്നു. നാം ഒരു പ്രത്യേക ജാതിയിലോ മതത്തിലോ ഉൾപ്പെടുന്നില്ല. വിശേഷിച്ച് നമ്മുടെ ശിഷ്യ വർഗ്ഗത്തിൽനിന്ന് മേൽപ്രകാരമുള്ളവരെ മാത്രമേ നമ്മുടെ പിൻഗാമിയായി വരത്തക്കവിധം ആലുവ അദ്വൈതാശ്രമത്തിൽ ശിഷ്യഗണത്തിൽ ചേർത്തിട്ടുള്ളൂ എന്നും മേലും ചേർക്കുകയുള്ളൂ എന്നും വ്യവസ്ഥപ്പെടുത്തിയിരിക്കുന്നു എന്ന പരസ്യ പ്രസ്താവന എന്തൊരു പ്രവചന സ്വഭാവമുള്ളതാണ്. ഡോ. പല്പുവിന് പേരുവെച്ചെഴുതിയ കത്തിൽ ഗുരുവിന്റെ ധർമ്മസങ്കടങ്ങൾ കാണാ

നായിട്ടുണ്ട്. *യോഗത്തിന്റെ നിശ്ചയങ്ങളെല്ലാം നാം അറിയാതെ പാസാക്കുന്നതുകൊണ്ടും യോഗത്തിന്റെ ആനുകൂല്യം ഒന്നും നമ്മെ സംബന്ധിച്ച കാര്യത്തിൽ ഇല്ലാത്തതുകൊണ്ടും യോഗത്തിന് ജാത്യാഭിമാനം വർദ്ധിച്ചുവരുന്നതുകൊണ്ടും മുമ്പേ തന്നെ മനസ്സിൽനിന്നും വിട്ടിരുന്നതുപോലെ ഇപ്പോൾ വാക്കിൽനിന്നും പ്രവൃത്തിയിൽനിന്നും യോഗത്തെ വിട്ടിരിക്കുന്നു.*

ശ്രീനാരായണ ഗുരു, യോഗത്തിനകത്ത് നേരിട്ട അവസ്ഥ അദ്ദേഹത്തിന്റെ ഏറ്റവും അടുത്ത ശിഷ്യന്മാരിലൊരാളായ ധർമ്മതീർത്ഥർ വളച്ചുകെട്ടില്ലാതെ പറഞ്ഞുവെച്ചിരുന്നു. അദ്ദേഹം എല്ലാവിധത്തിലും ഏകാകിയായിരുന്നു എന്ന വാക്കുകളിൽ ഒറ്റപ്പെടലിന്റെ ആഴം തെളിഞ്ഞു. അതാവട്ടെ ഈഴവ മേധാവിത്വം നവോത്ഥാനപ്രസ്ഥാനത്തെ കൈപ്പിടിയിലൊതുക്കാൻ നടത്തിയ ശ്രമങ്ങളുടെ ഒരു ഘട്ടംതന്നെയാണ്. സ്ഥിതിഗതികളിലുണ്ടായ അനഭിലഷണീയ പ്രവണതകൾ ഗുരുവിനെ ഏറെ വ്യാകുലപ്പെടുത്തി. 1926 ൽ നടത്തിയ സിലോൺ സന്ദർശനം പൂർത്തിയാക്കിയിട്ടും മടക്കയാത്രയെക്കുറിച്ച് ആ മനസ്സിൽ അവ്യക്തതയുണ്ടായി. ശിവഗിരിയിലെ കാര്യങ്ങളിൽ വന്നുപെട്ട പന്തികേടുകളിൽ ദുഃഖിച്ചായിരുന്നു അത്. എഴുപതാം ജന്മദിനം കഴിഞ്ഞയുടൻ ഗുരു തമിഴ്നാട്ടിലേക്കാണ് പോയത്. വൈഗാനദിക്കരയിലെ തിരുപേടകത്ത് വിശ്രമിക്കവേ, ഇനി മലയാളരാജ്യത്തേക്ക് പോകേണ്ട, നമുക്ക് ഇവിടെ എവിടെയെയെങ്കിലും താമസിച്ചാൽമതി എന്ന കടുത്ത നിലപാടും അദ്ദേഹത്തിൽനിന്നുണ്ടായി. അതിനിടയ്ക്ക് ഗുരുവിനെ അന്വേഷിച്ച് വർക്കലയിൽനിന്ന് എ കെ ഗോവിന്ദദാസും ഗോവിന്ദാനന്ദ സ്വാമികളും മറ്റും എത്തി. അദ്ദേഹത്തെ തിരിച്ചുകൊണ്ടുപോവുകയായിരുന്നു അവരുടെ ഉദ്ദേശ്യം. കൂടെയുണ്ടായ മിക്കവരെയും മടക്കിയയച്ചാണ് സിലോൺ സന്ദർശനം ഉറപ്പിച്ചത്. അവിടെയെത്തിയശേഷം തിരിച്ചുവരാൻ വലിയ മനസ്സില്ലായിരുന്നു. അന്ത്യംവരെ ആ രാജ്യത്ത് എവിടെയെങ്കിലും കഴിയാൻ ആഗ്രഹിക്കുകയുംചെയ്തുവത്രെ. 1918 ആഗസ്തിലാണ് ഗുരു ആദ്യ സിലോൺ യാത്ര നടത്തിയത്. അക്കാലത്താണ് കാവിവസ്ത്രം ധരിക്കുന്നതും. അതൊരു നിറത്തിലുപരി സമീപനമാറ്റമായി ഇപ്പോൾ വിലയിരുത്തുന്ന ജാതിമത കച്ചവടക്കാർ ചരിത്രത്തിനുനേരെയാണ് കൊഞ്ഞനം കുത്തുന്നത്. വസ്ത്രമാറ്റം പ്രിയ ശിഷ്യരുടെ നിർബ്ബന്ധത്തിന് വഴങ്ങിയിട്ടായിരുന്നു. പൊടിപുരണ്ടാൽ അറിയില്ലല്ലോ എന്ന വിശദീകരണവും അദ്ദേഹത്തിൽനിന്നുണ്ടായി.

1926 മേടമാസത്തിൽ ശ്രീനാരായണ ഗുരു ശിവഗിരിയിൽവെച്ച് ഒപ്പിട്ട ഒസ്യത്തും ഒറ്റപ്പെടലിന്റെ സൂചന നല്കിയതായിരുന്നു. തന്റെ സന്ദേശങ്ങൾ പ്രചരിപ്പിക്കാനും സാക്ഷാൽക്കരിക്കാനും ഒരു സന്ന്യാസി സംഘം ഉണ്ടാകുന്നത് നന്നായിരിക്കുമെന്ന് അദ്ദേഹം കരുതി. എം കെ സാനു എഴുതിയപോലെ, ഡോ. പല്പു, കുമാരനാശാൻ, ടി കെ മാധവൻ, സഹോദരൻ അയ്യപ്പൻ തുടങ്ങിയവർ സ്വാമിയുടെ പ്രീതിഭാജനങ്ങളായിരുന്നു. എങ്കിലും എസ് എൻ ഡി പി യോഗത്തിന് പരിമിതികൾ ഉണ്ടെന്ന് അദ്ദേഹം കണ്ടിരിക്കണം. ഒരു സമുദായത്തിന്റെ നിഷേധിക്ക

പ്പെട്ട അവകാശങ്ങൾക്കുവേണ്ടി വാദിക്കാനും അവ നേടിയെടുക്കാനും പരിശ്രമിക്കുന്ന സംഘടനയ്ക്ക് പരിമിതികളുണ്ടാവുക സ്വാഭാവികമാണ്. സാർവ്വലൗകിക–സാർവ്വകാലിക പ്രസക്തിയുള്ള ആദർശങ്ങൾ പ്രചരിപ്പിക്കാനോ പ്രാവർത്തികമാക്കാനോ അത്തരം സംഘടനകൾക്ക് സമയം കിട്ടിയെന്നുവരില്ല. സൗകര്യം കിട്ടാനും പ്രയാസമാണ്. അതുകൊണ്ട് ലോകസേവനം ജീവിതവ്രതമാക്കി സമർപ്പിത ചേതസ്സുകളായി പ്രവർത്തിക്കാനൊരു സന്ന്യാസി സംഘം രൂപീകൃതമാകുന്നത് ആദർശങ്ങൾ അതിവേഗം പ്രാവർത്തികമാക്കുന്നതിന് ഉപകരിക്കുമെന്ന് അദ്ദേഹം കരുതി. (*ശ്രീനാരായണ ഗുരുസ്വാമി*) ആ ചിന്ത 1908 ൽ തന്നെ ഗുരു പ്രകാശിപ്പിച്ചിട്ടുണ്ട്. തന്റെ നിയന്ത്രണത്തിലുള്ള സ്ഥാപനങ്ങൾ അത്തരമൊരു ശിഷ്യസംഘത്തിന്റെ കൈയിലെത്തണമെന്നും ആഗ്രഹിച്ചു. അദ്ദേഹം എഴുതിവെച്ച വിൽപ്പത്രം ഒരു ഉടമാവകാശ പ്രശ്നമെന്നതിലുപരി തീരുമാനിച്ചുറപ്പിച്ച നിലപാടിന്റെ സാക്ഷ്യമായിരുന്നു. നമ്മുടെ വകയും നമ്മുടെ സ്വാതന്ത്ര്യത്തിൽ ഇരിക്കുന്നതുമായ ക്ഷേത്രങ്ങൾ, സന്ന്യാസി മഠങ്ങൾ, വിദ്യാലയങ്ങൾ, വ്യവസായ ശാലകൾ മുതലായ ധർമ്മസ്ഥാപനങ്ങളും അവ സംബന്ധിച്ചുള്ള സകല സ്ഥാവരജംഗമ സ്വത്തുക്കളും നമ്മുടെ എല്ലാ ധർമ്മസ്ഥാപനങ്ങളുടെയും തലസ്ഥാനമായ ശിവഗിരി മഠത്തിൽവെച്ച് 1101 കന്നിമാസം പതിനൊന്നിന് നമ്മുടെ അനന്തരഗാമിയായി അഭിഷേകംചെയ്യപ്പെട്ട ശിഷ്യപ്രധാനി ബോധാനന്ദന് നമ്മുടെ കാലശേഷം ലഭിക്കണമെന്ന് കരുതി ഈ വിൽപ്പത്രം എഴുതിവെക്കുന്നതാണ്.... ബോധാനന്ദന്റെ ജീവിതശേഷം ഈ സ്ഥാപനങ്ങളുടെയും സ്വത്തുക്കളുടെയും പിന്തുടർച്ചാവകാശം നമ്മുടെ ശിഷ്യപരമ്പരയായ സന്ന്യാസിമാരുടെ ഭൂരിപക്ഷാഭിപ്രായപ്രകാരം അവരിൽ നിന്ന് തെരഞ്ഞെടുക്കുന്ന ഒരു സന്ന്യാസിക്കായിരിക്കുന്നതും ഇതിൻവണ്ണം ആ അവകാശം ശിഷ്യ പരമ്പരയായി നിലനില്ക്കുന്നതുമാണ്. ഇങ്ങനെ ഏർപ്പെടുത്തുന്ന ഓരോ സന്ന്യാസിമാരുടെയും ഭരണംമൂലം ധർമ്മപരമായി സ്ഥാപിച്ച മേൽപ്പറഞ്ഞ ഓരോ സ്ഥാപനത്തിന്റെയും പാവനമായ ഉദ്ദേശ്യത്തിനോ അതിന്റെ സ്ഥായിയായ നിലനില്പിനോ യാതൊരു വിഘാതവും ഒരിക്കൽപ്പോലും വന്നുകൂടാത്തതും അഥവാ വല്ല വ്യതിയാനവും നേരിടുമെന്ന് കാണുന്നപക്ഷം അപ്പോൾ മതിയായ വിധത്തിൽ നിയന്ത്രിക്കുന്നതിന് ശേഷമുള്ള ടി ശിഷ്യസംഘങ്ങൾക്ക് പൂർണ്ണാവകാശം ഉള്ളതുമാകുന്നു എന്നായിരുന്നു ഗുരുവിന്റെ തീരുമാനം. പിന്നീട് 1103 ധനുമാസത്തിലാണ് ശ്രീനാരായണ ധർമ്മസംഘം രജിസ്റ്റർ ചെയ്തത്. 1102 ൽ ഗുരുവിന്റെ കല്പന പ്രകാരം ചില അന്തേവാസികൾ ഈ ലക്ഷ്യത്തോടെ കൂടിയാലോചനകൾ നടത്തിയിരുന്നു. കരടുനിയമങ്ങൾ ഉൾപ്പെടുത്തി ജഡ്ജിമാരായ എം ഗോവിന്ദൻ, സി രാമൻതമ്പി, കെ അയ്യാക്കുട്ടി എന്നിവർക്കൊപ്പം ചങ്ങനാശ്ശേരി പരമേശ്വരൻപിള്ള, മൂർക്കോത്ത് കുമാരൻ, സി കൃഷ്ണൻ തുടങ്ങിയവർക്കെല്ലാം അയച്ചുകൊടുക്കുകയുമുണ്ടായി. കെ എം കുമാരസ്വാമിയുടെ സ്കിം സൂട്ട് തള്ളപ്പെട്ട

പ്പോൾ ശ്രീനാരായണ ഗുരുവിന്റെ സ്വത്തുവകകൾ പൊതുജനോപകാരപ്രദമാക്കി മതപരമായും ധർമ്മപരമായും വിനിയോഗിക്കപ്പെടേണ്ടതാണെന്ന് കാണിച്ച് സ്വാമി ആനന്ദതീർത്ഥൻ ഹൈക്കോടതിയിൽ കേസ് ഫയൽചെയ്തത് ശ്രദ്ധിക്കേണ്ട മറ്റൊരു വസ്തുത. അതിലുണ്ടായ അനുകൂല വിധിയെത്തുടർന്ന് ശ്രീനാരായണധർമ്മം ട്രസ്റ്റായി മാറുകയും അതിന്റെ പ്രഥമ അദ്ധ്യക്ഷനായി 1959 ഏപ്രിൽ 23ന് ആനന്ദതീർത്ഥൻ സ്ഥാനമേല്ക്കുകയുംചെയ്തു. എന്നാൽ സംഘാംഗങ്ങളുടെ നിസ്സഹകരണ മനോഭാവവും ആർ ശങ്കറിന്റെ നേതൃത്വത്തിലുള്ള എസ് എൻ ഡി പി യോഗത്തിന്റെ ഭീഷണിനിറഞ്ഞ സമ്മർദ്ദവും കാരണം ഒക്ടോബർ മാസത്തിൽ രാജിവെച്ചു. 1974 ൽ അദ്ദേഹം ധർമ്മസംഘം അംഗത്വവും സ്വമേധയാ ഒഴിഞ്ഞു.

താൻ പരാജിതനായോ എന്ന നേർത്ത സംശയം അപൂർവ്വം സന്ദർഭങ്ങളിൽ ഗുരു വെച്ചുപുലർത്തിയിരുന്നു. പുലയർ, ഉള്ളാളർ തുടങ്ങി താഴ്ന്നതെന്ന് കരുതപ്പെട്ട ജാതിക്കാരെ തങ്ങളുടെ ക്ഷേത്രത്തിൽ പ്രവേശിക്കാൻ അനുവദിക്കണമെന്ന് ഒരു ക്ഷേത്രയോഗം അദ്ധ്യക്ഷൻ അഭിപ്രായപ്പെടുകയുണ്ടായി. ഗുരുവിന്റെ സന്ദേശങ്ങളിൽനിന്ന് പ്രചോദനം ഉൾക്കൊണ്ടായിരുന്നു ആ നിലപാട്. എന്നാൽ ക്ഷേത്രസമിതി അഭിപ്രായത്തെ ഒന്നടങ്കം എതിർത്തു. അയാളെ അദ്ധ്യക്ഷസ്ഥാനത്തുനിന്ന് അപ്പോൾത്തന്നെ മാറ്റുകയുംചെയ്തു. അതിൽ ദുഃഖിതനായ അയാളെ ഗുരു ആശ്വസിപ്പിച്ചു. പിന്നെ അടുത്തുണ്ടായവരോടായി പറഞ്ഞു: “നോക്ക് ഇതുപോലെ ആദർശത്തിനുവേണ്ടി ശ്രമിച്ചു തോല്വി വരിക്കാൻ തയ്യാറുള്ളവരെയാണ് നമുക്കാവശ്യം. ഇന്നത്തെ ഈ പരാജയം നാളത്തെ ജയമായിരിക്കും.” ഇതോടു ചേർത്തുവെക്കാവുന്ന നിസ്സാരമായ മറ്റൊരു സംഭവംകൂടിയുണ്ടായി. കാഷായവസ്ത്രം ധരിച്ച് അരുവിപ്പുറം മഠം സന്ദർശിച്ച ഭക്തൻ ഗുരുവിനോട് ഇങ്ങനെ പറഞ്ഞു: ഹിന്ദുസ്ഥാനി ദേശത്തുള്ള സന്ന്യാസി മഠങ്ങളിൽ ഗുരു ശിഷ്യന്മാർ ഒന്നായി ഇരുന്നാണ് ഭക്ഷണം കഴിക്കുന്നത്. ഇവിടെയും അപ്രകാരമായിരുന്നെങ്കിൽ നന്നായിരുന്നു. അന്ന് ശ്രീനാരായണൻ ശിഷ്യന്മാരുടെ പന്തിയിലിരുന്ന് ഭക്ഷണംകഴിച്ചു. അടുത്ത ദിവസം ഊണിന്റെ നേരമായപ്പോൾ അദ്ദേഹത്തെ അവിടെയെങ്ങും കണ്ടില്ല. എല്ലാവരും ഭക്ഷണം കഴിച്ചശേഷം വന്നു. “നമുക്ക് ഉണ്ണാമല്ലോ” എന്ന് ഗുരു വിളിച്ചു. “സ്വാമിയെ അന്വേഷിച്ച് കാണാത്തതിനാൽ ഞങ്ങൾ കഴിച്ചു” എന്നായിരുന്നു അവരുടെ മറുപടി. “ഗുരുവെ പരീക്ഷിച്ചാൽ പോരാ ശിഷ്യനെയും പരീക്ഷിക്കണം” എന്ന പ്രതികരണമാണ് അദ്ദേഹത്തിൽനിന്നുണ്ടായത്. പരാജയം, പരീക്ഷണം തുടങ്ങിയ പ്രയോഗങ്ങളിലൂടെ ഒരവസ്ഥയുടെ നേർചിത്രം വരയ്ക്കുകയായിരുന്നു ഗുരു. അപ്പോൾ സ്വന്തം ഏകാന്തതയും ധർമ്മ സങ്കടങ്ങളും ചെറിയ നിരാശയുംകൂടി പ്രതിഫലിപ്പിക്കാൻ ശ്രമിച്ചു.

1939 ൽ എസ് എൻ ഡി പി യോഗം ദേശീയ പ്രസ്ഥാനവുമായുണ്ടാ

യിരുന്ന എല്ലാ ബന്ധങ്ങളും ഔപചാരികമായി വിടർത്തി. അതേ വർഷം ചേർന്ന ചേർത്തല യോഗം വാർഷിക സമ്മേളന റിപ്പോർട്ടിലും അത് കാണാനാവും. സർക്കാർ വിരുദ്ധമെന്ന് ശങ്കിച്ചേക്കാവുന്ന പരാമർശ ങ്ങൾപോലും നീക്കംചെയ്തേ റിപ്പോർട്ട് പാസാക്കാൻ ഈഴവ മുതലാളി മാർ സമ്മതിച്ചുള്ളൂ. ഈ വിഭാഗമാണ് സി കേശവനെ യോഗനേതൃത്വ ത്തിൽനിന്ന് നീക്കംചെയ്യണമെന്ന് ആവശ്യപ്പെട്ടത്. ഈഴവ ബൂർഷ്വാസി ഉയർത്തിയ വിപ്ലവകരമായ മുദ്രാവാക്യങ്ങളും ഉദ്ബോധനങ്ങളും ലക്ഷോ പലക്ഷം സാധാരണക്കാരെ സമരത്തിലണിനിരത്തി. പടവെട്ടിയവർ അവ രായിരുന്നുവെങ്കിലും ഒത്തുതീർപ്പുകളുടെ നേട്ടങ്ങളിൽ അവർക്ക് പറയ ത്തക്ക ഓഹരിയൊന്നും ലഭിച്ചില്ല. സവർണ്ണജാതി മേധാവിത്ത ത്തിന്റെകൂടെ, ഈഴവ മുതലാളി മേധാവിത്വഭാരവുംകൂടി ചുമക്കേണ്ടിവന്നു എന്നതായിരുന്നു മൊത്തത്തിൽ നീക്കിബാക്കി. തങ്ങളുടെ താല്ക്കാലിക കാര്യം നേടിക്കഴിഞ്ഞപ്പോൾ ബൂർഷ്വാ നേതൃത്വം സമരപാത ഉപേക്ഷിച്ച തിന്റെ (തോമസ് ഐസക്- *ഈഴവ സാമൂഹിക പരിഷ്കരണ പ്രസ്ഥാന ത്തിലെ വർഗ്ഗീയതയും വിപ്ലവാത്മകതയും*) രൂപമാണ് നടേശന്റെ പുതിയ ജാതി ഭ്രാന്തിൽ തികട്ടി വരുന്നത്. ഈഴവരിൽത്തന്നെ മുതലാളിയും തൊഴി ലാളിയുമുണ്ടെന്ന, കാർഷിക മുതലാളിയും കർഷക തൊഴിലാളിയും നില നില്ക്കുന്നുണ്ടെന്ന യാഥാർത്ഥ്യത്തെ കടപുഴക്കാനാണ് ജാതി ഐക്യ ത്തിന്റെ മുദ്രാവാക്യങ്ങളിലൂടെ ശ്രമിക്കുന്നത്. അതാവട്ടെ ഹിന്ദുത്വമെന്ന പുതിയ ദേശീയ വരേണ്യവാദവുമായി ഐക്യപ്പെടുന്നതുമാണ്.

ഉച്ചനീചത്വത്തിന്റേതായ അസമത്വചിന്ത താരതമ്യേന അടുത്തകാ ലത്താണ് വർണ്ണവ്യവസ്ഥയിൽ കടന്നുകൂടിയത്. വിഭജിച്ച് ഭരിക്കുകയെന്ന തങ്ങളുടെ നയത്തിനനുസൃതമായി തന്ത്രജ്ഞരായ ബ്രിട്ടീഷുകാർ ഈ തലതിരിഞ്ഞ ചിന്തയ്ക്ക് കൂടുതൽ വളം വെച്ചുകൊടുക്കുകയുംചെയ്തു. എന്നാൽ ഈ സാമൂഹിക വ്യവസ്ഥയുടെ രൂപത്തിൽ അതിന്റെ ഘട കങ്ങൾക്കിടയിൽ വലുപ്പചെറുപ്പത്തിന്റെയോ ഉച്ചനീചത്വത്തിന്റെയോ ഭേദ ഭാവങ്ങൾക്ക് സ്ഥാനമുണ്ടായിരുന്നില്ല എന്ന ഗോൾവാൾക്കർ കീർത്തനം (*വിചാരധാര* പേജ് 141) കേൾക്കാൻ എന്തു രസമാണ്! ജാതി വ്യവസ്ഥ ശാശ്വത സത്യമാണെന്നും അതിന്റെ രൂപവല്ക്കരണങ്ങളിൽ വിവേചന മില്ലായിരുന്നുവെന്നും പറയുന്ന ആ ഹിന്ദുത്വ താത്ത്വികന്റെ പ്രബോധന ങ്ങൾക്കു പിന്നിൽ കേരളത്തിലെ കീഴാള സ്വത്വബോധത്തെയും നവോ ത്ഥാന ജാഗരണത്തെയും ചുരുക്കിക്കെട്ടുകയാണ് നടേശനും കൂ ട്ടുകച്ചവടക്കാരും. അരുവിപ്പുറം പ്രതിഷ്ഠയുടെയും യോഗരൂപവല്ക്കര ണത്തിന്റെയും പിറകിലേക്ക് കീഴാള ബോധത്തെ മാറ്റിസ്ഥാപിക്കുകയാ ണ് ജാതിവ്യക്തിത്വത്തെ പുനരവതരിപ്പിക്കാനുള്ള ശ്രമങ്ങൾ. ധാർമ്മിക നിയമത്തിന്റെ പ്രതിച്ഛായയിലാണ് ജാതിനിയമം പ്രവർത്തിച്ചത്. ജാതി ഭ്രമണപഥത്തിൽനിന്നുള്ള ചെറിയ അനക്കംപോലും കടുത്ത അധാർമ്മി കതയാണെന്നാണ് കീഴാളർപോലും വിശ്വസിച്ചിരുന്നത്. ഓരോ ജാതിക്കും അതിലെ അംഗങ്ങൾക്കും അനുവദിക്കപ്പെട്ടിരുന്ന സ്ഥാനം ധാർമ്മികമായി

സാധൂകരിക്കപ്പെട്ടിരുന്നു. ആ ജാതി ധാർമ്മികതയെ ആന്തരവല്ക്കരിച്ച കീഴാള ജനസമൂഹത്തെയാണ് നാരായണഗുരുവും മറ്റും വിമോചിപ്പിച്ചത്. ജാത്യാധിഷ്ഠിത ധാർമ്മിക ലോകവും കീഴാള യാഥാർത്ഥ്യവും തമ്മിലുള്ള സംഘർഷങ്ങളാണ് നവോത്ഥാനത്തിന്റെ പ്രേരണയായതും. ഈ ബോദ്ധ്യത്തെ ബ്രാഹ്മണവല്കൃത സങ്കല്പങ്ങളിൽനിന്നും വിടുതൽനേടിക്കാണാനും അതിനായി. എന്നാൽ ഇപ്പോൾ പുതിയ ബ്രാഹ്മണവല്ക്കരണത്തിന്റെ പദ്ധതികൾക്കും താഴെയാണ് കൈയൊപ്പുനല്കുന്നത്. ദേശീയ ഹൈന്ദവസ്വത്വത്തിന്റെ പിന്തുണയില്ലാതെതന്നെ നാരായണഗുരുവിന്റെയും പല്പുവിന്റെയും പ്രവർത്തനങ്ങൾ ഫലപ്രാപ്തിയിലെത്തിയിരുന്നെങ്കിൽ ഇപ്പോഴിതാ അതിന്റെ തുടർച്ചയിൽ ഹിന്ദുത്വത്തിന്റെ രാഷ്ട്രീയ സാമൂഹിക ധൈഷണിക നേതൃത്വം സ്ഥാപിക്കുകയാണ്. ഇന്ത്യൻ ദേശീയ ഹൈന്ദവ പ്രതീതികളുടെ തണലുകളിലേക്ക് ഒരിക്കലും കയറാതിരുന്ന ഗുരുവിന്റെ പ്രസ്ഥാനത്തെ പുതിയ സാമ്പത്തിക- രാഷ്ട്രീയ വ്യവസായികൾ അതിനും ഇരയാക്കുകയാണ്. പ്രാഥമിക വിധേയത്വത്തിന്റെ സ്ഥാനത്ത് ജാതിയെ വീണ്ടും പ്രതിഷ്ഠിക്കാനാണ് പുത്തൻ മൂലധന താല്പര്യങ്ങളുടെ ശ്രമം.

ഇസ്ലാമിക പരിപാലനയോഗം

മുസ്ലീങ്ങളിൽ കോടീശ്വരന്മാരുണ്ട്. വിലകൂടിയ കാറുകൾ, രമ്യഹർമ്മ്യങ്ങൾ; ഭാര്യമാർ. പറഞ്ഞിട്ടെന്തു കാര്യം? വക്കംമൗലവി ഇല്ല എന്ന് ഉൽക്കണ്ഠപ്പെട്ടത് വൈക്കം മുഹമ്മദ് ബഷീറാണ്. ബുദ്ധി മരവിച്ചുപോയ ഒരു ജനത. നൂറ്റാണ്ടു നൂറ്റാണ്ടുകളായി ഉറക്കത്തിലാണ് മുസ്ലിം സമുദായം. അന്ധവിശ്വാസങ്ങൾ, അനാചാരങ്ങൾ, കെട്ടുകഥകൾ, നുണകൾ ഇതിലൊക്കെയാണ് വിശ്വാസം ഉറപ്പിച്ചിരിക്കുന്നത്. ഖുറാന് നിരക്കാത്ത നൂറുനൂറു സംഗതികൾ, വിശ്വാസങ്ങൾ. ഷർത്തും ഫർസും പറഞ്ഞുള്ള അട്ടഹാസങ്ങൾ, കൊലപാതകങ്ങളും ഹീനചെയ്തികളും. ഇതിനൊക്കെയുള്ള ഒരാഞ്ഞടിയായിരുന്നു വക്കം അബ്ദുൾ ഖാദർ മൗലവി. മനുഷ്യസ്നേഹി, സമുദായ പരിഷ്കർത്താവ്, പണ്ഡിതൻ, പ്രാസംഗികൻ, എഴുത്തുകാരൻ, യഥാർത്ഥ മുസ്ലിം. ഒരു കൊടുങ്കാറ്റായിരുന്നു ആ പ്രബോധകൻ എന്നും ബഷീർ അഭിപ്രായപ്പെട്ടിരുന്നു. മൗലവിയും ശ്രീനാരായണ ഗുരുവും തമ്മിലുണ്ടായ വലിയ അടുപ്പവും അദ്ദേഹം ഓർത്തെടുക്കുകയുണ്ടായി.

മൗലവിയും ഗുരുവും ഒട്ടേറെ തവണ കണ്ട് ചർച്ചകൾ നടത്തിയിരുന്നു. സാമൂഹ്യ ഉള്ളടക്കമുള്ള ബന്ധമായിരുന്നു ഇരുവരും തമ്മിൽ. കുമാരനാശാൻ ജനിച്ച 1873 ലാണ് വക്കം മുഹമ്മദ് അബ്ദുൾ ഖാദറും പിറന്നുവീണത്. ആശാൻ 1924 ൽ ബോട്ടപകടത്തിൽ മരിച്ചു. മൗലവി പിന്നെയും എട്ടുവർഷം ജീവിക്കുകയുണ്ടായി. നല്ല സാമ്പത്തിക നിലയുണ്ടായ, വാണിജ്യ പ്രമുഖനായിരുന്നു മൗലവിയുടെ അച്ഛൻ മുഹമ്മദ് കുഞ്ഞി. മകൻ പണ്ഡിതനായിക്കാണാനാണ് ആഗ്രഹിച്ചത്. അവനിലെ സ്ഫുരണങ്ങൾ ആദ്യംതന്നെ തിരിച്ചറിഞ്ഞിരുന്നു. ലോകത്തിന്റെ പല ഭാഗത്തുനിന്നും പണ്ഡിതന്മാരെ വീട്ടിലേക്ക് ക്ഷണിച്ചു. അവരുമായുള്ള സാമീപ്യ സമ്പർക്കങ്ങൾ അബ്ദുൾ ഖാദറിലെ അന്വേഷണത്വരയ്ക്ക് ദിശാ

ബോധം നല്കി. തീർന്നില്ല, ഇസ്ലാമിക ലോകത്ത് പ്രചാരത്തിലിരുന്ന ആനുകാലികങ്ങൾ മകനുവേണ്ടി വരുത്തിക്കാനും മുഹമ്മദുകുഞ്ഞി ആവതെല്ലാംചെയ്തു.

മുസ്ലീങ്ങൾ അക്കാലത്ത് അതിദയനീയമായ പിന്നോക്കാവസ്ഥയിലായിരുന്നു. അക്ഷരങ്ങളുടെ കൗതുകംപോലും നുണയാൻ അവസരമുണ്ടായില്ല. ഇംഗ്ലീഷ് വിദേശ ശത്രുവിന്റെയും മലയാളം സാത്താന്റെയും ഭാഷയായിട്ടാണ് പ്രചരിപ്പിക്കപ്പെട്ടത്. ഇവിടെയാണ് മൗലവി നടത്തിയ വിദ്യാഭ്യാസ പ്രവർത്തനങ്ങൾ ശ്ലാഘനീയമായിത്തീർന്നതും. ബ്രിട്ടീഷുകാരോടുള്ള എതിർപ്പ് നിലനിർത്തിക്കൊണ്ടുതന്നെ അദ്ദേഹം ഇംഗ്ലീഷിനെ സ്വാഗതംചെയ്തു. സർ സെയദ് അഹമ്മദ്ഖാന്റെ നിലപാടുകളായിരുന്നു അതിന് വഴികാട്ടിയത്. സ്ത്രീകളെയടക്കം മുന്നിൽക്കണ്ട് ആരംഭിച്ച വിദ്യാഭ്യാസ പ്രചാരണത്തിന് പ്രേരണയായതാകട്ടെ വിദ്യനേടി പ്രബുദ്ധരാകുവിൻ എന്ന ശ്രീനാരായണ ഗുരുവിന്റെ ആഹ്വാനം. മൗലവിയുടെ നിതാന്തമായ പരിശ്രമങ്ങൾക്കൊടുവിൽ മലബാറിൽനിന്ന് വ്യത്യസ്തമായി തിരുവിതാംകൂറിലെ മുസ്ലീങ്ങൾ മെച്ചപ്പെട്ടു.

വക്കം മൗലവിയുടെ മറ്റൊരു പ്രധാന കർമ്മമണ്ഡലം പത്രപ്രവർത്തനമായിരുന്നു. ഈജിപ്തിൽനിന്നും പ്രസിദ്ധീകരിച്ചുവന്ന *അൽ മനാർ* എന്ന അറബി മാസിക യാദൃച്ഛികമായി കൈയിലെത്തിയതാണ് അത്തരമൊരു മേഖലയിലേക്ക് താല്പര്യം തിരിച്ചുവിട്ടത്. 1906 ൽ മുസ്ലീം മാസിക പ്രസിദ്ധീകരിച്ചു തുടങ്ങുകയുംചെയ്തു അദ്ദേഹം. *അൽ മനാർ* തനിക്കു പുതിയ ജീവൻ നല്കി. ഹൃദയത്തിന് കാഴ്ചയും മനസ്സിന് ഉണർവ്വും ഉണ്ടാക്കിത്തീർത്തു. അതിൽ പ്രതിപാദിക്കപ്പെട്ട കാര്യങ്ങളുടെ പ്രചാരണത്തിന് മലയാളത്തിൽ *അൽ ഇസ്ലാം* എന്ന പേരിൽ മാസിക ആരംഭിച്ചു. അതിൽക്കൂടി *അൽ മനാറി*ന്റെ പ്രകാശം പ്രതിഫലിപ്പിക്കുകയും ചെയ്തത് കണ്ടപ്പോൾ ജനങ്ങൾ ആവേശഭരിതരായി. അവരുടെ ഇടയിൽ ഒച്ചപ്പാടുകൾ തുടങ്ങി. താൻ പിഴച്ചുപോയെന്ന പ്രചാരണവും നടന്നു എന്നാണ് മൗലവി എഴുതിയത്. *അൽ ഇസ്ലാം* ചുരുങ്ങിയ ലക്കങ്ങൾ പുറത്തുവന്നപ്പോൾ തന്നെ ചിലർ പ്രകോപിതരായി. അവർ മൗലവിയെ ഇസ്ലാമിന്റെ ധൂമകേതുവായി ചിത്രീകരിച്ചു. പത്രപ്രവർത്തകരംഗത്ത് കുറച്ചുകൂടി നിശ്ചയദാർഢ്യത്തോടെ മൗലവി കാലുറപ്പിച്ചത് *സ്വദേശാഭിമാനി*യുടെ തുടക്കത്തോടെ. 1905 ജനുവരി പത്തിന് ഇറങ്ങിയ ആദ്യ ലക്കത്തിൽത്തന്നെ നിർഭയമായ ലക്ഷ്യം പ്രഖ്യാപിച്ചു: ഞങ്ങൾക്കുണ്ടാകുന്ന ആപത്തുകളെയും ഭയന്ന് പൊതുജന സങ്കടങ്ങളെ മറച്ചുവെക്കുന്നതല്ല, നിശ്ചയം. കേരളത്തിൽ ദേശീയതയെക്കുറിച്ച് ഭ്രൂണസമാനമായ കാഴ്ചപ്പാടുകൾപോലും അധികം വികസിക്കാത്ത ഘട്ടത്തിൽ, പത്രത്തിന് *സ്വദേശാഭിമാനി* എന്ന പേരിട്ടതുതന്നെ പ്രകീർത്തിക്കപ്പെട്ടു. അതിന്റെ ആദ്യ പത്രാധിപരായിരുന്നത് സി പി ഗോവിന്ദപ്പിള്ള. അദ്ദേഹത്തിന്റെ തൂലിക മൗലവി ഉദ്ദേശിച്ചതിനപ്പുറം ചാഞ്ചാടിയതിനാലാണ് കെ രാമകൃഷ്ണപിള്ളയെ ആ പദവിയിൽ നിയമിച്ചത്. 1906 ൽ

അദ്ദേഹം ചുമതലയേറ്റശേഷം പത്രം സ്ഫോടനങ്ങൾ തീർത്തു. ഗോവിന്ദപ്പിള്ളയിൽ തികട്ടിയ രാജഭക്തിക്കു നേരെ എതിർദിശയിലായിരുന്നു രാമകൃഷ്ണപിള്ള. പ്രക്ഷോഭകാരിയായ ആ പത്രപ്രവർത്തകൻ യഥാർത്ഥത്തിൽ മൗലവിയുടെ സംഭാവനയായിരുന്നു. ഈ പ്രവർത്തനങ്ങളും മറ്റും ശ്രീനാരായണ ഗുരുവിനും ആവേശമായി.

മൗലവിയുടെ സാമൂഹ്യ ചിന്തയ്ക്ക് പല തലങ്ങളുണ്ടായിരുന്നു. മതപരമായ അധഃപതനത്തിൽനിന്നും അന്ധവിശ്വാസങ്ങളിൽനിന്നും ജനങ്ങളെ വിമോചിപ്പിക്കുക, പൊതുസമൂഹ പുരോഗതിക്കായി അവരെ സജ്ജമാക്കുക, സ്ത്രീശാക്തീകരണത്തിന് മുന്നിട്ടിറങ്ങുക തുടങ്ങിയ അത്തരം ലക്ഷ്യങ്ങൾക്കെല്ലാം ഗുരുവിന്റെ മാതൃക വഴികാട്ടി. അധഃകൃതരും സ്ത്രീകളും ഉൾപ്പെട്ട അവശ വിഭാഗങ്ങളോടെല്ലാം അദമ്യമായ കാരുണ്യത്തോടും സമഭാവനയോടും പെരുമാറുന്നതിലും ഗുരു പ്രചോദനമായി. തന്നെ പേരുവിളിച്ചാൽ മതിയെന്ന് മൗലവി ഭാര്യയോട് പറയുകയുംചെയ്തിരുന്നു. അവർ അതിനു തയ്യാറാകാതിരുന്നപ്പോൾ രണ്ടാമത്തെ മകന് അബ്ദുൾഖാദർ എന്ന് പേരിട്ട് അങ്ങനെ വിളിപ്പിക്കാൻ തന്ത്രം മെനയുകപോലുമുണ്ടായി അദ്ദേഹം.

വക്കം മൗലവിയുടെ പ്രബുദ്ധതയും സംഘാടനമികവും ഇതര പ്രസ്ഥാനങ്ങളും പിന്തുടർന്നു. സ്വന്തം സമുദായത്തിൽ വെളിച്ചമെത്തിക്കാൻ ഉദ്ദേശിച്ച് അദ്ദേഹം രൂപംകൊടുത്ത പ്രസ്ഥാനങ്ങളെ പുറം സമൂഹവും ശ്രദ്ധിച്ചു. ഒരു ഘട്ടത്തിൽ മൗലവി എസ് എൻ ഡി പി യോഗത്തിൽ അംഗത്വമെടുക്കുകയുമുണ്ടായി. പള്ളിപ്പുറം ഹദിയ്യുൽ ഇസ്ലാം സംഘം, കൊടുങ്ങല്ലൂരിലെ നിഷ്പക്ഷസംഘം തുടങ്ങിയ സംഘടനകൾ അദ്ദേഹത്തിന്റെ നേതൃത്വത്തിലായിരുന്നു ആരംഭിച്ചത്. ആ ശ്രേണിയിൽ ഏറെ പ്രാധാന്യമുള്ളതായിരുന്നു ചിറയിൻകീഴ് താലൂക്കിൽ 1918 ൽ തുടങ്ങിയ നിലയ്ക്കാമുക്ക് ഇസ്ലാം ധർമ്മപരിപാലന യോഗം. ശ്രീനാരായണ ധർമ്മപരിപാലന യോഗത്തിൽനിന്ന് പേര് സ്വീകരിച്ചതാണെന്ന് പ്രത്യേകം പറയേണ്ടതില്ല. പണ്ടകശാലപ്പുറത്ത് എം അബ്ദുറഹിമാൻ, കെ എം ഇസ്മയിൽ തുടങ്ങിയവർക്കൊപ്പം സ്ഥാപിച്ച അതിന്റെ ആദ്യ അദ്ധ്യക്ഷൻ മൗലവിയായിരുന്നു. പ്രതിമാസ യോഗം, ചർച്ചാസമ്മേളനം, സെമിനാർ, നിശാപാഠശാല തുടങ്ങിയവ ആരംഭിച്ച സംഘം അന്ധവിശ്വാസങ്ങളുടെ അർത്ഥശൂന്യത വെളിവാക്കുന്ന ലഘുലേഖകളും ഗ്രന്ഥങ്ങളും പ്രചരിപ്പിച്ചു. മതപണ്ഡിതരെ വിളിച്ച് പ്രസംഗ പരമ്പര നടത്തുകയുംചെയ്തു. ആനുകാലിക പ്രസിദ്ധീകരണങ്ങളും പുസ്തകങ്ങളും വരുത്തി വായനശാല തുറക്കുകയുമുണ്ടായി. 1920 മുതൽ സംഘം അന്ന് കിട്ടുമായിരുന്ന മലയാളം, ഇംഗ്ലീഷ്, തമിഴ്, അറബി ഗ്രന്ഥങ്ങളും ആനുകാലികങ്ങളും വരുത്തി. അവിടത്തെ വായനശാല പേരുകേട്ടതായിരുന്നു. സമീപപ്രദേശങ്ങളിലെ വിദ്യാർത്ഥികളും യുവാക്കളും വിജ്ഞാനദാഹികളും അത് നന്നായി പ്രയോജനപ്പെടുത്തി. പതുക്കെ വാഗ്വർദ്ധിനി സമാജം എന്ന യുവജന സംഘ

ടനയും രൂപികരിക്കപ്പെട്ടു. രണ്ടും മൂന്നും മാസത്തിലൊരിക്കൽ പണ്ഡി തന്മാരെയും പ്രഭാഷകരെയും ക്ഷണിച്ചുവരുത്തി നടത്തിയ ചർച്ചായോഗങ്ങളിൽ സ്ത്രീകളുടെ പങ്കാളിത്തവുമുണ്ടായി.

1903 ലാണല്ലോ ശ്രീനാരായണ ഗുരുവിന്റെ ആശീർവ്വാദത്തോടെ എസ് എൻ ഡി പി യോഗം രൂപീകൃതമായത്. അത് വ്യക്തികളിലും ജനസമൂഹങ്ങളിലും അഗാധമായ സ്വാധീനമുണ്ടാക്കി. അതിന്റെ ചുവ ടുപിടിച്ച് പല സംഘടനകളും കുതിച്ചുയർന്നു. 1907 ൽ അയ്യങ്കാളി സ്ഥാപിച്ച സാധുജനപരിപാലനസംഘം കർഷകത്തൊഴിലാളികളെ സം ഘടിപ്പിച്ചും പോരാട്ടങ്ങൾ നടത്തി. *സാധുജനപരിപാലിനി* മാസിക യിലൂടെ അവകാശ പ്രചാരണവും നടന്നു. കാളി ചോതിക്കുറു പ്പനായിരുന്നു മാസികയുടെ സ്ഥാപക പത്രാധിപർ. 1836 ൽ വൈകുണ്ഠസ്വാമികൾ സ്ഥാപിച്ച സമത്വ സമാജമായിരുന്നു ഈ ശ്രേണിയിലെ ആദ്യ പരിശ്രമം. അന്നദാനം, പന്തിഭോജനം, തുടങ്ങിയവയായിരുന്നു അതിന്റെ പരിപാടികൾ. *സുജനനന്ദിനി*പത്രം ആ ആശയങ്ങളെ പരിപോഷിപ്പിക്കുകയുംചെയ്തു. 1891 ൽ പറവൂർ കേശവനാശാനാണ് പത്രം തുടങ്ങിയത്. വാല സമുദായ പരിഷ്കരണ സഭയുടെ പിന്നിൽ കേരള ലിങ്കൺ എന്നറിയപ്പെട്ട കെ പി കറുപ്പനായിരുന്നു. എൻ കൃഷ്ണൻ, വേലുക്കുട്ടി അരയൻ, റാവു ബഹാദൂർ വി വി ഗോവിന്ദൻ തുടങ്ങിയവരൊക്കെയാണ് ആദ്യകാല നേതൃത്വത്തിൽ. കല്യാണദായിനി സഭ എന്ന ചെറു ഗ്രൂപ്പിൽനിന്നാണ് കറുപ്പനും കൂട്ടരും പുതിയ സംഘടനയിൽ എത്തിയത്.

ഇങ്ങനെ സഹോദരൻ അയ്യപ്പന്റെ ചിന്തകളിലും പ്രവർത്തന ങ്ങളിലും സംഘാടനത്തിലും ശ്രീനാരായണ ഗുരുവിന്റെ കാഴ്ചപ്പാടുകൾ ചുരണ്ടിക്കളയാനാവാത്തവിധം ഉറച്ചിരുന്നു. ഗുരുവിൽനിന്ന് പ്രചോ ദനമുൾക്കൊണ്ട് 1917 മേയ് 30 ന് ചെറായിയിൽ നടന്ന മിശ്രഭോജനത്തെ തുടർന്ന് സഹോദരന് കൊടിയ അവഹേളനവും ഒറ്റപ്പെടലും അനുഭവി ക്കേണ്ടിവന്നു. പുലയനയ്യപ്പൻ എന്ന ശകാരംപോലും ചാർത്തിനല്കി. ആ പശ്ചാത്തലത്തിലാണ് സഹോദര പ്രസ്ഥാനം രൂപീകരിച്ചത്. അതിലേക്കു നയിച്ച പ്രേരണയുടെയും പ്രചോദനത്തിന്റെയും ഉറവിടം മുൻനിർത്തി അദ്ദേഹം പറഞ്ഞത് ഇങ്ങനെ:

> ജാതിക്കെതിരായ പ്രചാരണം തുടങ്ങുന്നതിനുള്ള ആവേശം സ്വാമിയുമായുള്ള സമ്പർക്കംകൊണ്ടുണ്ടായതാണ്. സഹോദര സംഘം തുടങ്ങിയ 1092 ൽ ഞാൻ ബി എ പരീക്ഷ കഴിഞ്ഞുവന്ന ശേഷം കുറേ ദിവസം ആലുവയിൽ താമസിക്കുകയുണ്ടായി. ജാതിക്കെതിരായ സ്വാമിയുടെ അഭിപ്രായദൃഢത ആ അവസര ത്തിൽ അദ്ദേഹത്തിന്റെ സംഭാഷണങ്ങളിൽനിന്ന് മനസ്സിലാക്കാൻ കഴിഞ്ഞു. ആശ്രമത്തിൽനിന്ന് ചെറായിയിലേക്ക് മടങ്ങിയശേഷം ചില സ്നേഹിതരുമായി ആലോചിച്ച് മിശ്രഭോജനം നടത്താൻ

തീരുമാനിച്ചു. സ്വാമിയുടെ അനുവാദം ചോദിച്ചല്ല അങ്ങനെ ചെയ്തത്. എന്നാലും മിശ്രഭോജനം കഴിഞ്ഞ് ആലുവയിൽച്ചെന്ന് അദ്ദേഹത്തെ കണ്ടു സംഗതി പറഞ്ഞപ്പോൾ, വലിയ കാര്യമായി, ക്രിസ്തുവിനെപ്പോലെ ക്ഷമിക്കണം എന്ന ഉപദേശമാണ് തന്നത്.

കൊടുങ്ങല്ലൂർ ക്ഷേത്രത്തിലെ അനാചാരങ്ങൾക്കെതിരെ സഹോദരൻ അവിടെ ശക്തമായ പ്രഭാഷണം നടത്തുകയുണ്ടായി അസഹിഷ്ണുക്കളായ യാഥാസ്ഥിതികർ അതിൽ പ്രകോപിതരാവുകയും അദ്ദേഹത്തെ കൈയേറ്റം ചെയ്യുകയുമായിരുന്നു. ഒരു കൂട്ടർ ഗുരുവിനെ കണ്ട് ശിഷ്യനെക്കുറിച്ച് പരാതി പറഞ്ഞു. "ഉവ്വോ അവൻ അവിടെ പ്രസംഗിച്ചോ, നമ്മെ അറിയിച്ചിരുന്നെങ്കിൽ ആ പ്രസംഗപരമ്പര ഉദ്ഘാടനം ചെയ്യുമായിരുന്നേനെ" എന്നായിരുന്നു അദ്ദേഹത്തിന്റെ മറുപടി. അനാചാരവിഷം തീണ്ടി മൂർച്ഛിച്ച് ശവതുല്യരായിക്കിടന്ന കേരളീയർക്ക് നവജീവൻ നല്കിയ സഹോദര പ്രസ്ഥാനത്തിന്റെ ലക്ഷ്യം അയ്യപ്പൻ അർത്ഥശങ്കയ്ക്കിടയില്ലാത്തവിധം വ്യക്തമാക്കി: "സംഘം ഒരു ജാതിക്കാരെയും മതത്തെയും ഉദ്ദേശിച്ച് നടത്തുന്നതല്ല. അതിന് ജാതിയുമില്ല മതവുമില്ല. സമുദായ ഐക്യം, സർവ്വസാഹോദര്യം, പരിപൂർണ്ണമായ മനുഷ്യത്വം ഇതാണ് അതിന്റെ ആദർശം." സംഘത്തിന്റെ ജിഹ്വയായി 1917 ഒക്ടോബറിൽ പറവൂരിൽനിന്ന് *സഹോദരൻ* പത്രവും ആരംഭിച്ചു. മാസികയായിട്ടായിരുന്നു തുടക്കം. ഒന്നാം ലക്കത്തിൽ മറ്റ് ഉള്ളടക്കത്തോടൊപ്പം ഗുരുവിന്റെ *ആത്മോപദേശശതക*ത്തിലെ 'പലമതസാരവുമേകം' എന്ന ദർശനം ഉൾക്കൊള്ളുന്ന പദ്യങ്ങൾ ഉദ്ധരിച്ചുചേർത്തു. മിശ്രഭോജന വിരുദ്ധർക്കുള്ള മറുപടിയെന്ന നിലയിലായിരുന്നു അത്. മിശ്രഭോജനത്തെപ്പറ്റി എസ് എൻ ഡി പി യോഗത്തിന്റെ മുഖപത്രമായ *വിവേകോദയ*ത്തിൽ കുമാരനാശാൻ രണ്ട് മുഖപ്രസംഗങ്ങൾ എഴുതിയിരുന്നു. 'മിശ്രഭോജന ബഹളം' എന്ന ആദ്യത്തേതിൽ, ജാതി ഈശ്വരൻ സൃഷ്ടിച്ചതല്ലെന്നും ഈശ്വരന്റെ ദൃഷ്ടിയിൽ എല്ലാ മനുഷ്യരും തുല്യരാണെന്നും അതിനാൽ പുലയരുമായി ചില യുവാക്കൾ പന്തിഭോജനം നടത്തിയതിൽ പന്തികേടില്ലെന്നും അദ്ദേഹം തുറന്നടിച്ചു. *സഹോദരൻ* പത്രം തുടങ്ങിയും മുടങ്ങിയും മുന്നോട്ടുപോയി. അപ്പോഴും എസ് എൻ ഡി പി യോഗത്തിന്റെ പ്രവർത്തനങ്ങൾക്ക് അത് മറയില്ലാത്ത പിന്തുണ നല്കിപ്പോന്നു. തൊഴിലാളികൾക്ക് വേണ്ടി *വേലക്കാരൻ* എന്ന പത്രവും അയ്യപ്പൻ തുടങ്ങുകയുണ്ടായി. 1933ലായിരുന്നു അത്. ആ പത്രത്തിന്റെ ഓഫീസിൽ കാൾ മാർക്സ്, ലെനിൻ, സ്റ്റാലിൻ എന്നിവരുടെ ഫോട്ടോ ചില്ലിട്ടു തൂക്കിയത് എടുത്തുപറയാതിരിക്കാനാവില്ല.

സഹോദരൻ പത്രം നമ്പൂതിരിമാർക്കിടയിലും വെളിച്ചംതൂകാൻ സഹായിച്ചു. മാളികപ്പുറത്ത് കഴിഞ്ഞിരുന്ന നമ്പൂതിരിമാരെ താഴത്തേക്ക്, മനുഷ്യ സമുദായത്തിലേക്ക് ഇറക്കിക്കൊണ്ടുവരികയും എല്ലാവരുടെയും സുഖദുഃഖങ്ങളിൽ പങ്കുകൊള്ളേണ്ടതാണ് അവരെന്ന് ബോദ്ധ്യമാക്കി

ക്കൊടുക്കുകയുംചെയ്തു. അങ്ങനെ നമ്പൂതിരി സമുദായത്തിലും പരിവർത്തനത്തിന് വഴിതെളിച്ച പത്രമാണ് *സഹോദരൻ* എന്നാണ് വി ടി ഭട്ടതിരിപ്പാട് പ്രശംസിച്ചത്. ശ്രീനാരായണ സന്ദേശം ക്രിയാത്മകമായി കാണിച്ചുതന്നിട്ടുള്ള അയ്യപ്പന്റെ പ്രവർത്തങ്ങൾ ഒരിക്കലും തന്റെ ജാതിയുടെ മതിൽകെട്ടിനകത്ത് മാത്രമായി ഒതുങ്ങിനില്ക്കാൻ കൂട്ടാക്കിയില്ലെന്നും കൂട്ടിച്ചേർത്തു.

ശ്രീനാരായണ ഗുരുവിന്റെ ശിഷ്യഗണത്തിൽ കാഷായവേഷം ധരിക്കാത്തവരിൽ പ്രധാനിയായിരുന്നു സ്വാമി സത്യവ്രതൻ. ഭേദപ്പെട്ട നായർ തറവാട്ടിൽ ജനിച്ച അയ്യപ്പൻപിള്ള ആലുവ അദ്വൈതാശ്രമത്തിലെത്തി ഗുരുവിനെ കണ്ടമാത്രയിൽ അദ്ദേഹത്തിൽ ആകൃഷ്ടനായി. തന്റെ ആദർശങ്ങളും സന്ദേശങ്ങളും പ്രവൃത്തിപഥത്തിലെത്തിക്കാൻ കരുത്തുള്ള ഒരു ധീരനായാണ് അദ്ദേഹം അയ്യപ്പൻപിള്ളയെ കണ്ടത്. അദ്വൈതാശ്രമത്തിന്റെ കീഴിലെ പാഠശാലയിലെ അദ്ധ്യാപകനായി നിയമിക്കുന്നതിലെത്തി ആ വിശ്വാസം. എല്ലാ തരത്തിലുമുള്ള സദസ്സുകളെ പിടിച്ചുകുലുക്കാൻപോന്ന ഗംഭീരമായ പ്രസംഗശൈലിയിലൂടെ അയ്യപ്പൻപിള്ള വിദ്യാലയത്തിന് പുറത്തും അറിയപ്പെട്ടു. ജാതിയുടെ അർത്ഥശൂന്യതയും വിശ്വാസ സാഹോദര്യവും ധർമ്മ പ്രചാരങ്ങളുമായിരുന്നു ആ പ്രഭാഷണങ്ങളുടെ പ്രധാന ഊന്നൽ. 1918 ൽ ഗുരുവിന്റെ നിർദ്ദേശാനുസരണം സിലോൺ സന്ദർശിച്ചു. അവിടെ ആദ്യമായി അദ്ദേഹത്തിന്റെ ദർശനങ്ങൾ പ്രചരിപ്പിച്ചത് സത്യവ്രതൻ. തിരിച്ചെത്തിയശേഷം മതപരിഷ്കരണ വിഷയത്തിൽ വിപുലമായ പ്രവർത്തനങ്ങൾ നടത്തി. അതെല്ലാം മാനിച്ച് 1923 ൽ അദ്വൈതാശ്രമം സെക്രട്ടറിയാക്കി. 1930 ൽ ടി എസ് ബന്ധു ആരംഭിച്ച *സത്യവ്രതൻ* മാസിക അദ്ദേഹത്തോടുള്ള നിറഞ്ഞ ആദരവിന്റെയും ആരാധനയുടെയും നിദർശനമായിരുന്നു. 1926 ൽ പെട്ടെന്നുണ്ടായ അസുഖത്തെ തുടർന്നാണ് സത്യവ്രതൻ അകാല ചരമമടഞ്ഞത്. അതറിഞ്ഞപ്പോൾ ഗുരു തീർത്തും ക്ഷീണിതനായി. ഹൃദയശുദ്ധിയിലും ജാതിയില്ലായ്മയിലും സത്യവ്രതൻ പൂർണ്ണനായിരുന്നു. ജാതിയില്ലായ്മയിൽ ബുദ്ധനെക്കൂടി ജയിക്കുമെന്ന് തോന്നുന്നു. സത്യവ്രതൻ സത്യവ്രതനായിത്തന്നെ മരിച്ചു. ആ ജീവിത ദർശനങ്ങൾ ജനങ്ങളുടെ ഇടയിൽ പരത്താൻ ശ്രമിക്കണം- ഇങ്ങനെയായിരുന്നു ഗുരുവിന്റെ വിലയിരുത്തൽ.

മഞ്ഞയിൽനിന്ന് കാവിയിലേക്ക്

ചാതുർവർണ്ണ്യവും അതിന്റെ വിശദാംശമായ ജാതിവ്യവസ്ഥയും ഈശ്വര ഹിതമായതിനാൽ അലംഘനീയവും ശാശ്വതവുമാണെന്ന് ശഠിക്കുന്ന രാഷ്ട്രീയ പ്രത്യയശാസ്ത്രമാണ് ഹിന്ദുത്വം. അവശരുടെയും അശരണരുടെയും പേരിൽ തുടക്കംകുറിക്കപ്പെട്ട പ്രസ്ഥാനങ്ങളെ ആ അറവുശാലയിൽ കൊണ്ടുപോയി കെട്ടി പ്രതിഫലം ഇരന്നുവാങ്ങാൻ ശ്രമിക്കുകയാണ് നടേശനെപ്പോലുള്ള മുതലാളിമാർ. അതിന്റെ വിലപേശൽ അരങ്ങായി ശ്രീനാരായണ സങ്കേതങ്ങളെ ഒരു മനഃസാക്ഷിക്കുത്തുമില്ലാതെ പൊളിച്ചുകെട്ടുകയുമാണ്. മനുഷ്യത്വത്തിന്റെയും സഹവർത്തിത്വത്തിന്റെയും വിശാലാകാശങ്ങളായിരുന്ന ഗുരുമന്ദിരങ്ങളെ കേവലം ഭക്തി വില്പനയുടെയും ജാതിഭ്രാന്തിന്റെയും വിളനിലങ്ങളാക്കുന്നതിലും സങ്കോചമില്ലാതായി. ബ്രാഹ്മണവല്ക്കരണത്തിന്റെ ലക്ഷ്യത്തിലുയർത്തിയ ക്ഷേത്രങ്ങളായാണ് അവയെ പരിവർത്തിപ്പിക്കുന്നതും. അതിന്റെ ബന്ധനച്ചരടായി പൂണൂൽ തിരിച്ചെത്തുന്നതും കാണാതിരിക്കാനാവില്ല.

ഹിന്ദുത്വത്തിന്റെ പരിണാമ ദശയിലെ ലക്ഷണങ്ങളിൽ ഒന്നായിരുന്നു പൂണൂൽ. കുടുമയും പൂണൂലും ശരീരത്തെ അടിമുടി ശുദ്ധീകരിക്കുമെന്ന അബദ്ധ പ്രചാരണം കൊഴുത്തുവന്ന ഘട്ടത്തിൽ രണ്ടും മുറിച്ചുകളഞ്ഞ പുരോഗമനേച്ഛുക്കളെ മറക്കാതിരിക്കാം. കുടുമയെ അധഃപതിച്ച ശിഖയെന്ന് ശരിയാംവണ്ണം വിശേഷിപ്പിച്ച വി ടി ഭട്ടതിരിപ്പാടിന്റെ കാർക്കശ്യത്തിന് അസാമാന്യമായ മൂർച്ചയുണ്ടായിരുന്നു. വിദ്യാർത്ഥിയായിരിക്കെ ചില സഹപാഠികൾക്കൊപ്പം പൂണൂൽ കത്തിച്ച് അതിന്റെ ചാരം സമുദായ യാഥാസ്ഥിതികനായ ചെറുമുക്ക് വൈദികന് അയച്ചുകൊടുത്ത ഇ എം എസിന്റെ ധീരതയും ചെറുതായിരുന്നില്ല. തലശ്ശേരിക്കാരനായ അനന്ത ഷേണായിയെ സന്ന്യാസിശിഷ്യനായി സ്വീകരിച്ച് ശ്രീനാരായണ ഗുരുവാണ് ആനന്ദതീർത്ഥനാക്കിയത്. പൂണൂൽ പൊട്ടിച്ചെറിഞ്ഞ

ശേഷമായിരുന്നു ഷേണായി ശിവഗിരിയിലെത്തിയതും. ഹരിജനക്ഷേമം ഉറപ്പാക്കാനുള്ള തന്റെ വിപ്ലവനീക്കങ്ങളുടെ ഉറവിടം ഗുരുസന്ദേശങ്ങളാണെന്നും അദ്ദേഹത്തിൽ അകമഴിഞ്ഞ് വിശ്വസിച്ചതിനാലാണ് അതിൽ വിജയം കൈവരിക്കാൻ കഴിഞ്ഞതെന്നും ആനന്ദതീർത്ഥൻ *സ്മരണകൾ* എന്ന ആത്മകഥയിൽ തെളിച്ചുപറഞ്ഞിട്ടുണ്ട്.

ഒരു ക്ഷേത്രത്തിൽ പൂണൂൽധാരിയായ പൂജാരിയെ ശാന്തിയാക്കണമെന്ന് ഭാരവാഹികൾ അഭിപ്രായപ്പെട്ടപ്പോൾ 'നന്നായി, അപ്പോൾ പോയതെല്ലാം മടങ്ങിവന്നുകൊള്ളുമല്ലോ' എന്നായിരുന്നു ഗുരുവിന്റെ പ്രതികരണം.അദ്ദേഹത്തിന്റെ ആ മുന്നറിയിപ്പിലെ സൂചനകൾ അനാഥമായെന്ന് കാലം തെളിയിച്ചു. ഗുരുമന്ദിരങ്ങളിലെയും ക്ഷേത്രങ്ങളിലെയും പൂജാരിമാരും പൂണൂൽധാരികളായി. ചുട്ടെരിക്കുകയും കുഴിച്ചു മൂടുകയുംചെയ്ത സവർണ്ണ ചിഹ്നങ്ങളെ മാന്യതയുടെ തലപ്പാവ് നല്കി എഴുന്നള്ളിക്കുകയായിരുന്നു. ചാതുർവർണ്ണ്യത്തിന്റെ ഉല്പത്തിയെക്കുറിച്ചുള്ള ഐതിഹ്യത്തെപ്പറ്റിയുള്ള ഒരു സംഭാഷണ മദ്ധ്യേ ഗുരു അതിനെ നിഷേധിച്ചതും അവഗണിക്കാനാവില്ല.' ബ്രഹ്മാവിന്റെ മുഖത്തുനിന്നും ബ്രാഹ്മണനും ബാഹുവിൽനിന്ന് ക്ഷത്രിയനും ഊരുവിൽനിന്ന് വൈശ്യനും പാദത്തിൽനിന്ന് ശൂദ്രനും ഉണ്ടായി എന്നുപറയുന്നു. അതെങ്ങനെ മരം പൊട്ടിയുണ്ടാകുന്നത് പോലെയാണോ. 'അവിടെയുണ്ടായ ഭക്തൻ വിട്ടില്ല.' വിശ്വബ്രാഹ്മണരായ പഞ്ചകുടിശില്പികൾ പറയുന്നത്, അവർ അഞ്ചുപേരും ബ്രഹ്മാവിന്റെ അഞ്ചുമുഖങ്ങളിൽനിന്ന് തന്നെ സംഭവിച്ചവരാണെന്നാണ്.ബ്രഹ്മാവ് ഒരുകാലത്ത് പഞ്ചമുഖനായിരുന്നു. അതിലൊരു ശിരസ്സ് ശിവൻ തല്ലിമുറിച്ചു കളഞ്ഞു. അബദ്ധം പറ്റുന്നതിന് മുമ്പായിരിക്കാം ഇവർ ഉണ്ടായത്. "ബ്രഹ്മാവ് ചതുർമുഖനായതിനാൽ പിന്നെ അതിൽ വല്ല കുറവുമുണ്ടായോ എന്നൊന്നും പറഞ്ഞുകേട്ടില്ല. എല്ലാം കവികളുടെ സൃഷ്ടി. കവിരപരോ ബ്രഹ്മാ എന്നല്ലേ?" ഇതായിരുന്നു ഗുരുവിന്റെ നിശ്ചയം.

അങ്ങനെ സവർണ്ണതയുടെയും പൂണൂലിന്റെയും കൊണ്ടാടപ്പെട്ട മാഹാത്മ്യങ്ങൾ നിർദ്ദയം ചവുട്ടിയരച്ചുകളഞ്ഞ എത്രയോ പ്രതികരണങ്ങൾ ഗുരുവിൽനിന്നുണ്ടായി. ഒരുദിവസം അദ്ദേഹം ആശ്രമ അന്തേവാസികളോട് ശൗചവിധികളെപ്പറ്റി സംസാരിക്കുകയായിരുന്നു. ബ്രാഹ്മണർ, ക്ഷത്രിയർ, വൈശ്യർ, ശൂദ്രർ ഇവർ ഇന്നവിധത്തിലുള്ള മണ്ണുകൊണ്ട് ശൗചംചെയ്യണമെന്ന് വിധിച്ചിട്ടുണ്ടെന്ന് അതിലൊരാൾ അറിവുവിളമ്പി. "സ്മൃതിയിൽ ശൗചംചെയ്താലും ശ്രുതിയിൽ കാഷ്ഠിക്കരുത്" എന്നായിരുന്നു ഗുരുവിന്റെ മറുപടി. "ഇപ്പോഴത്തെ ചെറുപ്പക്കാർ സ്വയം മുഖക്ഷൗരം ചെയ്യുന്നു. എന്തൊരു നീചവേലയാണത്" എന്ന മറ്റൊരാളുടെ പരിദേവനത്തെ ഗുരു എതിരിട്ടത്, "ശൗചത്തിലും മോശമാണോ ക്ഷൗരം? അത് മറ്റാരെയും ഏല്പിക്കാറില്ലല്ലോ" എന്നാണ്.

ഗുരുവിനെ സമ്പൂർണ്ണമായും ഒരു ഹൈന്ദവമതാചാര്യനാക്കാനുള്ള ശ്രമം സംഘപരിവാരം ആരംഭിച്ചുകഴിഞ്ഞു. വിനാശകരമായ ആ സാമൂ

ഹ്യദ്രോഹത്തിന് എസ് എൻ ഡി പി കൈയൊപ്പ് നല്കുമ്പോൾ ഒന്ന് കരയാൻ പോലുമാകാത്തവിധം ചരിത്രം ശിരസ്സറ്റു വീഴുകയാണ്. ആർ എസ് എസ് തയ്യാറാക്കിയ അജണ്ട പ്രകാരം ഹിന്ദുസന്ന്യാസ പ്രചാരണ പദ്ധതിക്ക് രൂപം കൊടുക്കുമ്പോൾ അതാണ് സംശയരഹിതമായി തെളിയുന്നതും. ബി ജെ പി–എസ് എൻ ഡി പി സഖ്യത്തിലേക്കുള്ള വിശ്വാസപാലമാണത്. എസ് എൻ ഡി പി പരിപാടികളിൽ സ്വന്തം അണികളെ വിപുലമായി അണിനിരത്തുന്നതിനും ബി ജെ പി 2015 സെപ്തംബറിൽ നിർദ്ദേശം നല്കി. ഗുരുസമാധിദിനമായ സെപ്തംബർ 21ന് അതിന് ഔപചാരിക തുടക്കവുമായി. കാലാതിവർത്തിയായ ഗുരുദർശനം, കാലഹരണപ്പെട്ട കമ്യൂണിസം എന്ന പ്രചാരണ ശീർഷകത്തിന്റെ മറയ്ക്കുള്ളിലായിരുന്നു അതെല്ലാം. ഹൈന്ദവ മതാചാര്യൻ, കാവിയുടുത്ത സന്ന്യാസി, ഹിന്ദു എകീകരണത്തിനായി നിലകൊണ്ട വ്യക്തിത്വം തുടങ്ങിയ നിലകളിലെല്ലാം ഗുരുവിനെ ദുർവ്യാഖ്യാനിക്കുമ്പോൾ നടേശനും കൂട്ടരും പുളകംകൊള്ളുന്നത് അസ്സഹനീയമായ അശ്ലീലമാണ്.

ഒരു ജാതി, ഒരു മതം, ഒരു ദൈവം മനുഷ്യന് എന്ന ഗുരുവിന്റെ ഉജ്ജ്വല സന്ദേശത്തിലെ ഒരു മതം നിലവിലുള്ള ഏതെങ്കിലും മതത്തെ പ്രതിനിധീകരിക്കുന്നതല്ല. അത് ആഴത്തിൽ മനസ്സിലാക്കിയതിനാലാണ് ഒരിക്കൽ സി വി കുഞ്ഞുരാമൻ, ഗുരുവിന്റെ ഒരുമതം എന്ന സങ്കല്പത്തെക്കുറിച്ചാണ് ഏവർക്കും സംശയമെന്ന് അദ്ദേഹത്തോട് തന്നെ സൂചിപ്പിച്ചത്. സംശയനിവാരണാർത്ഥം ഗുരു പറഞ്ഞത്, രാജ്യങ്ങൾ തമ്മിലും സമുദായങ്ങൾ തമ്മിലുമുള്ള ശണ്ഠ ഒന്ന് മറ്റൊന്നിനെ തോല്പിക്കുമ്പോൾ അവസാനിക്കും. മതങ്ങൾ തമ്മിൽ പൊരുതിയാൽ. ഒടുങ്ങാത്തതുകൊണ്ട് ഒന്നിന് മറ്റൊന്നിനെ തോല്പിക്കാനാവില്ല. ഈ മതപ്പോരിന് അവസാനമുണ്ടാകണമെങ്കിൽ സമബുദ്ധിയോടെ ഏവരും എല്ലാ മതങ്ങളും പഠിക്കണം. പ്രധാന തത്ത്വങ്ങളിൽ അവ തമ്മിൽ സാരമായ വ്യത്യാസങ്ങളില്ലെന്ന് അപ്പോൾ വെളിപ്പെടുന്നതാണ്. അങ്ങനെ വെളിപ്പെടുന്ന മതമാണ് നാം ഉദ്ദേശിക്കുന്ന ഏക മതം എന്നാണ്. അതിന്റെ ദാർശനികതലം *ആത്മോപദേശ ശതക*ത്തിലെ നാല്പത്തിനാലുമുതൽ നാല്പത്തിയൊമ്പതുവരെയുള്ള ആറ് പദ്യങ്ങളിൽ പ്രകാശിതമായിട്ടുണ്ട്.

പല മതസാരവുമേകമെന്നു പാരാ–
തുലകിലൊരാനയിലന്ധരെന്നപോലെ
പലവിധ യുക്തിപറഞ്ഞു പാമരന്മാ–
രലവതു കണ്ടലയാതമർന്നിടേണം
ഒരു മതമന്യനു നിന്ദ്യമൊന്നിലോതും
കരുവപരന്റെ കണക്കിനൂനമാകും;
ധരയിലിതിന്റെ രഹസ്യമൊന്നുതാനെ–
ന്നറിവളവും ഭ്രമമെന്നറിഞ്ഞീടേണം
പൊരുതു ജയിപ്പതസാദ്ധ്യമൊന്നിനോടൊ–
ന്നൊരു മതവും പോരുതാലോടുങ്ങുവീല,
പരമതവാദിയിതോർത്തിടാതെ പാഴായ്

പൊരുതു പൊലിഞ്ഞീടുമെന്ന ബുദ്ധിവേണം
ഒരു മതമാകുവതിന്നുരപ്പതെല്ലാ-
വരുമിതു വാദികളാരുമോർക്കുവീലാ.
പരമതവാദമൊഴിഞ്ഞ പണ്ഡിതന്മാ-
രറിയുമതിന്റെ രഹസ്യമിങ്ങശേഷം
അഖിലരുമാത്മസുഖത്തിനായ് പ്രയത്നം
സകലവുമിങ്ങു സദാപി ചെയ്തീടുന്നു,
ജഗതിയിലിമ്മതമേകമെന്നു ചിന്തല-
ച്ചഘലമണയാതകതാരമാർത്തിടേണം.

*ആത്മോപദേശ ശതക*ത്തിലെ ഈ ഉൾക്കാഴ്ച മുൻനിർത്തി സി വി കുഞ്ഞിരാമനും തുടർച്ചകൾ തന്നെ നടത്തി. ഒരു ജാതി ഒരു മതം ഒരു ദൈവം മനുഷ്യന് എന്ന ധർമ്മോപദേശം ശിഷ്യർ മുദ്രാവാക്യമായി സ്വീകരിച്ചിരിക്കയാണെന്നും അത് ശരിയായ ധർമ്മോപദേശം തന്നെയാണോ എന്ന് പലരും സംശയിക്കുകയും ചിലർ അതിനെ ആക്ഷേപിക്കുകയും ചെയ്യുന്നുവെന്ന സി വി യുടെ പ്രസ്താവത്തെ തുടർച്ചയായ പ്രതികരണങ്ങളിലൂടെയാണ് ഗുരു തൃപ്തമാക്കിയത്. എല്ലാ മതങ്ങളുടെയും ഉദ്ദേശ്യം ഒന്നുതന്നെ. നദികൾ സമുദ്രത്തിൽ ചേർന്നാൽ പിന്നെ തിരക്കുഴിയെന്നും നടുക്കടലെന്നുമുണ്ടോ? ജീവാത്മാക്കൾക്ക് ഊർദ്ധ്വമുഖത്വം ഉണ്ടാക്കാനുള്ള അധികാരമേ മതങ്ങൾക്കുള്ളൂ. അതുണ്ടായിക്കഴിഞ്ഞാൽ സൂക്ഷ്മം അവർ താനേ അന്വേഷിച്ച് കണ്ടെത്തിക്കോളും. സൂക്ഷ്മാന്വേഷണത്തെ സഹായിക്കുന്ന മാർഗ്ഗദർശികൾ മാത്രമാണ് മതങ്ങൾ. സൂക്ഷ്മം അറിഞ്ഞവന് മതം പ്രമാണമല്ല. മതത്തിന് അവൻ പ്രമാണമാണ്. ബുദ്ധമതം പഠിച്ചാണോ ബുദ്ധൻ നിർവ്വാണമാർഗ്ഗം ഉപദേശിച്ചത്? നിർവ്വാണമാർഗ്ഗം ആരാഞ്ഞറിഞ്ഞ് അദ്ദേഹം ആ മാർഗ്ഗം ഉപദേശിച്ചു. അത് പിന്നീട് ബുദ്ധമതമായി. ബുദ്ധന് ബുദ്ധമതംകൊണ്ട് പ്രയോജനമുണ്ടോ? ഒന്നിനെയും ഇതുമാത്രം ശരിയെന്നു പ്രമാണമാക്കേണ്ട. എല്ലാറ്റിനെയും ശരിയേതെന്നുള്ള അന്വേഷണത്തിന് ഉപകരണമാക്കാം. മതത്തിന് ആഭ്യന്തരവും ബാഹ്യവുമായ രണ്ടു വശങ്ങളുണ്ട്. ഇതിൽ ഏതിനാണ് പരിവർത്തനം വേണമെന്ന് പറയുന്നത്? ബാഹ്യമായ മാറ്റത്തിനാണ് ഉത്സാഹമെങ്കിൽ അത് മതപരിവർത്തനമല്ല, സമുദായ പരിവർത്തനമാണ് എന്നിങ്ങനെ പല വട്ടമായി ഗുരു മതങ്ങളെക്കുറിച്ചുള്ള തന്റെ തത്ത്വചിന്ത വികസിപ്പിച്ചു.

ശ്രീനാരായണ ഗുരുവുമായുള്ള ചർച്ചകൾക്കിടയിൽ സി വി കുഞ്ഞിരാമൻ ബുദ്ധമതത്തോട് പ്രത്യേക മമത പുലർത്തിയിരുന്നു. അതോട് എന്താണിത്ര പ്രതിപത്തിയെന്ന് ഗുരു ഒരിക്കൽ തിരക്കി. ഈ കാലദേശാവസ്ഥയ്ക്ക് ബുദ്ധമുനിയുടെ ധർമ്മോപദേശങ്ങളിൽ പ്രതിപത്തി വരാതിരിക്കാൻ നിവൃത്തിയില്ല. ജാതി മത്സരങ്ങളിലും മത മത്സരങ്ങളിലും അന്ധാചാരങ്ങളിലുംനിന്ന് ജനങ്ങൾക്ക് മോചനമുണ്ടാവാൻ മറ്റെല്ലാ മതങ്ങളെക്കാളും ബുദ്ധമതംതന്നെ നന്നെന്നാണ് തന്റെ ബലമായ വിശ്വാസമെന്നായിരുന്നു സി വി യുടെ മറുപടി.

"ശിവഗിരി തീർത്ഥാടകരുടെ വസ്ത്രധാരണ രീതിയിൽ വല്ല പ്രത്യേകതയും ഉണ്ടായിരിക്കണോ" എന്ന് ടി കെ കിട്ടൻ റൈറ്റർ ചോദിച്ചപ്പോൾ ഗുരു പറഞ്ഞത്,

> വെള്ളവസ്ത്രം ഗൃഹസ്ഥന്മാരുടേതാണ്. കാഷായം സന്ന്യാസിമാർക്ക്. കറുത്ത തുണിയും കരിമ്പടവും ശബരിമലക്കാർക്ക്. ശിവഗിരി തീർത്ഥാടകർക്ക് മഞ്ഞവസ്ത്രം ആയിക്കൊള്ളട്ടെ. ശ്രീകൃഷ്ണന്റെയും ശ്രീബുദ്ധന്റെയും മുണ്ട്; അത് കൊള്ളാം, നന്നായിരിക്കും

എന്നായിരുന്നു. വല്ലശ്ശേരിഗോവിന്ദൻവൈദ്യരോട് അത് വിശദീകരിക്കുകയുമുണ്ടായി:

> മഞ്ഞവസ്ത്രം എന്ന് നാം പറഞ്ഞതിന് മഞ്ഞപ്പട്ടു വാങ്ങാൻ ആരും തുനിയരുത്. കോടിവസ്ത്രംപോലും ആവശ്യമില്ല. ഉപയോഗത്തിലിരിക്കുന്ന വെള്ളവസ്ത്രം മഞ്ഞളിൽ മുക്കി ഉപയോഗിച്ചാൽ മതി. പിന്നീട് അലക്കിത്തെളിഞ്ഞ് എടുത്തുകൊള്ളാമല്ലോ? യാത്ര ആർഭാടരഹിതമായിരിക്കണം; വിനീതമായിരിക്കണം.

ആ മഞ്ഞയെയാണ് കാവിയായി നടേശനും മറ്റും ഇപ്പോൾ നിറവ്യത്യാസം വരുത്തുന്നത്. പിന്നെ കാവിരാഷ്ട്രീയത്തിന്റെ എല്ലാ തീട്ടൂരങ്ങളും അതേപടി വിഴുങ്ങുകയുമാണ്. ആർ എസ് എസിന്റെ സംവരണ വിരുദ്ധ നിലപാടിൽ പോലും സംശയമില്ലതായിരിക്കുന്നുവെന്നത് ഞെട്ടലുളവാക്കുന്നതും. രാജ്യത്തെ സംവരണനയം പുനഃപരിശോധിക്കണമെന്ന് ആർ എസ് എസ് മേധാവി മോഹൻ ഭാഗവത് വെട്ടിത്തുറന്നുപറഞ്ഞത് നടേശൻ കേട്ടതായി ഭാവിച്ചില്ല. ആർ എസ് എസ് വിഷജിഹ്വകളായ *ഓർഗനൈസറി*നും *പാഞ്ചജന്യ*ക്കും നല്കിയ അഭിമുഖത്തിൽ ഭാഗവത് നയം കൃത്യമായി വ്യക്തമാക്കി. ഏതെല്ലാം വിഭാഗങ്ങൾക്ക് എത്രകാലം സംവരണം വേണമെന്ന് നിശ്ചയിക്കാൻ കമീഷനെ നിയോഗിക്കണമെന്നായിരുന്നു അദ്ദേഹം ഉന്നയിച്ച പ്രധാന ആവശ്യം. രാജ്യത്തെ കീറിമുറിച്ച സംവരണവിരുദ്ധ കലാപങ്ങൾക്ക് നേതൃത്വംകൊടുത്ത സംഘടനയുടെ തലവനിൽനിന്നാണ് അക്രമാസക്തങ്ങളായ ആക്രോശങ്ങൾ ഉണ്ടായതെന്നും നടേശൻ കാണുന്നില്ല. മണ്ഡൽ കമീഷൻ ശുപാർശകൾ നടപ്പിലാക്കാൻ വി പി സിങ് സർക്കാർ ശ്രമിച്ചപ്പോൾ രാജ്യത്തെ പ്രധാന കേന്ദ്രങ്ങളിലെല്ലാം യുവാക്കളെ ആത്മാഹുതികൾക്ക് പ്രേരിപ്പിക്കുകയുമുണ്ടായി ആർ എസ് എസ്. അതവിടെ നിന്നില്ല, ചില വിദ്യാർത്ഥികളെ മണ്ണെണ്ണയൊഴിച്ച് തീയിട്ട് ആത്മത്യാഗമായി ചിത്രീകരിക്കുകയുംചെയ്തു.

റബ്ബർ മുതലാളികളുടെ സ്വർണ്ണക്കുരിശിൽ തേങ്ങിപ്പിടയുന്ന യേശുവിനെപ്പോലെ മദ്യക്കച്ചവടക്കാരുടെ ബ്രാൻഡ് നാമമായി ശ്രീനാരായണ ഗുരുവിനെ അധഃപതിപ്പിക്കുകയുമാണ് പുത്തൻ മുതലാളിമാർ. അതിനെതിരെ വിമർശനമുയർന്നപ്പോൾ, മദ്യ മുതലാളിമാരുടെ കാശുകൊണ്ടാണ് ഗുരുപ്രസ്ഥാനങ്ങൾ പടുത്തുയർത്തിയതെന്ന

ധിക്കാരംപോലും ചിലർ ഉയർത്തി. മദ്യം വിഷമാണ് അതുണ്ടാക്കരുത്, കൊടുക്കരുത്, കഴിക്കരുത് എന്നത് ഗുരുദേവന്റെ സുചിന്തിതമായ അഭിപ്രായവും നിലപാടുമായിരുന്നു. 1920 ലെ ജന്മദിനത്തിലായിരുന്നു ആ സന്ദേശം. മദ്യത്തെ ന്യായീകരിക്കാൻ അദ്ദേഹത്തെ ഇകഴ്ത്താനുള്ള ധൈര്യവും നടേശനും മറ്റുമുണ്ടായി. വേറെ ഉപജീവനമാർഗ്ഗം ഇല്ലാത്തവരാണ് ചെത്തിനു പോകുന്നത് എന്ന് ന്യായം പറഞ്ഞ ഒരു ഭക്തനെ ഏറെ പരുഷമായാണ് ഗുരു തിരുത്തിയത്. "ചെത്തിനുള്ള കത്തി നാലാക്കിയാൽ ഓരോ കഷണംകൊണ്ട് ക്ഷൗരത്തിനുള്ള ഓരോ കത്തിയുണ്ടാക്കാം. അതുംകൊണ്ട് നടക്കുന്നതായിരിക്കും ചെത്തിനേക്കാൾ മാനം. നല്ല ആദായവുമുണ്ടാകും" എന്ന മട്ടിലായിരുന്നു ആ ക്ഷോഭം. "ചെത്തുന്നവരെക്കൊണ്ട് തേങ്ങയിടുവിക്കാമല്ലോ. കുറച്ചു കയറിയാലും മതി. ബുദ്ധിമുട്ട് കുറയുകയും ചെയ്യു"മെന്നും കൂട്ടിച്ചേർക്കുകയുമുണ്ടായി. മദ്യവർജ്ജന പ്രക്ഷോഭം ആത്മാർത്ഥതയോടെ ഏറ്റെടുത്ത ടി കെ മാധവന് എസ് എൻ ഡി പി യോഗത്തിന്റെ അകമഴിഞ്ഞ പിന്തുണയുണ്ടായിരുന്നു. മഹാത്മാഗാന്ധിയുടെയും ഗുരുവിന്റെയും മദ്യ വിരുദ്ധനയം പ്രാവർത്തികമാക്കാൻ ആലപ്പുഴയിൽ സമ്മേളനം വിളിച്ചു ചേർക്കുകയും ചെയ്തു അദ്ദേഹം. തുടർന്ന് ഷാപ്പുകൾ നടത്താൻ ആളുകളില്ലാതായി. സമരക്കാരെ പിന്തിരിപ്പിക്കാൻ എല്ലാ ശ്രമങ്ങളും നടന്നു. അത് ഫലിക്കാതായപ്പോൾ മർദ്ദനങ്ങളും പുറത്തെടുത്തു. ശ്രീനാരായണ ഗുരുവിനെ സന്ദർശിച്ച പല യുവ ഈഴവ പരിഷ്കർത്താക്കളും തങ്ങളുടെ പ്രദേശങ്ങളിൽ മദ്യമുണ്ടാക്കുന്ന ദുരിതങ്ങളുടെ പട്ടിക നിരത്തുമായിരുന്നു. തലശ്ശേരിയിൽനിന്ന് പോയ വരുതൂർ കാണിയിൽ കുഞ്ഞിക്കണ്ണനും മറ്റും ഇക്കാര്യത്തിൽ നല്ല പങ്കുവഹിച്ചു. ശിവഗിരിയിൽച്ചെന്ന് ഗുരുവിനെ ആദ്യമായി കണ്ട കുഞ്ഞിക്കണ്ണൻ തന്റെ നാടിന്റെ പരിതാപകരമായ അവസ്ഥയെക്കുറിച്ച് അദ്ദേഹത്തോട് തുറന്നുസംസാരിച്ചു.

> കള്ളും ചാരായവും നടമാടുന്ന, ആടിനെയും കോഴിയെയും പോലുള്ള നിർദ്ദോഷ ജീവികളെ കൊന്ന് ചോരയും മാംസവും ദേവന് നിവേദിക്കുന്ന കാവുകളാണ് ഈഴവർക്കുള്ളത്. ജനങ്ങൾ പൊതുവിൽ വളരെ ദരിദ്രർ. സവർണ്ണരുടെ കീഴിൽ നിലം നടത്തുന്ന പാവം കുടിയാന്മാരുമാണ്. അവരെ ആശ്രയിച്ച് ജീവിക്കുന്നവരാണ്. ഭൂരിപക്ഷവും കൃഷികൊണ്ട് ഉപജീവനം നടത്തുന്നു. ജനങ്ങളെ അറിവിന്റെ വഴിയിലേക്ക് തിരിക്കാൻ ക്ഷേത്രങ്ങൾ ആവശ്യമാണ്. ബ്രഹ്മസമാജവും ആര്യസമാജവും ഉണ്ടായിട്ടും കാര്യമില്ല. പാവങ്ങൾ യഥാർത്ഥ ദൈവഭക്തി എന്താണെന്നറിയാത്തവരാണ്. സ്വാമി വന്ന് ഞങ്ങൾക്കൊരു ക്ഷേത്രം പ്രതിഷ്ഠിച്ചുതരണം. ബ്രാഹ്മണരുടെ ക്ഷേത്രങ്ങളിൽ പ്രവേശിക്കാൻ ഞങ്ങൾക്ക് അധികാരമില്ല

ഇങ്ങനെപോയി കുഞ്ഞിക്കണ്ണന്റെ സംസാരം.

രക്ഷാകർത്തൃനാട്യം

തൊട്ടുകൂടാത്ത പാർട്ടി എന്ന സ്ഥിതിയിൽനിന്ന് ബി ജെ പി മിക്കവർക്കും സ്വീകാര്യമായ പ്രസ്ഥാനമായി മാറിയിരിക്കുന്നുവെന്ന് വെങ്കയ്യ നായിഡു ആദ്യം പറഞ്ഞത് തിരുവനന്തപുരത്തുവെച്ചാണ്. ആർ എസ് എസ് സാംസ്കാരിക സംഘടനയാണെന്ന ചിലരുടെ നിഷ്കളങ്ക സമീപനത്തിന്റെ തൊട്ടുപിറകെയാണിതെന്നത് ശ്രദ്ധേയമാണ്. രാഷ്ട്രീയ-സാംസ്കാരിക രംഗത്ത് മഹാസഖ്യ വ്യാമോഹമാണ് കേരളത്തിലെ വലതുപക്ഷം ഇപ്പോൾ പുലർത്തിക്കൊണ്ടിരിക്കുന്നത്. ജനങ്ങളെ മുച്ചൂടും മുടിക്കുന്ന സാമ്പത്തിക നയത്തിന്റെ കെടുതികൾക്കിടയിലും ചിലർ ഉൽക്കണ്ഠപ്പെടുന്നത് ജാതി-മതസ്വത്വത്തെക്കുറിച്ചും അതിന്റെ രൂപീകരണങ്ങളെപ്പറ്റിയുമാണ്.

വർഗ്ഗീയ രാഷ്ട്രീയത്തിന്റെ അക്രമാസക്തമായ ഒരു ഘട്ടത്തിലേക്കുള്ള പോക്കിന്റെ മുന്നൊരുക്കമായ ജാതി-മതവല്ക്കരണത്തിന്റെ ദൃഷ്ടാന്തങ്ങളാണ് ഇതെല്ലാം. മതത്തിന്റെ പുറംതോടിൽവെച്ച് സമരോത്സുകമായിരുന്ന ഇൻഫാമിന് വൻമാധ്യമ പിന്തുണ ലഭിച്ചതും കാണാതിരിക്കാനാവില്ല. ആ സമര വ്യാമോഹങ്ങൾ കത്തിത്തീരുകയും ചെയ്തു. സ്കൂളുകളും കോളേജുകളും ആശുപത്രികളും വീതം വെക്കുമ്പോൾ ഒച്ച വെക്കുന്ന ജാതി-മത സംഘടനകളുടെ ആർത്തി ജനകീയതയുടെ അവസാനത്തെ ശ്വാസംപോലും തുടച്ചുനീക്കുകയാണ്. പകരം വരേണ്യവാദത്തിന്റെ കെട്ട ചിന്തകൾ സർവ്വവിധത്തിലും ഇറക്കുമതി ചെയ്യുകയും.

*വിചാരധാര*യുടെ പ്രാധാന്യം ഊന്നിപ്പറഞ്ഞുകൊണ്ട് അതിന്റെ അഞ്ചാം പതിപ്പിന് എഴുതിയ മുഖവുര വായിക്കുമ്പോൾ എപ്പോഴും ഓർക്കേണ്ട ഒരു വസ്തുതയുണ്ട്. ആനുകാലികമായി നീറുന്ന പ്രശ്ന

ങ്ങളെ സംബന്ധിച്ചവയും യോഗ്യങ്ങളായ ഉപകഥകളോടും ഉദാഹരണ ങ്ങളോടും കൂടിയവയുമായ ഈ വിശകലനം സ്ഥായിയായ തത്ത്വങ്ങളെ ഊന്നിപ്പറയുവാനും പ്രകാശിപ്പിക്കാനും സഹായിക്കുന്നുണ്ട് (പേജ് 10) എന്നാണ്. സാമാന്യബോധത്തോട് മാത്രം അഭിസംബോധന ചെയ്തു കൊണ്ടാണ് ഗോൾവാൾക്കർ വാദഗതികൾ പലതും ഉന്നയിച്ചത്.

ജീവിക്കുന്ന ഈശ്വരൻ, ഈ അപഥ സഞ്ചാരം ഒഴിവാക്കുക, കുറുക്കുവഴിയിലുള്ള ഭ്രമം, ദുർബ്ബലന്റെ അഹിംസ തുടങ്ങിയ ഉപതല ക്കെട്ടുകൾ മുതൽ *വിചാരധാര*യുടെ സാമാന്യബോധം വ്യക്തമാണ്. ചാതുർവർണ്ണ്യത്തെയും ശക്തിപൂജയെയും അത് വളച്ചുകെട്ടില്ലാതെ ന്യായീകരിക്കുന്നുമുണ്ട്. ചതുർ വ്യവസ്ഥയുള്ള ജനത, അതായത് ഹിന്ദു ജനതയാണ് നമ്മുടെ ദൈവം എന്നാണിതിന്റെ അർത്ഥം (പേജ് 67) എന്ന നിലയിലാണ് വിശദീകരണം. സഹിഷ്ണുത പുരുഷ ലക്ഷണമല്ലെന്ന് ശഠിച്ച ഗോൾവാൾക്കർ അഹിംസ ദുർബ്ബലന്റെ തത്ത്വസംഹിതയാണെന്ന് പറയാൻ മടിച്ചില്ല. ഈവക സാമാന്യബോധത്തിലേക്ക് കേരളത്തിലെ പല സംഘടനകളും വ്യക്തികളും പതുക്കെപതുക്കെയെങ്കിലും തെന്നി മാറികൊണ്ടിരിക്കയാണ്. വിവിധ മാധ്യമങ്ങൾ ഈ കഥകളെഴുതാൻ ഉപ യോഗിച്ച ഭാഷയും രൂപീകരണങ്ങളുമെല്ലാം ഒരു ഗൂഢാലോചനയുടെ വിവർത്തനമാണെന്ന് കാണാൻ വിഷമമില്ല. കേരളത്തിന്റെ തെക്കൻ ഭാഗ ങ്ങളിലേതിനു തുല്യമായ എസ് എൻ ഡി പിയുടെ ചില മുന്നേറ്റങ്ങൾക്ക് മലബാർ തയ്യാറാക്കിക്കഴിഞ്ഞുവെന്നാണ് ചില പത്രലേഖകരുടെ അഭി പ്രായം. അതിന് കണ്ണൂർ, കാസർകോട് ജില്ലകളിലെ ചില ഗ്രാമങ്ങളുടെ പേരുകൾ അടിവരയിട്ടു. നിരുത്തരവാദപരമായ ആ പ്രസ്താവം കേട്ട് അവിടങ്ങളിൽ ജീവിക്കുകയും ജനകീയ പ്രവർത്തനങ്ങളിൽ നിരന്തരം ഇടപെടുകയും ചെയ്യുന്നവരെല്ലാം ഞെട്ടി. സ്വന്തം നാട്ടിൽ തങ്ങൾ കാണാത്ത സിംഹ പ്രസവത്തെക്കുറിച്ചാണ് അന്വേഷണ സംഘങ്ങൾ വാചാലമായത്. സാധാരണ മനുഷ്യർ ഒരിക്കലും ചിന്തിക്കാത്തവരുടെ ജാതി കൃത്യമായി വെളിപ്പെടുത്തുന്നതിൽ മാത്രമാണ് എസ് എൻ ഡി പി അനുകൂല വാർത്തകൾ വിജയിച്ചത്.

എസ് എൻ ഡി പിയുടെ വളർച്ചയ്ക്ക് ആധാരമായി ലേഖകർ കാണുന്ന കാരണങ്ങളും വിചിത്രങ്ങളാണ്. തിയ്യ, ശാലിയ, മണിയാണി സമുദായങ്ങൾ സി പി ഐ (എം)നെതിരായിരിക്കുന്നത് അവരുടെ ഭൂത കാല അനുഭവങ്ങൾ കയ്പേറിയ പാഠങ്ങൾ പഠിപ്പിച്ചതുകൊണ്ടാണത്രേ. ഓരോ ജാതിയെയും അവരുടെ വ്യക്തിത്വത്തെയും പ്രത്യേകം വളർത്തി ക്കൊണ്ടുള്ള രാഷ്ട്രീയത്തിലാണോ ഊന്നേണ്ടത്. കമ്യൂണിസ്റ്റ്പാർട്ടി യുടെ എല്ലാ വിജയങ്ങളും ഉത്തരമലബാറിൽ സവർണ്ണ ജാതിക്കാരുടേ തായി എന്ന ഒഴുക്കൻ പ്രസ്താവന വിശദാമാക്കേണ്ട ബാദ്ധ്യതപോലും ലേഖകൻ ഏറ്റെടുക്കുന്നില്ല.

മലബാറിൽ ദേശീയ പ്രസ്ഥാനവും സോഷ്യലിസ്റ്റ് മുന്നേറ്റങ്ങളും കമ്യൂണിസ്റ്റ് പാർട്ടിയും ജാതി രഹിതമായ കാഴ്ചപ്പാടിലാണ് ഊന്നിയത്.

സാമൂഹിക നവോത്ഥാനത്തിന്റെ പൂർത്തീകരിക്കാത്ത ചില കടമകൾ ഈ പ്രസ്ഥാനങ്ങൾ ഏറ്റെടുത്തു. പന്തിഭോജനവും മിശ്രവിവാഹവും ഇവയുടെ പ്രധാന പ്രവർത്തനമണ്ഡലവുമായി. തോറ്റുപിന്മാറിയ ജാതി കാർക്കശ്യങ്ങളും അതിനനുസൃതമായ സാമ്പത്തിക പദവിയുമാണ് ചിലർ ഇപ്പോൾ മുന്നിൽവെക്കുന്നത്. വിവിധ പേരുകളിലൂടെ സ്ത്രീധനവും മറ്റും മലബാറിലും പ്രബലമാക്കാൻ നോക്കുകയാണ്. വിദ്യാഭ്യാസ സ്ഥാപനങ്ങൾ കലഹിച്ച് വാങ്ങി പുതിയ സാമ്പത്തിക സാമ്രാജ്യങ്ങൾ പണിയുകയാണ് ജാതി മുതലാളിമാർ. ഗുരുവിന്റെ ആശയങ്ങളോ ആദർശങ്ങളോ അല്ല ഇപ്പോഴത്തെ യോഗ നേതൃത്വം നടപ്പിലാക്കുന്നത്. യോഗം ജനറൽ സെക്രട്ടറിയുടെ തീരുമാനങ്ങൾ തെറ്റോ ശരിയോ എന്ന് നോക്കാതെ അതേ പടി ഏറ്റെടുക്കുകയാണ്. ഏതെങ്കിലും പ്രത്യേക സമുദായം സമൂഹത്തിലെ നിർണ്ണായക ശക്തിയാവണം എന്നല്ല ഗുരു ആഗ്രഹിച്ചത്. ഗുരുവിന്റെ പേരു പറഞ്ഞ് സ്വന്തം താല്പര്യങ്ങളാണ് ഇവർ നടപ്പാക്കുന്നതും.

എസ് എൻ ഡി പി യോഗം പ്രവർത്തനം പതുക്കെ മലബാറിൽ ശക്തിപ്രാപിക്കുന്നു എന്ന തലക്കെട്ടിനൊപ്പം മാർക്സിസ്റ്റ് കോട്ടകളിൽ വിള്ളൽ എന്നുകൂടി മേലേചാർത്തുമ്പോൾ കാര്യം വ്യക്തം. *ന്യൂ ഇന്ത്യൻ* എക്സ്പ്രസ് ലേഖകൻ എഴുതുന്നു: പഴയ വിപ്ലവസ്മരണകളെ നിലനിർത്തി അടുത്തകാലംവരെയും മാർക്സിസ്റ്റ് പാർട്ടിയുടെ കോട്ടകൊത്തളങ്ങളായി കാത്തുപോന്ന കരിവെള്ളൂർ, വെള്ളൂർ. പയ്യന്നൂർ തുടങ്ങിയ മേഖലകളിലാണ് പാർട്ടിക്ക് വിള്ളലുകളുണ്ടായിരിക്കുന്നത്. ഈ മേഖലകളിലെ പ്രബല സമുദായമായ തിയ്യ, മണിയാണി സമുദായങ്ങൾ പാർട്ടിയിൽനിന്നും പതിറ്റാണ്ടുകളായി അനുഭവിച്ചിരുന്ന അവഗണനയുടെയും അവഹേളനത്തിന്റെയും തിരിച്ചടിയാണ് വിള്ളലിനു കാരണമെന്ന് നിരീക്ഷിക്കപ്പെടുന്നു.

എസ് എൻ ഡി പിയെ ഉപയോഗിച്ച് ആർ എസ് എസ് നടത്തുന്ന ചില നീക്കങ്ങൾ പരക്കെ വിമർശനവിധേയമായിട്ടുണ്ട്. ശ്രീനാരായണീയർതന്നെ പലവട്ടം ഈ നീക്കത്തെ എതിർത്തിരുന്നു. കേരളീയ സമൂഹത്തിൽ വർഗ്ഗീയ വിത്തിറക്കാനുള്ള ഉപകരണമായി യോഗം മാറുകയാണെന്ന സംശയം പ്രബലമാക്കുന്നതാണ് ജന്മഭൂമി വാർത്ത. ഗുരുദേവ ദർശനങ്ങളെ സ്വീകരിക്കുകവഴി ഇത്രയും കാലം അവർ പിന്തുടർന്ന ഭൗതികവാദത്തിന്റെ പിടിയിൽനിന്നും മോചിതരായി ആദ്ധ്യാത്മികതയുടെ പാതയിലേക്കും അതുവഴി ഹൈന്ദവ മുന്നേറ്റത്തിലേക്കുമുള്ള ഒരു പുതിയ കാൽവെപ്പാണ് അത്യുത്തര കേരളത്തിലെ ജനത നടത്തിയിരിക്കുന്നത് എന്ന മട്ടിലായിരുന്നു അത്.

ഇത് ഗൂഢാലോചനയല്ലാതെ മറ്റെന്താണ്! രാഷ്ട്രീയ സംഘർഷങ്ങളിൽ ബലിയാടാക്കപ്പെടുന്നവരിൽ ഭൂരിഭാഗവും തിയ്യ സമുദായത്തിൽപ്പെട്ടവരാണെന്ന വലിയ അറിവും ജന്മഭൂമി വിളമ്പി. തിരഞ്ഞെടുപ്പ് കാലത്ത് ഈഴവ സ്ഥാനാർത്ഥികൾക്കായി വിലപേശുക, സ്വന്തം

രാഷ്ട്രീയ പാർട്ടി രൂപീകരിക്കുമെന്ന് ഭീഷണിപ്പെടുത്തുക, ഹൈന്ദവ ഏകീകരണ ലക്ഷ്യങ്ങൾ മറയില്ലാതെ പുറത്തെടുക്കുക, ഒടുവിൽ ആർ എസ് എസിന്റെ പാലമായി പ്രവർത്തിക്കുക– രൂപാന്തരങ്ങൾ രസാവഹ മാണ്. ഈഴവരുടെ എണ്ണംനോക്കി വിദ്യാഭ്യാസ സ്ഥാപനങ്ങൾ ഉറപ്പാക്കി അവയെല്ലാം സവർണ്ണർക്ക് ലേലംചെയ്ത് വില്ക്കുക, ശ്രീനാരായണന്റെ വിശാല സങ്കല്പങ്ങൾ അനാഥമാക്കുക തുടങ്ങിയ കളികൾ കേരളം ശരിയായി മനസ്സിലാക്കുന്നുണ്ട്. അഞ്ചുകോടി ഗുജറാത്തികളുടെ പേരിൽ തിരഞ്ഞെടുപ്പ് കമീഷണറെ ഭീഷണിപ്പെടുത്തിയ നരേന്ദ്രമോദിയുടെ രക്ഷാകർത്തൃമനോഭാവമാണ് ഈഴവരുടെ കാര്യത്തിൽ ചിലർ കാണി ക്കുന്നത്. പാലക്കാട് താലൂക്ക് എസ് എൻ ഡി പി യൂണിയന്റെ ആഭിമു ഖ്യത്തിൽ നടന്ന ഗുരു ജയന്തിയാഘോഷ പൊതുസമ്മേളനം 2002 ആഗസ്ത് 23 ന് ഉദ്ഘാടനംചെയ്ത് ബി ജെ പി നേതാവ് ഒ രാജഗോ പാൽ നടത്തിയ പരാമർശവും ശ്രദ്ധിക്കാതിരിക്കാനാവില്ല. നാരായണ ഗുരുദേവനെക്കുറിച്ച് കറാച്ചിയിലെ സംഘശാഖയിൽനിന്നാണ് ആദ്യം കേട്ടതെന്ന് ഉപപ്രധാനമന്ത്രിയായിരുന്ന എൽ കെ അദ്വാനി 1988ലെ അരുവിപ്പുറം പ്രതിഷ്ഠാ വാർഷികത്തിൽ പറഞ്ഞകാര്യം ഓർമ്മിപ്പിച്ചു കൊണ്ടായിരുന്നു രാജഗോപാൽ പ്രസംഗം ആരംഭിച്ചത്.

കമ്യൂണിസ്റ്റ് പാർട്ടിയിലെ രക്തസാക്ഷികളെ ജാതീയമായ അസ്തി ത്വത്തിന്റെ പേരിൽ വർഗ്ഗീകരിക്കാനും നടേശൻ ശ്രമിക്കുന്നു. തീർത്തും മതനിരപേക്ഷമായി ജീവിച്ച, ജാതിചിന്തകൾക്ക് തീകൊടുത്ത പോരാ ളികളെ ഈഴവ പുതപ്പിനടിയിലാക്കുകയാണ്. ഇതൊരു പ്രവണതയുടെ മുഖലക്ഷണംതന്നെ. നമ്പൂതിരിയെ മനുഷ്യനാക്കാൻ ആഹ്വാനംചെയ്യു കയും എല്ലാ അന്ധവിശ്വാസങ്ങളെയും ചുട്ടുകളയുകയുംചെയ്ത ജനാ ധിപത്യവാദികളെപ്പോലും അടുത്തിടെ ചിലർ വീണ്ടും നമ്പൂതിരിമാരാ ക്കിയിരുന്നല്ലോ. ഭൗതിക ലോകത്ത് സ്വർഗ്ഗം പണിയാൻ ശ്രമിച്ചവരെ പരലോകത്തേക്ക് അയക്കാൻ അനുബന്ധ ചടങ്ങുകളും ആത്മാവിന് നിത്യശാന്തി നേരാൻ അടിയന്തരങ്ങളും ഒരുക്കുകയും ചെയ്തു. ഈ ബ്രാഹ്മണവല്ക്കരണശ്രമങ്ങളാണ് ഉപനയനങ്ങളിലൂടെയും വേദപഠന വിദ്യാലയ സ്ഥാപനങ്ങളിലൂടെയും നടന്നുകൊണ്ടിരിക്കുന്നത്. ഈഴവ രിലെ പുതിയ ബ്രാഹ്മണരും ഇത്തരം ആഗ്രഹങ്ങളിൽ പുളകിതരാണ്. അതാവട്ടെ, മൂലധന സമാഹരണത്തിലൂടെ നേടിയ അന്തസ്സിന്റെ സാമൂ ഹികവല്ക്കരണശ്രമത്തിൽ കുറഞ്ഞ ഒന്നുമല്ല. ഹിന്ദുമതവും ഹിന്ദു ത്വവും ഒന്നാണെന്ന് തെറ്റിദ്ധരിക്കരുതെന്ന വീരേന്ദ്രപ്രകാശിന്റെ കാഴ്ച പ്പാട് ഈയർത്ഥത്തിൽ വികസിപ്പിക്കേണ്ടതുണ്ട്.

ഗ്രഹാംസ്റ്റെയിൻസ് വധംപോലുള്ള, ക്രിസ്ത്യാനികൾക്കെതിരായ കടന്നാക്രമണങ്ങളും ഗുജറാത്ത് വേട്ടയും മറന്നുകൊണ്ട് ചില ന്യൂന പക്ഷ രാഷ്ട്രീയ വക്താക്കൾ ആർ എസ് എസുമായി ചർച്ചകൾ നടത്തി യത് കൗതുകകരമായിരുന്നു. ഓശാനക്കുന്നിൽ ചേർന്ന ആർ എസ് എസ് – ക്രിസ്ത്യൻ പരിപ്രേക്ഷ്യ വിശകലന സമ്മേളനമായിരുന്നു അതിലൊന്ന്.

ഹിന്ദു-ക്രിസ്ത്യൻ സംവാദമായി ഇതിനെ കണ്ട ചില ശുദ്ധാത്മാക്കളുണ്ട്. വർഗ്ഗീയതയെക്കുറിച്ചുള്ള തന്റെ പഠനത്തിൽ, ബിപൻ ചന്ദ്ര നല്കുന്ന ശ്രദ്ധേയമായ മുന്നറിയിപ്പുണ്ട്. വർഗ്ഗീയ നേതൃത്വങ്ങളെ മത പ്രതിനിധികളായി വിലയിരുത്തുന്നതിലെ അപകടമാണത്. ഹിന്ദു-ക്രിസ്ത്യൻ വിഭാഗങ്ങൾ തമ്മിൽ നിലവിലുള്ള പ്രശ്നങ്ങൾ പരിഹരിക്കാൻ സ്വദേശി സഭകൾ ആവശ്യമാണെന്നായിരുന്നു ഓശാനക്കുന്നിൽ ആർ എസ് എസ് മേധാവി കെ എസ് സുദർശൻ അഭിപ്രായപ്പെട്ടത്. ദേശീയ സഭകൾ വേണമെന്ന ആർ എസ് എസ് ആവശ്യം കേവലം ആത്മീയമല്ല. അതിന് രാഷ്ട്രീയവും സാമൂഹികവുമായ കാരണങ്ങളുണ്ട്,അടിത്തറയുമുണ്ട്. മതപരിവർത്തനം ചെയ്യപ്പെടുന്നതോടെ ഒരു വ്യക്തി അവന്റെ പാരമ്പര്യത്തെപ്പോലും തള്ളിപ്പറയുന്ന സ്ഥിതി ഇന്നുണ്ട്. ഭാരതത്തിലെ സ്വത്തുക്കളുടെ അവകാശം ദേശീയ സഭകൾക്കായിരിക്കണം എന്നും സുദർശൻ കൂട്ടിച്ചേർത്തു. ബൈബിളിൽ മാറ്റം നിർദ്ദേശിച്ച സർസംഘചാലക് എന്നാൽ മനുസ്മൃതി പൂർണ്ണ ജീവിതത്തിന്റെ യുക്തിഭദ്രമായ കാഴ്ചപ്പാടാണെന്ന് ശഠിച്ചു. യാഥാർത്ഥ്യങ്ങൾ വിസ്മരിച്ചും ചരിത്രത്തെ കൊലചെയ്തും നടേശന്മാരും വിനാശകരമായ ഇതേ പ്രവൃത്തിയിലാണ് ഏർപ്പെട്ടുകൊണ്ടിരിക്കുന്നത്.

കുയിൽകുമാരനെന്ന ശകാരം

രണ്ടാം മാറാട് കുട്ടക്കൊല കേരളീയ രാഷ്ട്രീയ ഭൂപടത്തിൽ ചോര വീഴ്ത്തിയതിനുശേഷമുള്ള ചലനങ്ങൾ സംബന്ധിച്ച് വിശ്രുത ചരിത്രകാരൻ കെ എൻ പണിക്കരുടെ നിരീക്ഷണങ്ങൾ ശ്രദ്ധേയങ്ങളായിരുന്നു. രാഷ്ട്രീയമായി വർഗ്ഗീയമല്ലെങ്കിൽക്കൂടി, പ്രത്യയശാസ്ത്രപരമായി ആ പ്രവണതയോട് സംസ്ഥാനത്തെ വളരെയേറെ ജനവിഭാഗങ്ങൾ അടുപ്പം പ്രദർശിപ്പിക്കുന്നുവെന്നതാണ് ആ പഠനത്തിലെ (*ഹിന്ദു* ദിനപത്രം 2003 മെയ് 13) പ്രധാന കണ്ടെത്തൽ. മാറാട് സംഭവവികാസങ്ങൾ ആ പരിണാമത്തെ സ്ഫോടനാത്മകമായ അവസ്ഥയിലെത്തിച്ചു.

സവർണ്ണ ഹിന്ദുക്കളുടെ ചടങ്ങുകളും രീതികളും ഹിന്ദുക്കളുടെ പൊതു ആഘോഷങ്ങളായി കൊണ്ടാടുന്ന രീതി പ്രബലമാക്കുന്നുണ്ട് ഇവിടെ. കേരളത്തിന്റെ സാംസ്കാരിക പാരമ്പര്യത്തിൽ ഇടമില്ലാതിരുന്ന രക്ഷാബന്ധൻ പോലുള്ളവയെ സാമൂഹ്യ പ്രസ്ഥാനങ്ങളും പൗരപ്രമുഖരും നിഷ്കളങ്കമായ ചടങ്ങ് എന്ന മട്ടിലാണ് അവതരിപ്പിക്കുന്നത്. ഈവക വർഗ്ഗീയ സമാഹരണയജ്ഞങ്ങളെ കാണാതെയാണ് വൈഷണികലോകം മതസൗഹാർദ്ദത്തെക്കുറിച്ച് ചെലവുകുറഞ്ഞ സന്ദേശങ്ങൾ നല്കുന്നത്. പണിക്കർ ഓർമ്മപ്പെടുത്തിയതുപോലെ, മതനിരപേക്ഷതയുടെ അവബോധമില്ലാതെ മതസൗഹാർദ്ദം പുലരില്ലെന്ന തിരിച്ചറിവിലേക്കാണ് മലയാളിയെ ഉണർത്തേണ്ടത്. ഫാസിസം വർഗ്ഗീയതയിൽനിന്നും മതത്തിൽനിന്നും ചേരുവകൾ സമാഹരിക്കുംപോലെ ജാതീയതയിലൂടെയും ഊർജ്ജം സംഭരിക്കുന്നുണ്ട്. വർഗ്ഗീയതയുടെയും ഫാസിസത്തിന്റെയും മുന്നുപാധി അമിത ജാതി–മതവല്ക്കരണമാണെന്നുകൂടി കണ്ടുകൊണ്ടേ വർഗ്ഗരാഷ്ട്രീയത്തിന് പ്രവർത്തിക്കാനാവൂ. വർഗ്ഗീയാസ്വാസ്ഥ്യങ്ങളെക്കുറിച്ചുള്ള കണ്ണീർക്കഥകളും ചോരയിറ്റുന്ന ഓർമ്മകളും വായനക്കാരുമായി പങ്കുവെക്കുന്ന കേരളത്തിലെ മുഖ്യധാരാ മാധ്യമങ്ങൾ, ആ ദുരന്താവസ്ഥയിലേക്ക് നാടിനെ തള്ളിയിട്ട ജാതി

മത ഭ്രാന്തിന്റെ അടിത്തറ കാണുന്നേയില്ല. അന്ധവിശ്വാസങ്ങൾക്കും ആൾദൈവങ്ങൾക്കും പിറകിൽ മലയാളീ സ്വത്വബോധം നിർമ്മിച്ചെടുക്കുന്ന ഭക്തി വ്യവസായത്തിന്റെ പ്രധാന ഫാക്ടറികളിൽ ഒന്നാണിപ്പോൾ മാധ്യമങ്ങൾ. രാഷ്ട്രീയ നേതൃത്വങ്ങളുടെ പിന്തുണയോടെ ആൾദൈവങ്ങൾക്കുചുറ്റും അന്ധവിശ്വാസങ്ങളുടെ ഔദ്യോഗിക ഭ്രമണപഥങ്ങൾപോലും രൂപപ്പെടുകയാണ്.

വലിയ മുതലാളിയാണെന്ന് സ്വയം പരിചയപ്പെടുത്തുന്ന ചിലരുടെ കച്ചവടതാല്പര്യങ്ങൾ ജാതി രാഷ്ട്രീയത്തിലൂടെയാണ് മാധ്യമങ്ങൾ പരസ്യപ്പെടുത്തുന്നത്. കൊച്ചിയിൽ നടന്ന ആഗോള ശ്രീനാരായണ കൺവെൻഷന്റെയും കൊല്ലത്ത് സമാപിച്ച യോഗം ശതാബ്ദി ആഘോഷങ്ങളുടെയും പശ്ചാത്തലം മാധ്യമങ്ങൾ നിമിത്തമാക്കിയെന്നേയുള്ളൂ. സത്യംപറയുന്ന നാറാണത്തുഭ്രാന്തനെ ഈഴവർക്ക് ഇഷ്ടമാണ് എന്ന തലക്കെട്ടോടെ *സമകാലിക മലയാളം വാരിക* കൊടുത്ത അഭിമുഖത്തിൽ (2003 മെയ് 16) വർഗ്ഗ രാഷ്ട്രീയത്തിനെതിരെയായ സ്വകാര്യ മൂലധന പ്രേമിയുടെ ശകാരങ്ങൾ മാത്രമല്ല കാണാനാവുന്നത്. മറിച്ച് ജാതി രാഷ്ട്രീയത്തിന്റെ മാനിഫെസ്റ്റോ പൂർത്തിയാക്കുകയാണതിൽ.

ടി കെ മാധവന്റെ നേതൃത്വത്തിൽ നടന്ന എസ് എൻ ഡി പി യോഗം 24–ാം വാർഷിക സമ്മേളനം പള്ളാത്തുരുത്തിയിലായിരുന്നു. ആ സമ്മേളനത്തിന് ആശംസകൾ നേർന്നുകൊണ്ട് ഗുരു അയച്ച സന്ദേശം മാനവികതയിലൂന്നിക്കൊണ്ടുള്ള കാഴ്ചപ്പാടിന്റെ വാചാലമായ സാക്ഷ്യപത്രമാണ്. സമുദായ സംഘടനയെപ്പറ്റിയും മത പരിഷ്കാരത്തെക്കുറിച്ചും നടത്തുന്ന ഗൗരവമായ ആലോചനകൾക്ക് പിന്തുണ നല്കിക്കൊണ്ടുള്ള ഗുരുവിന്റെ സന്ദേശത്തിൽ ചില സംശയങ്ങളും പ്രകടിപ്പിച്ചിരുന്നു. സംഘടനകളുടെ ഉദ്ദേശ്യം ഒരു പ്രത്യേക വർഗ്ഗക്കാരെ ചേർത്ത് ഒരു സമുദായത്തെ സൃഷ്ടിക്കാനായിരിക്കരുത്. നമ്മുടെ സമുദായ സംഘടന എല്ലാ മനുഷ്യരെയും ഒന്നായി ചേർക്കുന്നതായിരിക്കണം എന്ന ആശയം ഇക്കാലഘട്ടത്തിന്റേതുകൂടിയാവണം.

പ്രബുദ്ധകേരളത്തിൽ 1091 മിഥുനമാസത്തിലെ ഒന്നാം വാല്യം ഒമ്പതാം ലക്കത്തിൽ ഗുരു സ്വന്തം കൈപ്പടയിൽ നല്കിയ സന്ദേശം അതിപ്രശസ്തമാണ്. ശ്രീരാമകൃഷ്ണ മിഷന്റെ മുഖപത്രമായിരുന്നു പ്രബുദ്ധകേരളം. അന്നത്തെ വിളംബരം 1023 കർക്കിടകം ലക്കത്തിലെ ധർമ്മത്തിലും എടുത്തുചേർത്തിരുന്നു. ജാതി മതരഹിതമായ മാനവികതയുടെ ഹൃദയബോധമായിരുന്നു അത്. കൊല്ലത്ത് പട്ടത്താനത്ത് അച്ചുതൻ മേസ്ത്രി പുതുതായി നിർമ്മിച്ച മന്ദിരത്തിന്റെ ഉദ്ഘാടന വേളയിലെ സംസാരത്തിലും ഗുരു ആവർത്തിച്ചത് അതു തന്നെ. ഇപ്പോൾ കാണുന്ന മനുഷ്യനിർമ്മിതമായ ജാതി വിഭജനത്തിന് യാതൊരു അർത്ഥവുമില്ല. അനർത്ഥവുമാണ്. അത് നശിക്കുകതന്നെവേണം. മേൽജാതി എന്നും കീഴ് ജാതി എന്നുമുള്ള വിചാരം തന്നെയില്ലാത്തതാണ് എന്ന കൃത്യതയാർന്ന വാക്കുകൾ പിന്നീട് 1916 ജൂലൈ 16 ന്റെ ദേശാഭിമാനി (ടി കെ മാധവന്റെ പ്രേരണയിൽ) പ്രസിദ്ധീകരിച്ചു.

ശ്രീനാരായണഗുരു തുടക്കമിട്ട ധർമ്മസംഘത്തിലെ ഭൂരിപക്ഷവും

അന്യസമുദായക്കാരായിരുന്നു. ജിവിതകാലത്ത് അദ്ദേഹത്തിന്റെ സന്ദേശങ്ങൾ പ്രചരിപ്പിക്കാൻ മുന്നിട്ടിറങ്ങിയത് ബ്രാഹ്മണനായ ആനന്ദതീർത്ഥൻ. ഇ വി രാമസ്വാമിനായ്ക്കരും വി ടി ഭട്ടതിരിപ്പാടും എം സി ജോസഫും മറ്റും ഗുരുവിന്റെ സ്വാധീനം ഏറ്റവുമധികം സ്വീകരിച്ചവരായിരുന്നു. താൻ മുന്നോട്ടുവെച്ച മാനവികതയുടെ വികസിച്ച രൂപങ്ങൾക്കെതിരെ നിലകൊണ്ട ശക്തികളെ ഗുരു തുറന്ന നിലയിൽ വിമർശിച്ചുവന്നിരുന്നു. എന്റെ ഡോക്ടർ അവർകൾക്ക്, എന്ന അഭിസംബോധനയോടെ പല്പുവിനെഴുതിയ കത്ത് അതിന്റെ സൂചനകളിൽ ഒന്നാണ്. യോഗത്തെ ഭരണത്തിന് ഏല്പിച്ചിരുന്ന സ്ഥാപനങ്ങളും സ്വത്തുക്കളും ഗുരു തിരികെയെടുത്തത് അതിന്റെ തുടർച്ചയും.

ഒരു മതത്തോടും ഗുരു പ്രത്യേക വിരോധം കാണിച്ചില്ല എന്നുള്ളതിനുപുറമേ ഒരു മതത്തോടും അദ്ദേഹത്തിന് പ്രത്യേക ആഭിമുഖ്യവുമുണ്ടായില്ല. ഇന്നത്തെ ആവശ്യമെന്ന തലക്കെട്ടിലെ ചിന്തകളിൽ ഗുരു പ്രകാശിപ്പിക്കുന്നത് അത്തരമൊരു ആശയത്തിന്റെ വിസ്തൃതാകാശമാണ്. ബുദ്ധന്റെ കാലത്ത് ഹിംസ കലശലായിരുന്നതിനാൽ അദ്ദേഹം അഹിംസാ സന്ദേശത്തിന് ഊന്നൽ നല്കി. നബി തന്റെ കാലത്ത് അറേബ്യയിൽ സാഹോദര്യത്തിന് പ്രാധാന്യം നല്കാൻ കാരണം അക്കാലത്തെ അവസ്ഥയായിരുന്നു. അതിനാലാണ് നബിയുടെ മതത്തിൽ സാഹോദര്യത്തിന് പ്രാധാന്യം കാണുന്നത്. ജാതികൾ തമ്മിലും മതങ്ങൾ തമ്മിലുമുള്ള മത്സരത്തിൽ നിന്നുള്ള മോചനമാണ് ഇന്ത്യയുടെ ആവശ്യമെന്ന അർത്ഥത്തിലായിരുന്നു ഗുരു അഭിപ്രായം പൂർത്തിയാക്കിയത്.

'കുമാരനാശാൻ മുതൽ വെള്ളാപ്പള്ളി നടേശൻവരെയുള്ള ജനറൽ സെക്രട്ടറിമാരിൽ എന്റെ അത്രയും പീഡിപ്പിക്കപ്പെട്ട ജനറൽ സെക്രട്ടറി വേറെ കാണില്ല. കുമാരനാശാനെ കള്ളനെന്ന് വിളിച്ചിട്ടുണ്ടാകാം. അദ്ദേഹത്തിന് *ഗ്രാമവൃക്ഷത്തിലെ കുയിൽ* എന്നൊരുകാവ്യം എഴുതേണ്ട അവസ്ഥയുണ്ടായി' എന്നതും ശരിയാണ്. പക്ഷേ, എന്റെ സ്ഥിതിയോ എന്ന താരതമ്യം അപാരം തന്നെ. കുമാരനാശാന് ഏറ്റവും കൂടുതൽ എതിർപ്പു നേരിടേണ്ടിവന്നത് ഈഴവരിൽനിന്നാണ്. സി കേശവനെതിരെ പ്രമേയം പാസാക്കിയവരുടെ പാരമ്പര്യമുള്ളവരായിരുന്നു അതിനു പിന്നിൽ. ആശാൻ *വീണപൂവ്* ആദ്യം പ്രസിദ്ധീകരിച്ചത് *മിതവാദി*യിലാണെങ്കിലും അത് പുനഃപ്രസിദ്ധീകരിച്ചത് സിഎസ് സുബ്രഹ്മണ്യൻപോറ്റി. അവതാരിക എഴുതിച്ചത് എ ആർ രാജരാജവർമ്മയെക്കൊണ്ടും. ഈഴവരിൽ നിന്നുതന്നെയുള്ള പീഡനം അസഹ്യമാവുകയും അതിര് വിടുകയും ചെയ്തപ്പോഴാണ് ആശാൻ *ഗ്രാമവൃക്ഷത്തിലെ കുയിൽ* എഴുതിയത്. ഇതിനു മറുപടിയായും കാവ്യമുണ്ടായി. "ഈഴവനെഴുതിയ കുയിൽകുമാരൻ" (എം കെ സാനു, *ഭാഷാപോഷിണി* 2002 ഡിസംബർ)

അധഃസ്ഥിതർക്ക് നിഷേധിക്കപ്പെട്ട അവകാശങ്ങൾ പ്രക്ഷോഭ സമരങ്ങളിലൂടെ നേടിയെടുത്ത വിപ്ലവകാരിയായ സി കേശവനെയാണ് ഏറ്റവുമൊടുവിൽ ഇവർ അപമാനിച്ചിരുന്നത് എന്നാണ് യോഗം ശതാബ്ദി സമാപന സമ്മേളന സപ്ലിമെന്റിൽ (2003 മെയ് 15 ന്റെ *രാഷ്ട്ര ദീപിക*)

നടേശന്റെ വാദം. യഥാർത്ഥത്തിൽ കേശവനെ ആരാണ് അപമാനിച്ചുകൊണ്ടിരിക്കുന്നത്. അധികാരസ്ഥാനങ്ങളോടും ഭരണ സ്ഥാപനങ്ങളോടും ഒട്ടിനിന്ന സമുദായ വഞ്ചനക്കെതിരെ ഉള്ളുരുകി പ്രതികരിച്ച നേതൃരൂപമായിരുന്നു അദ്ദേഹം. പുന്നപ്ര വയലാർ സമരപരമ്പരകളുടെ കാലത്ത് സർ സി പി അനുകൂല നിലപാടെടുത്ത ആർ ശങ്കറിനെതിരെ കേശവൻ നടത്തിയ വിമർശനങ്ങൾ തുളച്ചുകയറുന്നവയാണ്. ഈ കയറ്റിറക്കങ്ങളുടെ മറ്റൊരുഘട്ടം ശ്രദ്ധേയമാണ്. കൊല്ലത്തുനടന്ന യോഗം വാർഷിക സമ്മേളനത്തിൽ, താൻ പ്രസിഡന്റായ പാനലിൽ ആർ ശങ്കറെ ജനറൽ സെക്രട്ടറിയായി നിർദ്ദേശമുണ്ടായപ്പോൾ അദ്ദേഹം സമ്മേളനത്തിൽ നിന്നുതന്നെ ഇറങ്ങിപ്പോവുകയായിരുന്നു. ഒറ്റുകാരനൊപ്പം ഭാരവാഹിയായി തുടരില്ലെന്ന് തുറന്നടിക്കുകയുംചെയ്തു. മഹത്തായ വിപ്ലവ പാരമ്പര്യമുള്ള എസ് എൻ ഡി പി യോഗം സർ സി പിയുടെ മുന്നിൽ കുമ്പിടുകയും അദ്ദേഹത്തിന്റെ പ്രവർത്തനങ്ങളെ ശരിവെക്കുകയും സഹായിക്കുന്നതിനുമുള്ള സ്ഥാപനമായി അധഃപതിക്കുകയുംചെയ്തു. രാജ്യത്ത് വർഗ്ഗീയഭിന്നത ഉണ്ടാകാനും തിരുവിതാംകൂറിലെ ജനങ്ങൾ മുഴുവൻ ഏകകണ്ഠമായി തിരസ്കരിച്ച അമേരിക്കൻ മോഡൽ ഭരണപരിഷ്കാരത്തെ അഭിവാദനംചെയ്യാനും ഫ്രാഞ്ചൈസ് കമ്മിറ്റിയിൽ സഹകരിക്കാനും യോഗ നേതൃത്വം നിർബ്ബന്ധമായി എന്ന് സി കേശവൻ സ്വാതന്ത്ര്യാനന്തരം എഴുതിയതിലെ ധ്വനികൾ വളരെ വ്യക്തമാണ്. യോഗ നേതൃത്വത്തിലൊരു വിഭാഗത്തിന്റെ നാണംകെട്ട പതനത്തിൽ തങ്ങൾക്ക് പങ്കില്ലെന്ന് ഈഴവ ജനസാമാന്യം വ്യക്തമാക്കിയതായും സ്വാതന്ത്ര്യത്തിന്റെ ബലിക്കല്ലിൽ അനവധി രക്തസാക്ഷികളെ മാതൃരാജ്യത്തിന് സമുദായം സംഭാവന ചെയ്തതായും കേശവൻ അതേ ലേഖനത്തിൽ എടുത്തുകാട്ടിയിരുന്നു.

എസ് എൻ ഡി പി യോഗത്തിന്റെ ചരിത്രം. അതിന്റെ രൂപീകരണകാലത്തില്ലാതിരുന്ന നീച സമ്മർദ്ദങ്ങൾ. ഹീന രാഷ്ട്രീയം കളിച്ചപ്പോഴുള്ള ഈഴവ സമുദായത്തിന്റെ ദയയില്ലാത്ത പ്രതികരണം– ഇതെല്ലാം ഓർക്കുന്നത് നന്ന്. പ്രശസ്തമായ തുറവൂർ പ്രസംഗത്തിലെ (1935 മാർച്ച് 23) സി കേശവൻ യോഗത്തിന്റെ ജനകീയാടിത്തറ വിപുലമാക്കുന്നതിനെക്കുറിച്ച് ചില സൂചനകൾ നല്കിയിട്ടുണ്ട്. ആദ്യകാലത്ത് നൂറുരൂപ കൊടുക്കുന്നവർക്കേ അംഗത്വമുണ്ടായിരുന്നുള്ളൂ. അത് അഞ്ചുരൂപയാക്കി എന്നതിന്റെ പ്രധാന സൂചനയായി അദ്ദേഹം കണ്ടത്, കൂലിവേലക്കാരായ ഈഴവർക്ക് യോഗത്തിൽ ചേരാമെന്നതാണ്. ആ പാരമ്പര്യത്തെയാണ് സ്വകാര്യ മൂലധന താല്പര്യങ്ങൾ അനാഥമാക്കുന്നത്. 1937 നവംബർ മൂന്നിന്റെ ആലപ്പുഴ പ്രസംഗത്തിലെ 'രാജഭക്തി ഒരു വ്യവസായവും കലാവിദ്യയുമായി കൊണ്ടുനടക്കാൻ കഴിഞ്ഞിട്ടില്ലെന്ന് സമ്മതിച്ചേ തീരൂ' എന്ന സി കേശവന്റെ അഭിപ്രായപ്രകടനം ജാതിയെ വ്യവസായവും കലാവിദ്യയുമാക്കുന്നവരുടെ കണ്ണുതുറപ്പിക്കുമോ.

ഗുരുവും സഹോദരൻ അയ്യപ്പനും

ഗോൾവാൾക്കറോ പുതിയ അഭയം

എല്ലാതരത്തിലുള്ള കൊള്ളയ്ക്കും കേരളം വിധേയമായിക്കൊണ്ടിരിക്കുകയാണ്. ആശയങ്ങളും വിഭവങ്ങളും എന്തിന് ആദ്ധ്യാത്മികത പോലും ഇവിടെ വില്പനയ്ക്കുവെച്ചിരിക്കുന്നു. അതിന് ആഗോള-ദേശീയ-സംസ്ഥാന തലത്തിൽ ദല്ലാളുമാരും ഇടനിലക്കാരും നിരവധിയാണ്. ജാതി-മത-ഫാസിസ്റ്റ് രാഷ്ട്രീയത്തിന്റെ അവതാരങ്ങളാണ് ഇന്നിപ്പോൾ ഈ ദല്ലാളുമാർ. 2003 മേയ് 10 ന് കൊച്ചിയിൽ ഉദ്ഘാടനം ചെയ്ത ശ്രീനാരായണ ഗ്ലോബൽ കൺവെൻഷൻ ഈ ദിശയിലുള്ള ഒത്തുചേരലായിരുന്നു. ശ്രീനാരായണഗുരുവിന്റെ പേരിൽ പുത്തൻ മൂലധനശക്തികൾ നടത്തിയ ധനസമാഹരണയജ്ഞം ഉദ്ഘാടനം ചെയ്തത് കേന്ദ്രമന്ത്രി മുരളീ മനോഹർ ജോഷിയാണെന്നത് യാദൃച്ഛികമല്ല. നിക്ഷേപത്തെ ഹിന്ദുഐക്യവുമായി ബന്ധിപ്പിക്കാനുള്ള താത്ത്വിക ശ്രമങ്ങളാണ് അവിടെ നടന്നതെന്നത് ഗൗരവത്തോടെ കാണേണ്ടതാണ്. ആർ എസ് എസ് നേതാവ് പി പരമേശ്വരൻ പറഞ്ഞത് നോക്കാം:

> വിദ്യാഭ്യാസം, സാമ്പത്തികം തുടങ്ങിയ മേഖലകളിലും സ്വയം മുന്നേറാൻ മാത്രമല്ല, അങ്ങനെ മുന്നേറുന്ന കാര്യത്തിൽ മറ്റ് ഹൈന്ദവ സമൂഹങ്ങൾക്ക് അനുകരണീയമായ മാതൃകയായിത്തീരാനും എസ് എൻ ഡി പി യോഗത്തിന്റെ ഈ സംരംഭത്തിന് സാദ്ധ്യതയുണ്ട്. നൂറുകൊല്ലംമുമ്പ് ഗുരുദേവന്റെ ആദ്ധ്യാത്മിക നേതൃത്വത്തിൽ സംഘടിച്ച ഈഴവ സമൂഹം മറ്റ് ഹൈന്ദവ സമൂഹങ്ങൾക്ക് മാതൃക കാണിച്ച ചരിത്രം ഒരിക്കൽക്കൂടി ആവർത്തിക്കുമെന്ന് ഉറപ്പിക്കാം. ഏതാനും മാസങ്ങൾക്കുമുമ്പ് സർക്കാർ സംഘടിപ്പിച്ച ജിം പരിപാടിയെ അപേക്ഷിച്ച്, ഇവിടെ നടക്കുന്ന

ആഗോള നിക്ഷേപക സമ്മേളനം കുടുതൽ വിജയകരമാകുമെന്ന് പ്രതീക്ഷിക്കാൻ വകയുണ്ട്. എന്നെ സംബന്ധിച്ചിടത്തോളം പ്രത്യേകം ശ്രദ്ധേയമായിത്തോന്നുന്നത് കേരളത്തിലെ ഹിന്ദുക്കളുടെ ഏകതയ്ക്കുവേണ്ടി എസ് എൻ ഡി പി യോഗം കാണിക്കുന്ന ശ്ലാഘനീയമായ താൽപ്പര്യമാണ്". (ശ്രീനാരായണ ആഗോളസംഗമത്തിന്റെ ഉദ്ഘാടനച്ചടങ്ങിൽ നടത്തിയ പ്രഭാഷണത്തിൽ നിന്ന്)

ഗുരുദേവന്റെ പേരിലുള്ള സംഗമം ഉദ്ഘാടനം ചെയ്യാൻ മുരളീമനോഹർ ജോഷിയെ സ്വാഗതം ചെയ്യുന്ന തരത്തിൽ കേരളത്തിലെ ശ്രീനാരായണ പ്രസ്ഥാനം മാറിയതാണോ, അല്ല, ഈ പ്രസ്ഥാനത്തെപ്പോലും കാല്ക്കീഴിലാക്കുന്നതിൽ സംഘപരിവാര ബുദ്ധികേന്ദ്രങ്ങൾ വിജയിച്ചതാണോ എന്ന ചർച്ച അസംബന്ധമാണ്. കാരണം എന്തായാലും ഫലം ഒന്നുതന്നെയാണ്. കഴിഞ്ഞപതിറ്റാണ്ടുമുതൽ തന്നെ സംഘപരിവാരം അമേരിക്കയിൽ താമസമാക്കിയ ഇന്ത്യക്കാരുടെ സാമ്പത്തിക–വ്യാവസായിക താല്പര്യങ്ങൾ സംരക്ഷിക്കാനുള്ള പദ്ധതി ആരംഭിച്ചിരുന്നു. വിവേകാനന്ദന്റെ ചിക്കാഗോ പ്രസംഗത്തിന്റെ നൂറാം വാർഷികത്തോടനുബന്ധിച്ച് വാഷിങ്ടണിൽ വിശ്വഹിന്ദുപരിഷത്ത് ഓഫ് അമേരിക്ക നടത്തിയ ഗ്ലോബൽ വിഷൻ 2000 എന്ന പരിപാടി അമേരിക്കൻ ഇന്ത്യക്കാരെ കാവിവല്ക്കരിക്കാനും ഒപ്പം വിദേശ ഇന്ത്യൻ വ്യവസായികളുടെ കച്ചവട താല്പര്യങ്ങൾ സംരക്ഷിക്കാനും ഉദ്ദേശിച്ചുള്ളതായിരുന്നു. അതിന്റെ മുഖ്യ സംഘാടകനും താത്ത്വികനുമായിരുന്നത് മുരളീമനോഹർ ജോഷിയും. സമകാലിക ഇന്ത്യയിലെ ജാതി–മത–ഫാസിസ്റ്റ് രാഷ്ട്രീയം ആഗോള മൂലധന താല്പര്യങ്ങളുമായി കണ്ണിചേർക്കപ്പെട്ടതാണെന്ന് കാണണം.

കൊച്ചിയിൽ നടന്ന ശ്രീനാരായണ ആഗോള സംഗമം 2003 മെയ് പത്തിന് ഉദ്ഘാടനംചെയ്ത ജോഷി, കേരളീയ നവോത്ഥാനത്തിന്റെ പല പുരോഗമന പ്രവണതകളെയും തെറ്റായി വ്യാഖ്യാനിക്കാൻ ശ്രമിച്ചു. ഏതൊക്കെ സവർണ്ണ, സമ്പന്ന മനോഭാവങ്ങൾക്കെതിരെ ശ്രീനാരായണഗുരുവും മറ്റും സ്വജീവിതംകൊണ്ട് പടവെട്ടിയോ അത്തരം പ്രവണതകളുടെ വക്താവായി ഗുരുവിനെ സ്ഥാപിച്ചു. കേരളത്തിന്റെ രണ്ട് വിശിഷ്ട പുത്രന്മാരായ ശ്രീശങ്കരന്റെയും ശ്രീനാരായണഗുരുവിന്റെയും പ്രവർത്തനനേട്ടങ്ങളെ അത്ഭുതത്തോടെയേ നോക്കിക്കാണാനാവൂ. ഇരുവരും ഹിന്ദുധർമ്മത്തെ പരിഷ്കരിച്ചു. ഭാരതീയ തത്ത്വചിന്തയ്ക്കും ദേശീയോദ്ഗ്രഥനത്തിനും സാംസ്കാരിക ഏകതയ്ക്കും ഇവരുടെ അദ്വൈത സിദ്ധാന്തം വലിയ സംഭാവനയാണ് നല്കിയത്. അടിച്ചമർത്തപ്പെട്ടവരുടെ ഉന്നമനത്തിനായി ഗുരുദേവൻ ജീവിതം ഉഴിഞ്ഞുവെച്ചു. ജാതി ചിന്തകൾ ഉന്മൂലനംചെയ്യാനുള്ള അദ്ദേഹത്തിന്റെ ശ്രമങ്ങൾ വലിയ സാമൂഹ്യവിപ്ലവമാണ് എന്ന് ജോഷി പറഞ്ഞപ്പോൾ, ജാതിമേധാവിത്വത്തിന്റെ ദാർശനികനെയും അതിനെതിരായ പോരാളിയെയും ഒരേ തട്ടിൽ

നിർത്താനുള്ള ശ്രമമാണ് തെളിഞ്ഞത്. ചരിത്രത്തിന്റെ തെരഞ്ഞെടുത്ത മേഖലകൾ പിടിച്ചടക്കാനുള്ള നീക്കം എല്ലാ ഫാസിസ്റ്റ് പ്രസ്ഥാനങ്ങളുടെയും പ്രധാന അജണ്ടയായിരുന്നു. ദളിതർ ഹിന്ദുമതക്കാരാണെന്ന് അംഗീകരിക്കാത്ത ഉത്തരേന്ത്യയിൽ നിന്നാണ് ജോഷി വരുന്നതെന്ന് ഓർക്കുക.

ഭൂമിയും തൊഴിലുമില്ലാത്ത, ക്ഷേത്രങ്ങളിൽ പ്രവേശനമില്ലാത്ത ദളിത് വിഭാഗങ്ങളെയും ശങ്കരാചാര്യരുടെ പാരമ്പര്യത്തെയും ജോഷി ഒരു ചരടിൽ കോർക്കാനാണ് ശ്രമിച്ചത്. ജാതി അടിസ്ഥാനത്തിലുള്ള വർണ്ണ വിവേചനങ്ങളെ ന്യായീകരിക്കുന്ന ഗോൾവാൾക്കറുടെ ശിഷ്യനാണ് ശ്രീനാരായണഗുരുവിനെ സമൃദ്ധമായി ഉദ്ധരിച്ചത്. ജോഷി തുറന്നുവിട്ട മറ്റൊരു നുണപ്രചാരണം നോക്കുക: ആർ എസ് എസിനും ബി ജെ പി ക്കും ഗുരുദേവൻ എക്കാലവും പ്രേരണാസ്രോതസ്സായിരുന്നു. ആർ എസ് എസ് ശാഖകളിലെ പ്രഭാത പ്രാർത്ഥനയിൽ ദിവസവും ഗുരുദേവനെ നമിക്കുന്നു. മുതിർന്ന സംഘനേതാവും ഭാരതീയ വിചാര കേന്ദ്രം ഡയറക്ടറുമായ പി പരമേശ്വരൻ ഗുരുവിനെപ്പറ്റി *ശ്രീനാരായണഗുരു-നവോത്ഥാനത്തിന്റെ പ്രവാചകൻ* എന്ന ശ്രദ്ധേയമായ ഗ്രന്ഥം രചിച്ചിട്ടുണ്ട്. സ്വാതന്ത്ര്യത്തിനുമുമ്പ് നിരവധി പരിഷ്കാരങ്ങൾക്ക് നേതൃത്വവും ആശയബലവും നല്കിയ പ്രസ്ഥാനമാണ് എസ് എൻ ഡി പി യോഗം. ഇപ്പോൾ സംസ്ഥാനത്തിന്റെ പുതിയ രാഷ്ട്രീയ -സാമ്പത്തിക പുനരുദ്ധാരണത്തിന് വീണ്ടും യോഗം നേതൃത്വംനല്കേണ്ട കാലമെത്തി. പിന്തിരിപ്പൻ ആശയങ്ങളും കലാപങ്ങളും ഏറ്റുമുട്ടലുകളുമെല്ലാം അവസാനിപ്പിക്കാൻ ഇതാവശ്യമാണ്.

ആർ എസ് എസിന്റെ സ്ഥാപകരിലൊരാളെന്ന മട്ടിലും ശാഖകളിലെ നിത്യ ഓർമ്മകളിലൊന്ന് എന്ന നിലയിലുമാണ് കാവി നേതൃത്വം ശ്രീനാരായണഗുരുവിനെക്കുറിച്ച് പറയുന്നത്. ചാതുർവർണ്ണ്യത്തിന്റെ ഉപാസകരായ, സവർണ്ണ ഹിന്ദുത്വ ഫാസിസത്തിന്റെ വക്താക്കളായ ഹെഡ്ഗേവാറും ഗോൾവാൾക്കറും ശ്രീനാരായണനും തമ്മിൽ എന്ത് ബന്ധമാണുള്ളത്. എന്തായിരുന്നു ശ്രീനാരായണ പ്രസ്ഥാനം. ജാതി അവശതകൾ സ്പർശിച്ചുതുടങ്ങിയ ആ കലാപം ജാതിരഹിതമായ മാനവികതയുടെ ഉജ്ജ്വലമായ നിദർശനങ്ങളായി പിന്നീട് വളർന്നു. വിഗ്രഹാരാധനാവിരുദ്ധരിലും യുക്തിവാദികളിലും രാഷ്ട്രീയ പ്രസ്ഥാനങ്ങളിലുമായി നവോത്ഥാന പരിശ്രമങ്ങളെ ബന്ധിപ്പിച്ച രണ്ടാംഘട്ട നായകരിലുമുൾപ്പെടെ ശ്രീനാരായണൻ ചെലുത്തിയ സ്വാധീനം അഗാധമായിരുന്നു.

തൊടാതെയും തീണ്ടാതെയും അയിത്തക്കാരെ ദൈവം സൃഷ്ടിക്കുന്നതെന്നോ രക്ഷിക്കുന്നതെന്നോ ശാസ്ത്രങ്ങളിൽ പറയുന്നില്ല. എന്നുതന്നെയല്ല, എല്ലാവരിലും ജീവനും ജീവനായി ദൈവം സ്ഥിതിചെയ്യുന്നു എന്നുകൂടി ശാസ്ത്രങ്ങൾ വിശദമായി പറയുന്നുണ്ട്. അതുകൊണ്ട് ദൈവത്തിന് അയിത്തഭ്രാന്തില്ലെന്നു വിശ്വസിക്കുന്നതിൽ അബദ്ധമില്ല. 'അമ്പ

ലത്തിൽ അധികാരികളെന്ന നിലയിൽ ഇരിക്കുന്ന ചിലർക്കാണ് തീണ്ട ലാചാരം ആവശ്യമെന്ന് തോന്നുന്നത്. ഇവർ കുളിച്ചുചെല്ലുന്നത് തീണ്ട ലാചാരമില്ലാത്ത, എല്ലാവരെയും തൊട്ടുതൊട്ടിരിക്കുന്ന ദൈവത്തിന്റെ അരികിലേക്കാണുതാനും' എന്നു പറഞ്ഞത് വാഗ്ഭടാനന്ദനാണ്. 1917 ലാണ് ചെറായിയിൽ സഹോദരൻ അയ്യപ്പൻ പ്രശസ്തമായ മിശ്രഭോ ജനം നടത്തിയത്. സമുദായ യാഥാസ്ഥിതികത്വം അദ്ദേഹത്തെ ഭ്രഷ്ട നാക്കി. ആ പശ്ചാത്തലത്തിലാണ് നാരായണഗുരു തന്റെ മഹാസന്ദേശം പുറപ്പെടുവിച്ചത്. മനുഷ്യരുടെ മതം, വേഷം, ഭാഷ മുതലായവ എങ്ങ നെയിരുന്നാലും അവരുടെ ജാതി ഒന്നായതുകൊണ്ട് അന്യോന്യം വിവാ ഹവും പന്തിഭോജനവും ചെയ്യുന്നതിന് യാതൊരു ദോഷവുമില്ല. വൈക്കം സത്യഗ്രഹ കാലഘട്ടത്തിൽ ഗാന്ധിജിയുമായുള്ള ഗുരുവിന്റെ ചർച്ച.

ശ്രീനാരായണാദർശങ്ങളെയും അതിന്റെ ചലനങ്ങളെയും പിളർത്തി സ്വന്തം സങ്കുചിത താല്പര്യം മുതലെടുക്കാൻ ഒരു വിഭാഗം പണ്ടുമു തലേ ശ്രമിച്ചു വന്നിരുന്നു. അവരുടെ തത്ത്വചിന്തയാണ് പരമേശ്വരൻ നിർമ്മിച്ചു നല്കുന്നത്. ആ ആശയമണ്ഡലത്തെ ഇരു കൈയുംനീട്ടി സ്വീകരിക്കുകയാണ് നടേശ സംഘം.

ശ്രീനാരായണ ഗുരുവിന്റെ അദ്ധ്യക്ഷപദവി ഈഴവ സമുദായ ത്തിലെ പ്രമുഖരെയെല്ലാം എസ് എൻ ഡി പി യോഗത്തിലേക്ക് ആകർഷിക്കുന്നതിലും അതിനെ സമുദായത്തിന്റെ മൊത്തത്തിലുള്ള സംഘടനയായി ഉയർത്തുന്നതിനും സഹായിച്ചുവെങ്കിലും ഒരിടവേളയിൽ ശ്രദ്ധിക്കേണ്ട കാര്യം, ഉയർന്ന ഫീസ് സംഘടനയുടെ അംഗത്വം ഒരു പറ്റം സമ്പന്നരിലൊതുക്കി എന്നതാണ്. തിരുവിതാംകൂറിലെ കാർഷിക -സാമ്പത്തിക വ്യതിയാനങ്ങൾ പഠിച്ചുകൊണ്ടേ നവോത്ഥാന പരിശ്രമ ങ്ങളെ ചരിത്രത്തിൽ അടയാളപ്പെടുത്താനാവൂ. പത്തൊമ്പതാം നൂറ്റാ ണ്ടിലുണ്ടായ കാർഷിക ബന്ധങ്ങളിലെ മാറ്റവും ലോക കമ്പോളവുമാ യുള്ള തിരുവിതാംകൂറിന്റെ സംയോജനവും മറന്നുകൂടാ. തുടർന്നുണ്ടായ കാർഷിക മേഖലയുടെ വാണിജ്യവല്ക്കരണവും കാർഷിക ബന്ധ വ്യവ സായങ്ങളുടെ വളർച്ചയും സമ്പദ്ഘടനയിലെ സമൂലമായ പരിവർത്ത നത്തിന് നാന്ദിയായി. ഇത് ചെറിയ ഒരു വിഭാഗം ഈഴവരെ ഭൂവുടമക ളാക്കി. ഉയർന്ന കുടിയായ്മാ സ്ഥാനങ്ങൾ കരസ്ഥമാക്കാനും അവരെ പ്രാപ്തമാക്കി. കായംകുളം കമ്പോളത്തിലെ പ്രധാന ഭാഗം ടി കെ മാ ധവന്റെ അച്ഛന്റേതായിരുന്നു. എന്നാൽ മകൻ മാധവന് ആ സ്ഥലങ്ങ ളിൽ ചെരുപ്പ് ധരിച്ച് നടക്കാൻ അനുവാദമുണ്ടായിരുന്നില്ല. സർക്കാർ വരുമാനത്തിൽ ചെറിയ തുക ഈഴവരുടെ നികുതിയായിരുന്നെങ്കിലും സർക്കാർ തൊഴിലുകളിലും വിദ്യാഭ്യാസത്തിലും റോഡ് യാത്രയിലും അവർക്ക് വിലക്കായിരുന്നു. സവർണ്ണ മേധാവിത്ത സാമൂഹിക പാരമ്പ ര്യങ്ങളും സ്ഥാപനങ്ങളും പുതിയ ഈഴവ മുതലാളി വർഗ്ഗത്തിന്റെ വളർച്ചയ്ക്ക് തടസ്സമായി. സാമ്പത്തിക ചുറ്റുപാടിനെ സാമൂഹിക പദവി യിലേക്ക് വിവർത്തനം ചെയ്യുകയെന്ന രാഷ്ട്രീയ രാസപരിണാമവുമായി

ബന്ധപ്പെടുത്തിയേ നവോത്ഥാനത്തിലെ ഈഴവ മുതലാളി വിഭാഗത്തിന്റെ പങ്ക് വിശദീകരിക്കാനാവൂ.

ഈ മുതലാളിതാല്പര്യങ്ങൾ എസ് എൻ ഡി പി യെ പല ഘട്ടങ്ങളിലും പിറകോട്ടടിപ്പിക്കുകയും ഉലയ്ക്കുകയും ചെയ്തിട്ടുണ്ട്. ദേശീയ പ്രസ്ഥാനവുമായുണ്ടായ എല്ലാ ബന്ധങ്ങളും യോഗം 1939 ൽത്തന്നെ വിടർത്തിയത് പ്രധാന ഘട്ടമാണ്. ബോർഡംഗങ്ങൾ സ്റ്റേറ്റ് കോൺഗ്രസിൽ അംഗമാക്കുന്നതിന് വിലക്ക് വീണു. യോഗത്തെ ദിവാൻ നയങ്ങളുടെ അനുബന്ധമാക്കി മാറ്റി. വികസന പദ്ധതികളുടെ ലാഭം പങ്കുപറ്റുന്നതിനുള്ള ആഗ്രഹംമൂലം ബുർഷ്വാ വർഗ്ഗം അവരുടെ സർക്കാർ വിരുദ്ധ നിലപാടുകളിൽ അയവു വരുത്തിത്തുടങ്ങി. ഈഴവ മുതലാളിമാരാവട്ടെ നിവർത്തന പ്രക്ഷോഭത്തിലൂടെ സാമൂഹികമായ മുഖ്യ അവശതകൾ പരിഹരിച്ചിരുന്നു. ഉദ്യോഗത്തിലും നിയമസഭയിലും സംവരണം, ക്ഷേത്ര പ്രവേശനം തുടങ്ങിയ പൗരസ്വാതന്ത്ര്യങ്ങൾ, വിദ്യാഭ്യാസ സൗകര്യങ്ങൾ തുടങ്ങിയവയെല്ലാം അവർ നേടിയിരുന്നല്ലോ. കൂടാതെ ആലപ്പുഴയിൽ സംഘടിതമായിക്കഴിഞ്ഞിരുന്ന തൊഴിലാളികളും അവരുടെ രാഷ്ട്രീയ പ്രബുദ്ധതയും മുതലാളിമാരെ ആശങ്കാകുലരാക്കാനും തുടങ്ങിയിരുന്നു.

ഇപ്പോൾ സി കേശവനെ പുകഴ്ത്തുന്നവർ 1938 ൽ വടക്കൻ തിരുവിതാംകൂറിലെ നൂറ് ഈഴവ പ്രമാണിമാർ അദ്ദേഹത്തിനെതിരെ നടത്തിയ ആക്രോശങ്ങൾ മറക്കരുത്. നിരീശ്വരവാദിയും യുക്തിവാദിയുമായ കേശവനെ യോഗ സെക്രട്ടറി സ്ഥാനത്തുനിന്ന് നീക്കണമെന്ന ആവശ്യം അവർ പരസ്യമായി ഉന്നയിച്ചു. സവർണ്ണ മേധാവിത്വത്തിനൊപ്പം ഈഴവ പ്രാമാണികത്തത്തിന്റെയും ഭാരം പാവപ്പെട്ട ഈഴവർക്ക് പേറേണ്ടിവന്നുവെന്ന കാര്യത്തിന്റെ പുതിയ അനുബന്ധമാണ് ഇപ്പോൾ കാണാനാവുന്നത്. സ്വകാര്യ മൂലധനത്തിന്റെ മിതഭാഷ്യങ്ങൾ അദ്ധ്വാനിക്കുന്ന വർഗ്ഗത്തിനുംകൂടി ജാതി അസ്തിത്വം നല്കുകയാണ്. ചരിത്രത്തെ ജാതിയുടെ വീക്ഷണകോണിലൂടെ വിലയിരുത്താനുള്ള ശ്രമമാണ് നടക്കുന്നതും.

ധനത്തെയും അതിന്റെ കേന്ദ്രീകരണത്തെയുംകുറിച്ച് ഗുരു ഉൽക്കണ്ഠ പുലർത്തിയിരുന്നുവെന്നതിന് പല ഉദാഹരണങ്ങളുമുണ്ട്. 'ആശിക്കാതാരുടെയും ധനം' എന്ന *ഈശാവാസ്യോപനിഷ*ത്തിലെ ഗുരുദേവൻ പരിഭാഷപ്പെടുത്തിയ സൂക്തം സംബന്ധിച്ച് സഹോദരൻ ചില എതിർപ്പുകൾ ഉയർത്തിയിരുന്നു. സോഷ്യലിസത്തിനുവേണ്ടി വാദിക്കുന്നവർക്കു അതിനെ എതിർക്കേണ്ടിവരുമെന്നും പറഞ്ഞു. 'ഈ നിർദ്ദേശം ധനികർക്ക് വേണ്ടിയുള്ളതാണെന്ന് അയ്യപ്പന് മനസ്സിലായില്ലേ. അവർ ധനമായി സംഭരിച്ചുവെച്ചിരിക്കുന്നത് ദരിദ്ര സഹോദരങ്ങളുടേതാണല്ലോ' എന്നമട്ടിലായിരുന്നു ഗുരുവിന്റെ പ്രതികരണം.

സംഘപരിവാര അജണ്ടയുടെ പ്രധാന ഇനമായ മുസ്ലിം വിരുദ്ധത ചെലവഴിക്കാനും ശ്രീനാരായണ ഗ്ലോബൽ കൺവെൻഷനെ പി പരമേശ്വരൻ ആവോളം ഉപയോഗിച്ചു. മാറാടിന്റെ പശ്ചാത്തലത്തിൽ അത് കൂടു

തൽ കർക്കശമാക്കുകയുമായിരുന്നു. മദിരാശിയിലെ സെന്റർ ഫോർ ഡവലപ്മെന്റ് സ്റ്റഡീസ് പുറത്തിറക്കിയ *റിലീജ്യസ് ഡെമോഗ്രഫി ഓഫ് ഇന്ത്യ* എന്ന പുസ്തകത്തെ കൂട്ടുപിടിച്ച് മുസ്ലിം ജനസംഖ്യാ പ്രശ്നം ഉയർത്തിയായിരുന്നു യുദ്ധപ്രഖ്യാപനം "കേരളം ഒരു ഹിന്ദു ന്യൂനപക്ഷ സംസ്ഥാനമായി മാറുകയും കേരളത്തിന്റെ ഭരണ സാരഥ്യം മുസ്ലിംലീഗിന്റെ നിയന്ത്രണത്തിലാവുകയുംചെയ്യുന്ന സ്ഥിതിവിശേഷം വിദൂരമല്ല. ഇപ്പോൾ തന്നെ ആ മാറ്റത്തിന്റെ വ്യക്തമായ സൂചനകൾ കണ്ടുതുടങ്ങിയിട്ടുണ്ട്. വിവിധ ഹൈന്ദവ സമുദായങ്ങൾ യോജിച്ചുനിന്ന് പ്രവർത്തിക്കുന്നതുകൊണ്ട് മാത്രമേ ഈ അപകടം ഒഴിവാക്കാനാവൂ. അങ്ങനെ ചെയ്യുന്നില്ലെങ്കിൽ കാശ്മീർ നേരിടുന്ന ദുരവസ്ഥ കേരളത്തിനും വന്നുകൂടായ്കയില്ല. ഈ പശ്ചാത്തലത്തിലാണ് ഹിന്ദു ഏകതയെക്കുറിച്ച് എസ് എൻ ഡി പി യോഗം കാണിക്കുന്ന ശുഷ്കാന്തിയെ സ്വാഗതം ചെയ്യുന്നത്" എന്ന വാദം പുതിയ വരേണ്യ ശ്രീനാരായണീയരും പങ്കിടുകയാണ്. മാറാടിനെക്കുറിച്ചുള്ള ചില പ്രതികരണത്തിൽ മാത്രം ഒതുങ്ങുന്നില്ല അത്. മറിച്ച് ഗുരുവിനെ ആദരിക്കേണ്ട വേദിയിൽ അദ്ദേഹം ഒരു മുസ്ലിം വിരോധിയാണെന്ന് വരുത്തുകയും ചെയ്തു.

മനുഷ്യത്വത്തിന്റെ മഹാസന്ദേശങ്ങൾ

മാറിക്കൊണ്ടിരിക്കുന്ന ലോകത്തിന്റെയും അതിലെ ജീവിത വ്യവസ്ഥയുടെയും ആവശ്യങ്ങളും സമ്മർദ്ദങ്ങളും ശ്രീനാരായണ ഗുരു, പ്രായോഗിക സന്നദ്ധതയോടെ വിലയിരുത്തിയിട്ടുണ്ടെന്ന് കാണാം. അത് ആദ്ധ്യാത്മികതയിലും ഭൗതിക കാഴ്ചപ്പാടിലും മുദ്രിതമായിരുന്നു. അതിനായി സംസ്കൃത സാഹിത്യ രൂപങ്ങളെയും ആശ്രയിച്ചു. ക്ഷേത്ര പരിസരങ്ങളെ സർഗ്ഗാത്മകമായി ഉണർത്താൻ അവയെ പരമാവധി പ്രയോജനപ്പെടുത്തി. സ്വാമി ആര്യഭടനെയും സ്വാമി സത്യദേവനെയും മറ്റും ജനാഭിലാഷങ്ങൾക്കൊപ്പം അണിനിരത്തി. എഴുത്തച്ഛന്റെയും കവിത്രയത്തിന്റെയും രചനകളിലെ വരികൾ ചൊല്ലിയും വിശദീകരിച്ചുമായിരുന്നു ആര്യഭടന്റെ പ്രഭാഷണങ്ങൾ. അതുപോലെ കഥാപ്രസംഗത്തെയും ഗുരു ആശയപ്രചാരണോപാധിയാക്കി. *ചണ്ഡാലഭിക്ഷുകി*യും *ദുരവസ്ഥ*യും മറ്റും കേന്ദ്രപ്രമേയമാക്കി സത്യദേവൻ കഥപറഞ്ഞത് അദ്ദേഹത്തിന്റെ പ്രേരണയിൽ. 'മാറ്റുവിൻ ചട്ടങ്ങളേ സ്വയമല്ലെങ്കിൽ മാറ്റുമതുകളീ നിങ്ങളെത്താൻ' എന്ന മുന്നറിയിപ്പിനൊപ്പം 'എത്ര പെരുമാക്കൾ ശങ്കരാചാര്യന്മാരെത്രയോ തുഞ്ചന്മാർ കുഞ്ചന്മാരും ക്രൂരയാം ജാതിയാൽ നുനമലസിപ്പോയ്' എന്ന യഥാതഥാവസ്ഥയും ജനങ്ങളെ ഹൃദിസ്ഥമാക്കി. ഇതെല്ലാംകൊണ്ട് ഗുരുവിന്റെ സ്വാധീനം എല്ലാവിഭാഗം ജനങ്ങൾക്കിടയിലും വ്യാപിച്ചു. അക്കാലത്തെ പല സവർണ്ണ കുടുംബങ്ങളിലും സന്ധ്യാനേരത്ത് അദ്ദേഹത്തിന്റെ *ദൈവദശകം* ആലപിച്ചുപോന്നു

ദൈവമേ,കാത്തുകൊൾകങ്ങു
കൈവിടാതിങ്ങു ഞങ്ങളെ
നാവികൻ നീ ഭാവാബ്ധിക്കൊ-
രാവിവൻ തോണി നിൻപദം
എന്നുതുടങ്ങി

ആഴമേറും നിൻ മഹസ്സാ-
മാഴിയിൽ ഞങ്ങളാകവേ
ആഴണം വാഴണം നിത്യം
വാഴണം വാഴണം സുഖം

എന്നരീതിയിൽ അവസാനിക്കുന്ന പത്തു ഖണ്ഡങ്ങളായിരുന്നു അതിൽ. നമ്മുടെ ദൈവം ജ്യോതിർമയമായിരിക്കുന്ന ദിവ്യ സമുദ്രമാകുന്നു. ഇതൊക്കെയും നിസ്തരംഗ സമുദ്രത്തിന്റെ തരംഗവും എന്നാണ് *ദൈവദശക*ത്തിന്റെ ഹൃദയം. അങ്ങനെ ക്ഷേത്രത്തെക്കുറിച്ചുള്ള ഗുരുവിന്റെ കാഴ്ചപ്പാടിൽ പതുക്കെ പതുക്കെ മാറ്റങ്ങൾ പ്രകടമായി. 1917ൽ പുറപ്പെടുവിച്ച സന്ദേശം അതിന്റെ നിറഞ്ഞ സാക്ഷ്യവും. ഇനി ക്ഷേത്രനിർമ്മാണത്തെ പ്രോത്സാഹിപ്പിക്കരുത്. ക്ഷേത്രത്തിൽ ജനങ്ങൾക്കുള്ള വിശ്വാസം കുറഞ്ഞുവരികയാണ്. അമ്പലങ്ങൾ പണിയാൻ പണം ചെലവിട്ടത് ദുർവ്യയമായി എന്ന് പശ്ചാത്തപിക്കാൻ ഇടയുണ്ട്. കാലത്തിന് അത്രമാത്രം മാറ്റം വന്നിരിക്കുന്നു. എങ്കിലും തല്ക്കാലം ക്ഷേത്രം വേണ്ടെന്നു പറഞ്ഞാൽ ജനം കേൾക്കില്ല. നിർബ്ബന്ധമെങ്കിൽ ചെറിയവ വെച്ചുകൊള്ളട്ടെ. പ്രധാന ദേവാലയം വിദ്യാലയമായിരിക്കണം. പണം പിരിച്ച് പള്ളിക്കൂടങ്ങൾ കെട്ടാനാണ് ഉത്സാഹിക്കേണ്ടത്. ശുചിയും മറ്റും ഉണ്ടാക്കാൻ ക്ഷേത്രം കൊള്ളാം. ജാതിഭേദം കൂടാതെ ഒരു പൊതു ആരാധനാ സ്ഥലത്തെങ്കിലും ജനങ്ങളെ ഒന്നിച്ചു ചേർക്കാൻ ക്ഷേത്രങ്ങൾ വഴി കഴിയുമെന്ന് തോന്നിയിരുന്നു. അനുഭവം നേരെ മറിച്ചാണ്. ക്ഷേത്രം ജാതിവ്യത്യാസത്തെ അധികമാക്കുന്നു. ഇനി ജനങ്ങൾക്ക് വിദ്യാഭ്യാസം കൊടുപ്പാൻ ശ്രമിക്കണം. അവർക്ക് അറിവുണ്ടാകട്ടെ. അതുതന്നെയാണ് അവരെ നന്നാക്കാനുള്ള മരുന്ന്. ഗുരു പ്രദർശിപ്പിച്ച മിതത്വപൂർണ്ണമായ നവീകരണക്ഷമതയുടെ ജീവൻ ശിഷ്യർക്കൊപ്പം എല്ലാ വിഭാഗങ്ങളിലും ആരാധകരെ സൃഷ്ടിച്ചു. വൈക്കം സത്യഗ്രഹം നടക്കുന്നകാലം. നിരോധനമുള്ള നിരത്തിലൂടെ കോട്ടൻ സായിപ്പിന്റെ കൂടെ ഈഴവൻ പോയെന്നും അതിന് ബ്രാഹ്മണാദികൾക്ക് വിരോധം ഉണ്ടായില്ലെന്നും ഒരു ഭക്തൻ ഗുരുവിനോട് വെളിപ്പെടുത്തി. 'കന്നിൻതോൽ കാലിൽ ചേർന്നാൽ ക്ഷേത്രത്തിൽ കടന്നുകൂടല്ലോ. ചെണ്ടയിലായാൽ ക്ഷേത്രത്തിൽ കൊണ്ടുപോകുന്നതിന് വിരോധമില്ല. സായിപ്പിന്റെ ഭരണംകൊണ്ട് പല ഗുണങ്ങളുമുണ്ടായിട്ടുണ്ട്' എന്നായിരുന്നു മറുപടി. ഗുരു ചെങ്ങന്നൂരിൽ വിശ്രമിക്കവേ പല്ലുകളെല്ലാം കൊഴിഞ്ഞ തടിയനായ മാടൻ തുള്ളിക്കൊണ്ട് അദ്ദേഹത്തിന്റെ അടുക്കലെത്തി. 'ഞാനാരാണെന്നറിയാമോ'– അയാൾ ചോദിച്ചു. 'കണ്ടിട്ടൊരു തടിമാടനാണെന്ന് തോന്നുന്നു' എന്നായിരുന്നു ഗുരുവിന്റെ മറുപടി. അയാൾ വീണ്ടും: 'എന്ത് പരിഹസിക്കുന്നോ? പരീക്ഷ വല്ലതും കാണണോ?' "വായിൽ പല്ലൊന്നു കണ്ടാൽ കൊള്ളാ"മെന്നായിരുന്നു അദ്ദേഹത്തിന്റെ രണ്ടാം ഉത്തരം. ഗുരു ശിവഗിരിയിൽ വിശ്രമിക്കുന്ന ഒരു സന്ദർഭത്തിൽ അവിടെ നടക്കാനിരുന്ന ഒരു യോഗത്തിന്റെ നോട്ടീസ് ശിഷ്യൻ വായിച്ചു കേൾപ്പിച്ചു. യോഗത്തിൽ അദ്ധ്യക്ഷനാവേണ്ടിയിരുന്ന പരമേശ്വരയ്യരെ ബ്രഹ്മ

ശ്രീയെന്നും പ്രസംഗകരായ നാരായണപിള്ളയെയും എൻ കുമാരനെയും രാജശ്രീ, ശ്രീ എന്നുമായിരുന്നു വിശേഷിപ്പിച്ചിരുന്നത്. കേട്ടയുടൻ ഗുരു പ്രതികരിച്ചു: "ഓ തെറ്റിപ്പോയല്ലോ, കുമാരനെ ചോവശ്രീ എന്നല്ലേ പറയേണ്ടിയിരുന്നത്." അപാരമായ യുക്തിബോധവും തുളച്ചുകയറുന്ന ഫലിതങ്ങളും ഇഴയോടിനിന്ന അദ്ദേഹത്തിന്റെ വാക്കുകൾ ഏവരിലും കാന്തസമാനമായ സ്വാധീനവും ആരാധനയുമാണ് ഉണ്ടാക്കിയിരുന്നത്.

കേരളത്തിലെ സാമൂഹ്യ സമ്പ്രദായത്തിൽ നടന്ന വലിയ പരിവർത്തനങ്ങളിൽ ഗുരു നിർവ്വഹിച്ച പങ്ക് വളരെ ഗംഭീരമാണ്. അദ്ദേഹം ജീവിച്ച കാലത്ത് ബംഗാളിൽ കേശവചന്ദ്ര സെന്നും പഞ്ചാബിൽ ദയാനന്ദ സരസ്വതിയും സാമൂഹ്യ പരിഷ്കരണങ്ങൾക്കായി നിലകൊണ്ടിരുന്നു. ഇരുവരുടെയും സമകാലീനരായിരുന്നെങ്കിലും ഗുരുവിന്റെ പ്രവർത്തനങ്ങളുമായി അധികം സാദൃശ്യമുണ്ടായിരുന്നില്ല. ഹിന്ദുമതം നവീകരിക്കുകയായിരുന്നു സെന്നിന്റെയും ദയാനന്ദ സരസ്വതിയുടെയും ശ്രമം. അഭ്യസ്തവിദ്യരായ സവർണ്ണരെയാണ് അവർ അഭിസംബോധനചെയ്തതും. എന്നാൽ ഹിന്ദുമതം പരിഷ്കരിക്കുന്നത് ഗുരുവിന്റെ അജണ്ടയിലുണ്ടായില്ല. സാധാരണ അർത്ഥത്തിലുള്ള മതവുമായി അകലം പുലർത്തിയ അദ്ദേഹം അക്കാര്യത്തിൽ ഉദാസീനനുമായിരുന്നു. ഓരോ മതത്തിലും ദർശിക്കാനാവുന്ന അർത്ഥരഹിതങ്ങളായ വിശ്വാസപ്രമാണങ്ങളും ആചാരനിഷ്ഠകളും മാറിയാൽ എല്ലാവയുടെയും തത്ത്വം ഒന്നായിരിക്കുമെന്നാണ് അദ്ദേഹം പഠിപ്പിച്ചത്. മതത്തെ പരിഷ്കരിക്കാനല്ല, അതിന് അതീതമാകാനാണ് ഉദ്ബോധിപ്പിച്ചതും. മനുഷ്യ സാഹോദര്യമായിരുന്നു ഗുരുവിന്റെ ആത്യന്തിക ഉൽക്കണ്ഠ. സഹോദരൻ അയ്യപ്പന്റെ സഹോദര പ്രസ്ഥാനം ആ സന്ദേശത്തിന്റെ ക്രിയാത്മകമായ അനുബന്ധമായിരുന്നു. 'ഇങ്ങനെ പറഞ്ഞുകൊണ്ടിരുന്നാൽ മതിയോ, നമ്മുടെ അനുയായികളുടെ മനസ്സിൽനിന്നുതന്നെ ജാതി നീക്കംചെയ്യുന്നതിന് എന്തെങ്കിലും പ്രവർത്തിക്കേണ്ടതല്ലേ' എന്ന ഗുരുവിന്റെ ആരായലാണ് അയ്യപ്പനെ കൂടുതൽ ചിന്തിപ്പിച്ചത്. ചെറായിൽ നടന്ന മിശ്രഭോജനം അതിന്റെ പ്രായോഗിക രൂപവും. ഈഴവ സുഹൃത്തുക്കൾക്കും രണ്ടു പുലയന്മാർക്കുമൊപ്പം ഭക്ഷണം കഴിച്ചായിരുന്നു ഉദ്ഘാടനം. അതിൽ പങ്കെടുത്തവരെ ജാതിയിൽനിന്ന് പുറത്താക്കി സമുദായഭ്രഷ്ട് കല്പിച്ചു. സഹോദര സംഘത്തിന് എഴുതി നല്കിയ സന്ദേശത്തിലാണ് ഗുരു പന്തിഭോജത്തെയും മിശ്രവിവാഹത്തെയും അകമഴിഞ്ഞ് പിന്തുണച്ചതും. അതിന്റെ ആയിരക്കണക്കിന് പ്രതികൾ ചെറായിയിലും പരിസരങ്ങളിലും വിതരണംചെയ്ത ശേഷമാണ് യാഥാസ്ഥിതികരുടെ പത്തിതാഴ്ന്നത്. അയ്യപ്പന്റെ മറ്റൊരു കർമ്മപരിപാടി ജാതിരാക്ഷസദഹനമായിരുന്നു.

'സംഘടിച്ച് ശക്തരാവുക' എന്ന ശ്രീനാരായണ ഗുരുവിന്റെ ആഹ്വാനം പ്രാവർത്തികമാക്കിയതിൽ പ്രധാനിയായിരുന്നു ടി കെ മാധവൻ. 1914 ൽ ഗുരുവിനൊപ്പം കുറേ ദിവസം താമസിക്കാൻ ലഭിച്ച അവസരമാണ് അദ്ദേഹത്തിന്റെ ജീവിതത്തിൽ വഴിത്തിരിവായത്. ആലുവ

അദ്വൈതാശ്രമംവക സംസ്കൃത സ്കൂളിന് ഫണ്ട് സ്വരൂപിക്കാനുള്ള പര്യടനത്തിൽ മാധവനും ചേർന്നു. ശ്രീനാരായണ സന്ദേശങ്ങളുടെ അടിസ്ഥാനത്തിൽ സമൂഹത്തെ പരിവർത്തിപ്പിക്കാൻ ഒരു പത്രം അനിവാര്യമാണെന്ന് ആ യാത്ര അദ്ദേഹത്തെ ബോദ്ധ്യപ്പെടുത്തി. അങ്ങനെയാണ് ദേശാഭിമാനിയുടെ തുടക്കം– 1915 ഏപ്രിൽ പതിനേഴിന്. ഈഴവരുടെ മാത്രം ജിഹ്വയായിരുന്നില്ല അത്. ഹർജികളും നിവേദനങ്ങളും നല്കിമാത്രം നേടാവുന്ന അവകാശങ്ങൾ തുച്ഛമാണെന്നായിരുന്നു മാധവന്റെ അഭിപ്രായം. സാമൂഹ്യ പരിഷ്കരണത്തെയും പൗരാവകാശ സംരക്ഷണത്തെയും സമന്വയിപ്പിച്ച ടി കെ മാധവൻ, നന്നേ ചെറുപ്പത്തിൽത്തന്നെ പൊതുപ്രവർത്തന രംഗത്ത് സാന്നിദ്ധ്യമറിയിച്ചിരുന്നു. ഇംഗ്ലീഷിലും മലയാളത്തിലും എഴുതാനും പ്രസംഗിക്കാനും അസാധാരണമായ കഴിവ് പുലർത്തിയ അദ്ദേഹം പതിനേഴാം വയസ്സിൽ ശ്രീമൂലം പ്രജാസഭയിൽ പങ്കെടുത്ത് പ്രസംഗിച്ചത് അക്കാലത്ത് വലിയ വാർത്തയായി. അമ്മാമൻ കുഞ്ഞുപിള്ള ചേകനുവേണ്ടി ഡിസബിലിറ്റീസ് ഓഫ് ഈഴവ ഗവൺമെന്റ് സർവ്വീസ് എന്ന വിഷയത്തിലുള്ള അത് ദിവാന്റെ പോലും പ്രശംസനേടി. ശ്രീനാരായണ ഗുരുവിന്റെ നിർദ്ദേശത്താൽ തിരുനെൽവേലിയിലെത്തി മാധവൻ മഹാത്മാഗാന്ധിയെ കണ്ടത് വഴിത്തിരിവായി. വൈക്കം സത്യഗ്രഹത്തിലെ നേതൃത്വം അതേത്തുടർന്നായിരുന്നു. സമരം അവസാനിച്ചപ്പോൾ മാധവൻ പറഞ്ഞതും ധീരമായിട്ടാണ്.

> ഇനി എല്ലാ പരിഷ്കാര പ്രവർത്തകന്മാരുടെയും കടമ ക്ഷേത്രപ്രവേശന പ്രക്ഷോഭം ശക്തിയായി നടത്തി അവിടങ്ങളിൽ, സർക്കാർ സഹായത്തോടെ അഭയംപ്രാപിച്ച അയിത്ത പിശാചിനെ നിഷ്കാസനം ചെയ്യുകയാണ്. അവകാശികൾ ത്യാഗപൂർവ്വം പ്രവർത്തിച്ചാൽ യാഥാസ്ഥിതികരുടെ പക്ഷം പിടിച്ചുനില്ക്കുന്നതായ ഗവൺമെന്റും പരിഷ്കാരികളുടെ പക്ഷത്ത് ചേരുമെന്ന് വൈക്കം സത്യഗ്രഹം പ്രത്യക്ഷമാക്കി. ഇത് നാം സുവർണ്ണ ലിപികളിൽ എഴുതി സൂക്ഷിച്ച് നിത്യം വീക്ഷിച്ച് ഹൃദിസ്ഥമാക്കേണ്ട കാര്യമാകുന്നു. ക്ഷേത്രപ്രവേശനത്തിനുള്ള പ്രക്ഷോഭ നയവും മറ്റും അചിരേണ രൂപീകരിക്കുന്നതാണ്. പരിഷ്കാരപ്രണയികൾ കർമ്മോദ്യുക്തരായി മുന്നോട്ടുവരാൻ തയ്യാറായിക്കൊള്ളുക. യുദ്ധം ആരംഭിച്ചിട്ടേയുള്ളു, അവസാനിച്ചിട്ടില്ല.

എന്നായിരുന്നു അത്.

ഗുരുവിന്റെ പ്രേരണയും പിന്തുണയും മൂലധനമാക്കി എസ് എൻ ഡി പി യോഗം രൂപീകരിച്ചത് ഡോ. പല്പുവും അതിന്റെ അസ്തിവാരമുറപ്പിച്ചത് കുമാരനാശാനുമായിരുന്നെങ്കിൽ കെട്ടുറപ്പുള്ള ബഹുജനമുന്നേറ്റമായി പരിവർത്തിപ്പിച്ചത് ടി കെ മാധവൻ. 1927 ജനുവരി ഒന്നിനും രണ്ടിനും ചേർന്ന പ്രത്യേക സമ്മേളനം അദ്ദേഹത്തെ സെക്രട്ടറിയാക്കി. ജനുവരി 30 ന് ഗുരുവിന്റെ സാന്നിദ്ധ്യത്തിൽ ശിവഗിരിയിൽ ഒരു മഹാസമ്മേളനവും മാധവൻ വിളിച്ചുചേർത്തു. അംഗങ്ങൾക്ക് നല്കാനുള്ള

രസീതിപുസ്തകം കൈമാറിയ കൂട്ടത്തിൽ ഗുരു ഒരു സന്ദേശവും നല്കി. സംഘടനകൊണ്ടല്ലാതെ ഒരു സമുദായത്തിനും അഭിവൃത്തിയും ശക്തിയും ഉണ്ടാകുന്നതല്ല. ഈ തത്ത്വമനുസരിച്ചാണ് നാം ഇരുപത്തിയഞ്ച് വർഷം മുമ്പ് യോഗം സ്ഥാപിച്ചത്. ഈഴവൻ എന്ന പേര് ഒരു മതത്തെയോ ജാതിയെയോ സൂചിപ്പിക്കുന്നില്ല. അതിനാൽ ജാതിഭേദം നോക്കാതെ അംഗങ്ങളെ ചേർക്കാവുന്നതാണ്. യോഗത്തിൽ ധാരാളം അംഗങ്ങൾ ചേരട്ടെയെന്ന് നാം ആശംസിക്കുന്നു എന്നായിരുന്നു അതിന്റെ ഉള്ളടക്കം. ഇതിൽനിന്ന് ഊർജ്ജവും ആവേശവും ഉൾക്കൊണ്ട് മാധവൻ പുത്തൻ കർമ്മപരിപാടികൾക്ക് രൂപംനല്കി. സ്ത്രീസമാജം, വ്യാവസായിക- വിദ്യാഭ്യാസ, ആയുർവ്വേദ സമ്മേളനങ്ങൾ തുടങ്ങിയവ അനുബന്ധമാക്കി. *ദേശാഭിമാനി*യിലെ റിപ്പോർട്ടുകളും ലേഖനങ്ങളും മുഖപ്രസംഗങ്ങളും ശക്തമായ നിലപാടുകൾ പ്രതിഫലിപ്പിച്ചവയായിരുന്നു. റഷ്യൻ വിപ്ലവാനന്തരം സർ ചക്രവർത്തിയുടെ വധത്തെക്കുറിച്ച് എഴുതിയ മുഖപ്രസംഗം എടുത്തുപറയേണ്ടതാണ്. സ്വേച്ഛാപ്രഭുത്വത്തിന്റെ ഏറ്റവും വലിയ പ്രതിനിധിയായ ഈ ചക്രവർത്തിയുടെയും കുടുംബത്തിന്റെയും അവസാനം സ്വേച്ഛാപ്രഭുക്കന്മാരെല്ലാം ശ്രദ്ധിച്ച് മനസ്സിലാക്കേണ്ടതാണെന്ന് മാധവൻ തുറന്നെഴുതി. 1926 ഏപ്രിൽ പത്തിന് 'മൂലധനം' എന്ന ശീർഷകത്തിൽ പ്രസിദ്ധീകരിച്ച മുഖപ്രസംഗം ഗുരുവിനെക്കുറിച്ചാണ്. 'ശ്രീനാരായണ ഗുരുവിന്റെ പരിപാവനമായ നാമവും അദ്ദേഹത്തിന്റെ ആദർശങ്ങളും പ്രവൃത്തികളും ആ സ്മരണകളുമാകുന്നു ഈഴവ സമുദായത്തിന്റെ മൂലധനം. അത് ഉപയോഗപ്പെടുത്തി സമുദായോദ്ധാരണത്തിനു വേണ്ട പരിശ്രമങ്ങൾ ചെയ്യുന്നതിന് പരമഹംസദേവൻ സ്ഥൂലകായത്തോടെ നമ്മുടെ ഇടയിൽ സഞ്ചരിക്കുന്ന ഈ കാലമത്രേ ഏറ്റവും പറ്റിയത്' എന്നാണ് എഴുതിയത്.

പള്ളാത്തുരുത്തിയിൽ ചേർന്ന എസ് എൻ ഡി പി വാർഷികത്തിന് ഗുരു നല്കിയ സംഘടനാ സന്ദേശത്തിൽ, എല്ലാ ജാതി മതസ്ഥരെയും അതിൽ അംഗങ്ങളാക്കണമെന്ന് ഉപദേശിച്ചിരുന്നു. തുടർന്ന് പി വി രാമവാര്യർ, കുറ്റിപ്പുഴ കൃഷ്ണപിള്ള, മന്നത്ത് പത്മനാഭൻ, എം സി ജോസഫ്, പി എ സെയ്തു മുഹമ്മദ് തുടങ്ങി ഒട്ടേറെ ഇതര സമുദായ പ്രവർത്തകർ യോഗാംഗങ്ങളായി. സ്വാമി വാഗ്ഭടാനന്ദനും സ്വാമി ആനന്ദതീർത്ഥനുമെല്ലാം ഗുരു സന്ദേശങ്ങൾക്ക് തുടർച്ചയുണ്ടാക്കി. *ഭാഷ്യഹൃദയം* എന്ന പ്രൗഢമായ ഗ്രന്ഥത്തിനൊപ്പം ഒട്ടേറെ ജാതിവിരുദ്ധ ഗീതകങ്ങളും രചിച്ച വായത്ത സ്വാമികളാണ് വാഗ്ഭടാനന്ദനിൽ ആദ്യ സ്വാധീനമായത്. അഴീക്കോട് സ്വദേശിയായ പൊന്മഠത്തിൽ കൃഷ്ണ സ്വാമിയാണ് പിന്നീട് വിശാഖാനന്ദൻ എന്നും ഒടുവിൽ വായത്ത സ്വാമിയെന്നും അറിയപ്പെട്ടത്. 1906 ൽ കോഴിക്കോട് കാരപ്പറമ്പിൽ 'തത്ത്വപ്രകാശിക' എന്ന് പേരിട്ട സംസകൃതവിദ്യാലയം ആരംഭിച്ചുകൊണ്ടാണ് വാഗ്ഭടാനന്ദൻ ശ്രദ്ധേയനാകുന്നത്. അവിടെ ഉള്ളവനും ഇല്ലാത്തവനും പ്രവേശനം നല്കി.അവശസമുദായാംഗങ്ങളായ വിദ്യാർത്ഥികൾക്ക് സൗജന്യ വിദ്യാഭ്യാസത്തിനൊപ്പം താമസവും ഭക്ഷണവും അനുവദിച്ചു. മുഹമ്മദ് അബ്ദു

റഹ്മാൻ സാഹിബും ഇ മൊയ്തുമൗലവിയും എല്ലാ ദിവസവും വെളുപ്പിന് കാൽനടയായി അവിടെ എത്തുമായിരുന്നു. ആഴത്തിലുള്ള വായനയിൽ മുഴുകിയ വാഗ്ഭടാനന്ദൻ വാദപ്രതിവാദങ്ങളിലും ഭാഗഭാക്കായി. പാണ്ഡിത്യം അക്കാലത്തെ സാമൂഹ്യ പ്രശ്നങ്ങളെ യുക്തിസഹമായി സമീപിക്കാനുള്ള ധീരതയാണ് അദ്ദേഹത്തിലുണ്ടാക്കിയത്. മതത്തിന്റെയും ജാതിയുടെയും മറവിൽ ഒളിച്ചിരുന്ന് സാധൂകരണം നേടിയ അന്ധവിശ്വാസങ്ങളെയും ബ്രാഹ്മണാധിപത്യത്തെയും തുറന്നെതിർത്തു. *മോക്ഷപ്രദീപം* എന്ന ബ്രഹ്മാനന്ദ ശിവയോഗിയുടെ കൃതി വായിച്ചതോടെ വാഗ്ഭടാനന്ദൻ അദ്ദേഹത്തിന്റെ ചിന്തകളിലേക്ക് ആകൃഷ്ടനായി. മലബാറിൽനിന്നും പതുക്കെ വാഗ്ഭടാനന്ദന്റെ ഖ്യാതി തിരുവിതാംകൂറും ശ്രദ്ധിക്കാൻ തുടങ്ങി. 1914 ൽ ശ്രീനാരായണ ഗുരുവിനെ സന്ദർശിച്ചതിനു ശേഷമാണ് അത്. ഹരിപ്പാട്ടെ അദ്വൈതാശ്രമത്തിൽ ആയിടയ്ക്ക് പ്രസംഗിച്ചതും ചർച്ചയായി. ഗുരുവായിരുന്നു അതിലെ അദ്ധ്യക്ഷൻ. വിഗ്രഹാരാധനാ ഖണ്ഡനവും ജാതിധ്വംസനവും തന്നെയായിരുന്നു വാഗ്ഭടാനന്ദൻ തെരഞ്ഞെടുത്ത വിഷയം. കണ്ടുമുട്ടിയപ്പോഴെല്ലാം അദ്ദേഹം തൊടുത്തുവിട്ട ചോദ്യങ്ങൾ ഗുരുവിനെ ഇരുത്തിചിന്തിപ്പിച്ചു. പല പഴയ നിലപാടുകളിൽനിന്നും മുന്നോട്ടുപോയി. ധർമ്മപ്രചാരണവും അനാചാരങ്ങളുടെയും അന്ധവിശ്വാസങ്ങളുടെയും തുടച്ചുനീക്കലും മുൻനിർത്തി 1917 ൽ വാഗ്ഭടാനന്ദൻ രൂപംകൊടുത്ത ആത്മവിദ്യാസംഘം ഗുരുവിന്റെ ചില ധാരണകൾകൊണ്ടും ശക്തമായി.

ശ്രീനാരായണ ഗുരു നിർത്തിയേടത്തുനിന്ന് ഹരിജനോദ്ധാരണത്തിന്റെ പുതിയ ദൗത്യം മുന്നോട്ടുകൊണ്ടുപോയവരിൽ ഏറ്റവും പ്രധാനിയായിരുന്നു സ്വാമി ആനന്ദതീർത്ഥൻ. ഗൗഡ സാരസ്വത ബ്രാഹ്മണ കുടുംബത്തിൽ ജനിച്ച അനന്ത ഷേണായിയെ ആനന്ദ തീർത്ഥനാക്കിയത് ഗുരുവാണ്. 1928 ആഗസ്ത് മൂന്നിന് സന്ന്യാസി ശിഷ്യനായി സ്വീകരിക്കവെയായിരുന്നു പേരുമാറ്റം. കോളേജ് പഠന വേളയിൽത്തന്നെ ദേശീയ പ്രസ്ഥാനത്തിന്റെ കൈവഴിയിലേക്കാകർഷിക്കപ്പെട്ട ഷേണായി രാജഗോപാലാചാരിയുടെ നിർദ്ദേശത്തെതുടർന്ന് ഒലവക്കോട്ടെ ടി ആർ കൃഷ്ണസ്വാമി അയ്യരുടെ ശബരി ആശ്രമത്തിലെത്തി. 1927 ലെ ശിവരാത്രി ദിവസം താഴ്ന്ന ജാതിയിൽപ്പെട്ട കുട്ടികളോടൊത്ത് ആശ്രമത്തിനടുത്ത അമ്പലത്തിൽ ഉത്സവത്തിന് ചെന്നപ്പോൾ ജാതിപ്രമാണിമാർ വളഞ്ഞിട്ട് തല്ലി. മറ്റു മതങ്ങളിൽപ്പെട്ടവരുടെ ചന്ത സ്ഥലത്തുപോലും താഴ്ന്ന സമുദായങ്ങളിൽപ്പെട്ടവർക്ക് പ്രവേശനമില്ലെന്ന സത്യം അദ്ദേഹത്തെ ഞെട്ടിച്ചു. ഗാന്ധി ഇർവിൻ ഉടമ്പടിയെ തുടർന്ന് ദേശീയ നേതാക്കളെ ജയിൽ വിമുക്തരാക്കിയതിനെത്തുടർന്ന് തലശ്ശേരിയിൽ യുവാക്കളെ സംഘടിപ്പിച്ച് ശ്രീനാരായണ സത്യഗ്രഹ ക്യാമ്പിനു നേതൃത്വം നല്കിയതിലൂടെ ആനന്ദതീർത്ഥൻ വീണ്ടും ശ്രദ്ധേയനായി. ഗുരുവായൂർ സത്യഗ്രഹത്തോടനുബന്ധിച്ച് എ കെ ജി നയിച്ച ജാഥയെ അനുഗമിക്കുകയും ചെയ്തു. 1931 നവംബറിൽ പയ്യന്നൂരിൽ ശ്രീനാരായണ വിദ്യാലയം എന്ന ഹരിജൻ ഹോസ്റ്റലിന് തുടക്കമിടുകയുമുണ്ടായി.

വാദിക്കാനും ജയിക്കാനുമല്ല, അറിയാനും അറിയിക്കാനുമാണ്

ശാരദാപ്രതിഷ്ഠ കഴിഞ്ഞ് രണ്ടാം നാൾ ശ്രീനാരായണ ഗുരു ഒരു ശിഷ്യനുമൊപ്പം ശിവഗിരി വിട്ടു. അവിടുത്തെ കാര്യങ്ങളെല്ലാം ചിലരെ ഏല്പിച്ചുകഴിഞ്ഞതിനാൽ ഇരിക്കാൻ മറ്റൊരു സ്ഥലം ആഗ്രഹിച്ചായിരുന്നു ആ പുറപ്പെടൽ. തൃക്കുന്നപ്പുഴയിലാണ് ആദ്യം എത്തിയത്. അവിടെനിന്ന് ആലപ്പുഴയിലേക്ക്. ഒരു ദിക്കിൽത്തന്നെ ചടഞ്ഞുകൂടി സ്വസ്ഥമായി ഇരിക്കാൻ ഗുരുവിന് ഒരിക്കലും കഴിഞ്ഞിരുന്നില്ല. മനുഷ്യർ കൂട്ടമായി ഒഴുകിയെത്തുന്നിടം എവിടെയായാലും ആദ്യം കുലുക്കുക സ്വസ്ഥതയായിരിക്കും. കുമാരനാശാൻ പാടിയപോലെ,

ലോകമേ നിൻ ജാരത്തിൽ -ഇല്ല-
യേകാന്തതയൊരിടത്തും

നിരന്തര യാത്രയുടെ ചലനാത്മകത ഗുരുവിന്റെ ഊർജ്ജമായിരുന്നു. ദേശങ്ങൾ സഞ്ചരിച്ച് ലോകം തുറന്നുകണ്ടു. അതിനിടയിൽ ഒരു സ്ഥലം വാങ്ങാനുള്ള കാശ് അദ്ദേഹത്തിന് ലഭിച്ചു. അതുകൊണ്ട് ആലുവാപ്പുഴയുടെ തീരത്ത് ഭൂമി വാങ്ങി. അതിനുശേഷം ആദ്യം അവിടെ ഒരു പർണ്ണശാലയും തുടർന്ന് മഠവും പണിതു. പിന്നെ വിദ്യാലയം സ്ഥാപിക്കണമെന്ന് നിർദ്ദേശിച്ചു. പണം പിരിച്ച് 1914 ചിങ്ങം ഏഴിന് അദ്വൈതാശ്രമത്തിന്റെ ആഭിമുഖ്യത്തിൽ സംസ്കൃത വിദ്യാശാല തുറന്നു. ജാതി മത വ്യത്യാസങ്ങളില്ലാതെ വിദ്യാർത്ഥികൾക്ക് താമസിച്ചു പഠിക്കാൻ ഏർപ്പാടുണ്ടാക്കി. മനുഷ്യർക്ക് ഒരു ജാതിയും ഒരു മതവും ഒരു ദൈവവും അല്ലാതെ ഓരോരുത്തർക്കും വെവ്വേറെ ജാതിയും മതവും ദൈവവുമില്ലെന്നാകുന്നു എന്ന് ഉറപ്പിച്ചു. ആലുവ അദ്വൈതാശ്രമത്തിൽ ക്ഷേത്രവും പ്രതിഷ്ഠയുമൊന്നും സ്ഥാപിച്ചില്ല .

1924 മാർച്ച് മൂന്ന്, നാല് തീയതികളിൽ ഗുരു അദ്വൈതാശ്രമത്തിൽ വിളിച്ചു ചേർത്ത സർവ്വ മത സമ്മേളനം ചരിത്രപരമായിരുന്നു. മനുഷ്യ

ക്ഷേമവും ഐശ്വര്യവും ഒരുമയും അതിരുകളില്ലാത്ത സാഹോദര്യവും മുൻനിർത്തി ഏഷ്യയിൽ ആദ്യമായി മതസംവാദം എന്ന ആശയം മുന്നോട്ടുവെച്ചത് അവിടെനിന്നാണ്. സമ്മേളനത്തിന്റെ ഒരുക്കങ്ങൾക്കായി സ്വാമി സത്യവ്രതൻ, സി വി കുഞ്ഞിരാമൻ, ടി കെ മാധവൻ, സഹോദരൻ അയ്യപ്പൻ തുടങ്ങിയവരെ ഗുരു പ്രത്യേകം നിയോഗിക്കുകയുംചെയ്തു. വാദിക്കാനും ജയിക്കാനുമല്ല, അറിയാനും അറിയിക്കാനുമാണ് എന്നതായിരുന്നു അതിന്റെ ലക്ഷ്യം. അത് സമ്മേളന പന്തലിന്റെ കവാടത്തിൽ ത്തന്നെ എഴുതിവെച്ചു. മതങ്ങളെല്ലാം സാരാംശത്തിൽ ഒന്നുതന്നെയാണെന്നും ആ സത്യം വെളിപ്പെടുത്തുന്നതിന് വിഭിന്ന മത വിശ്വാസികൾ സാഹോദര്യത്തിന്റെ വേദിയിൽ ഒത്തൊരുമിക്കണം എന്നതായിരുന്നു ഗുരുവിന്റെ മനസ്സിൽ. ഇന്ത്യയിലും പുറത്തുമുള്ള പ്രശസ്തരായ വിവിധ മതപണ്ഡിതന്മാരെ സമ്മേളനത്തിൽ പങ്കെടുപ്പിക്കാൻ ഗുരു പ്രത്യേകം ശ്രദ്ധിച്ചിരുന്നു. ആര്യ സമാജ നേതാവ് പണ്ഡിറ്റ് ഋഷി റാമും പ്രസംഗിച്ചു. അവരെല്ലാം സ്വന്തം മതങ്ങളെക്കുറിച്ച് പ്രഭാഷണം നടത്തുകയുംചെയ്തു. ആ മതങ്ങളുടെയെല്ലാം കാതൽ ഒന്ന് തന്നെയായിരുന്നു. ദൈവവും മനുഷ്യനും തമ്മിലുള്ള ബന്ധം, ജീവിത വിശുദ്ധി, പൂർണ്ണത എന്നിവയ്ക്കെല്ലാം എല്ലാ മതങ്ങളും ഒന്നുപോലെ ഊന്നൽ കൊടുക്കുന്നതായി ആ പണ്ഡിതർ വിശദീകരിച്ചു. സമ്മേളന സമാപനത്തിൽ ഗുരു ഇങ്ങനെയൊരു സന്ദേശം നല്കി: 'എല്ലാ മതങ്ങളുടെയും പരമോദ്ദേശ്യം ഒന്നാണെന്നും ഭിന്ന മതാനുയായികൾ തമ്മിൽ കലഹിച്ചിട്ടാവശ്യമില്ലെന്നും ഈ മത സമ്മേളനത്തിൽ നടന്ന പ്രസംഗങ്ങൾ വെളിപ്പെടുത്തിയിരിക്കുന്നതിനാൽ നാം ശിവഗിരിയിൽ സ്ഥാപിക്കാൻ തീരുമാനിച്ച മഹാപാഠശാലയിൽ എല്ലാ മതങ്ങളും പഠിക്കുന്നതിനുവേണ്ട എല്ലാ സൗകര്യങ്ങൾകൂടി ഉണ്ടാക്കണമെന്ന് വിചാരിക്കുന്നു.'

'സകലമതസാരവുമേകം' എന്ന ഗുരുവിന്റെ ആപ്തവാക്യം സർവ്വമത സമ്മേളനത്തിൽ വിശദീകരിക്കപ്പെട്ടു. സമബുദ്ധിയോടും സമഭക്തിയോടും എല്ലാ മതത്തെയും എല്ലാവരും പഠിക്കാൻ ശ്രമിക്കട്ടെ. മത്സരം മതം നിമിത്തമല്ല, മദം കാരണമാണെന്നും അപ്പോൾ മനസ്സിലാകും എന്നായിരുന്നു അദ്ദേഹത്തിന്റെ കൂട്ടിച്ചേർക്കൽ. സമ്മേളനത്തിലെ സ്വാഗത പ്രസംഗത്തിൽ സ്വാമി സത്യവ്രതൻ സൂചിപ്പിച്ചത് ഇങ്ങനെ: 'ദർശനങ്ങൾ, ശാസ്ത്രങ്ങൾ, കലാവിദ്യകൾ മുതലായി വിജ്ഞാന വർദ്ധനയ്ക്ക് ഉപയുക്തങ്ങളായ ഗ്രന്ഥങ്ങൾ ദേശ ജാതി ഭേദങ്ങൾ ഗണിക്കാതെ എല്ലാ മതക്കാരും മനുഷ്യ ജാതിയുടെ പൊതുസ്വത്തായി പരിഗണിക്കുകയും വിജ്ഞാനാഭിവൃദ്ധിക്കായി അവയെ കൈകാര്യംചെയ്യുകയും ചെയ്യുന്നതുപോലെ ആദ്ധ്യാത്മികവിദ്യ പ്രതിപാദകമായ മതഗ്രന്ഥങ്ങളും മനുഷ്യരാശിയുടെ പൊതുസ്വത്തായി പരിഗണിക്കുകയും ജ്ഞാനാഭിവൃദ്ധിക്കായി അവയെ കൈകാര്യംചെയ്യുകയും ചെയ്യണമെന്നാണ് ഞങ്ങളുടെ വിനീതമായ അഭിപ്രായം.' മതംമാറ്റത്തെക്കുറിച്ച് സൂചിപ്പിച്ച സഹോദരൻ അയ്യപ്പനുമായി ഗുരു നടത്തിയ സംഭാഷണങ്ങൾക്കും വൻ മുഴക്ക

മായിരുന്നു. ഇപ്പോഴുള്ള ബുദ്ധമതക്കാരിൽ നല്ലവർ വളരെ കുറയും എന്നു വേണം പറയാൻ. ഇടക്കാലത്ത് അത് വളരെ ദുഷിച്ചു. എങ്കിലും മനുഷ്യൻ നന്നാവാൻ ബുദ്ധന്റെ ഉപദേശങ്ങളോളം നല്ലവയില്ല എന്ന അയ്യപ്പന്റെ സംസാരത്തോടുള്ള അദ്ദേഹത്തിന്റെ ഉത്തരം കേൾക്കാം: 'ക്രിസ്തുവിന്റെ ഉപദേശം നല്ലതല്ലേ? മുഹമ്മദ് നബിയുടെയും ഉപദേശവും കൊള്ളാമല്ലോ. പക്ഷേ, ആ മതക്കാരിൽ എല്ലാവരും നല്ലവരാണോ? അപ്പോൾ മതം ഏതായാലും മനുഷ്യൻ നന്നായിക്കൊണ്ടിരിക്കണം. വാക്കും വിചാരവും ശുദ്ധമായിരിക്കണം.' 1927 ആഗസ്ത് മാസത്തിൽ കോയമ്പത്തൂരിലെ ഒരു ഉദ്യാനത്തിൽ ഗുരു ഇരിക്കുന്നു. മദിരാശി നിയമ നിർമ്മാണ സഭയിലെ അധഃകൃതവർഗ്ഗ പ്രതിനിധിയായിരുന്ന ഒരാൾ വന്നു സംസാരിക്കാൻ തുടങ്ങി. ജാതി ഒന്നുതന്നെയേയുള്ളൂ, അനേകം ഇല്ല എന്ന ഗുരുവിന്റെ അഭിപ്രായപ്രകടനം കേട്ട്, ബ്രാഹ്മണരും മറ്റും അത് സമ്മതിക്കുകയില്ല എന്ന് അയാൾ പറഞ്ഞു. അതുകേട്ട് അദ്ദേഹം പൊട്ടിച്ചിരിയുടെ അകമ്പടിയോടെയായിരുന്നു സംഭാഷണം ആരംഭിച്ചത്.

> കൊള്ളാമല്ലോ നല്ല ഉത്സാഹം. ഈ മാതിരി അഞ്ചാറാളുകൾ ഉണ്ടായാൽ കൊള്ളാം. ജാതിയൊന്നാണെന്നതിനു തെളിവൊന്നും വേണ്ടല്ലോ. ഒരു പട്ടി മറ്റൊരു പട്ടിയെ കണ്ടാൽ അതിന്റെ സ്വന്തം ജാതിയാണെന്ന് മനസ്സിലാക്കുന്നു. എല്ലാ മൃഗങ്ങൾക്കും ഈ വകതിരിവുണ്ട്, അതനുസരിച്ച് ജീവിക്കുന്നുമുണ്ട്. മനുഷ്യർക്കു മാത്രം സംശയം. സ്വന്തം ജാതി തിരിച്ചറിയാനുള്ള ശക്തിയില്ല. മൃഗങ്ങളേക്കാളും മോശമാണ്. ഇപ്പോൾ കാണുന്ന മനുഷ്യ നിർമ്മിത ജാതി വിഭജനത്തിന് ഒരു അർത്ഥവുമില്ല, അനർത്ഥകരവുമാണ്. അത് നശിക്കുകതന്നെ വേണം. മേൽജാതി, കീഴ്ജാതി എന്നുള്ള വിചാരംതന്നെ ഇല്ലാത്തതാണ്. ഈ വിചാരം നമ്മിൽനിന്നും പോയിട്ട് വളരെക്കാലമായി. സമുദായ സംഗതികൾ മതത്തിനോ മതം സമുദായ സംഗതികൾക്കോ കീഴടങ്ങിയിരിക്കുന്നത് തെറ്റാണ്.

സമുദായ സംഗതികൾക്കും മതത്തിനും തമ്മിൽ ബന്ധമൊന്നും പാടില്ല. മതം മനസ്സിന്റെ കാര്യമാണ് എന്ന് പിന്നീടൊരിക്കൽ പറഞ്ഞു.

ജാതികൊണ്ട് പല ഗുണങ്ങളും ഉണ്ടാക്കിയിട്ടുണ്ടെന്നു ചിലർ അവകാശപ്പെടുന്നതായി സൂചിപ്പിച്ച ഒരു ഭക്തനോടുള്ള ഗുരുവിന്റെ പ്രതികരണം അതിരൂക്ഷമായിരുന്നു. തൊഴിൽ ലഭ്യതയെക്കുറിച്ചാണ് പ്രധാനമായും ഊന്നിയത്. ജാതികൊണ്ട് ഒരു ഗുണവുമില്ല. അത് മനുഷ്യരുടെ സ്വാതന്ത്ര്യം തടുക്കുന്നു. ബുദ്ധി നശിപ്പിക്കുന്നു. സ്വാതന്ത്ര്യവും ബുദ്ധിയുമില്ലാതെ തൊഴിൽ എങ്ങനെ നന്നാവും? ഒരേ സംഗതിതന്നെ നോക്കി ലോകത്തെ മറ്റൊന്നും അറിയാത്തവർക്ക് ഒരു ജോലിയും നന്നായി ചെയ്യാൻ സാധിക്കില്ല എന്ന മട്ടിലായിരുന്നു അത്. "ജാതി മനുഷ്യരിൽ കയറി മൂത്തുപോയി. ശങ്കരാചാര്യരും അതിൽ തെറ്റുകാരനാണ്. *ബ്രഹ്മസൂത്രവും ഗീതയും* എഴുതിയ വ്യാസൻതന്നെ ചാതുർവർണ്ണ്യത്തെക്കു

റിച്ച് രണ്ടിടത്തു രണ്ടുവിധം പറഞ്ഞിരിക്കുന്നു. ജാതി കളയണം. അല്ലാതെ രക്ഷയില്ല. മനുഷ്യരെല്ലാം ഒരു സമുദായമാണല്ലോ. ആ നില വരത്തക്ക വിധം ജാതിയെ ഉപേക്ഷിക്കണം...... മതസാഹിത്യം നല്ലതായ മതം അനുഷ്ഠിക്കുന്നവരുടെ ആചാരവും നല്ലതാണോ. അപ്പോൾ മതസാഹിത്യം എങ്ങനെയായാലും മനുഷ്യൻ ദുഷിച്ചാൽ ഫലമില്ല. അതാണാവശ്യം" എന്ന് അമർത്തിപ്പറഞ്ഞ ശേഷമാണ് ഗുരു, 'മതമേതായാലും മനുഷ്യൻ നന്നായാൽ മതി' എന്ന എക്കാലത്തെയും കരുത്തുറ്റ ഉപദേശം മുന്നോട്ടുവെച്ചത്.

ഗുരുവചനങ്ങളിൽ കാലത്തിനു മേലെ ഏറ്റവും തിളങ്ങിയത് ഒരു ജാതി, ഒരു മതം, ഒരു ദൈവം മനുഷ്യന് എന്നതാണ്. ഒരു ജാതി എന്ന ആശയത്തിലേക്കാണ് ആ പ്രയോഗത്തിന്റെ ഊന്നൽ. എല്ലാ മനുഷ്യരും ഒരു ജാതിയാണെന്ന ദർശനത്തിന്റെ ഉജ്ജ്വലമായ വ്യാഖ്യാനം അദ്ദേഹത്തിന്റെ ജീവിതം തന്നെയായിരുന്നു. ശ്രീനാരായണൻ മുമ്പ് പറഞ്ഞതും പിമ്പ് സൂചിപ്പിച്ചതും എന്നും ആവർത്തിച്ചതുമായ ഒരു അഭിപ്രായമുണ്ട്. ജാതി വ്യത്യാസം ഇല്ലാതാകണമെന്നുള്ളതാണ് അത് എന്ന് സഹോദരൻ അയ്യപ്പൻ സൂചിപ്പിച്ചു. ഹൈന്ദവ സംസ്കാരത്തിൽ ജാതിയുടെ വേരുകൾ അത്രയേറെ രൂഢമൂലമാണ്. സഹിഷ്ണുതയുടെ വികൃതരൂപമായി അതിന്റെ ജനനം അടയാളപ്പെടുത്തപ്പെട്ടിട്ടുണ്ട്. *മനുസ്മൃതി*പോലുള്ളവ ഭരണസംവിധാനത്തിന്റെയും നീതിന്യായ വ്യവസ്ഥയുടെയും അടിസ്ഥാന പ്രമാണങ്ങളുമായി. ബ്രാഹ്മണ മേധാവിത്വത്തെ ഊട്ടിയുറപ്പിക്കുകയായിരുന്നു അവയെല്ലാം. പുരാണങ്ങളും ഇതിഹാസങ്ങളും ചാതുർവർണ്ണ്യത്തെയും ബ്രാഹ്മണാധിപത്യത്തെയും അലംഘനീയമായ ദൈവനിശ്ചയമായി പ്രകീർത്തിച്ചു. ജാതിയുടെ ക്രൂരമുഖം തിരിച്ചറിയാൻ ഗുരുവിന് സ്വന്തം അനുഭവങ്ങൾ മാത്രം മതിയായിരുന്നു. അരുവിപ്പുറം പ്രതിഷ്ഠയ്ക്കും മുമ്പ് സ്വാമി വിവേകാനന്ദൻ കേരളത്തെക്കുറിച്ച് പറഞ്ഞത് അദ്ദേഹത്തിന്റെയും തല കുനിപ്പിച്ചിട്ടുണ്ടാകണം. 'മലബാറിൽ–കേരളത്തിൽ– ഞാൻ കണ്ടതിനേക്കാൾ വലിയ വിഡ്ഢിത്തം ഇതിനുമുമ്പ് എവിടെയെങ്കിലും ഉണ്ടായിട്ടുണ്ടോ? സവർണ്ണർ നടക്കാറുള്ള തെരുവുകളിൽ പാവപ്പെട്ട പറയന് നടന്നുകൂടാ. പക്ഷേ, മിശ്രമായ ഇംഗ്ലീഷ് പേര് സ്വീകരിച്ചാൽ എല്ലാം ഭദ്രമായി. ഈ മലബാറുകാരെല്ലാം മത ഭ്രാന്തന്മാരാണ്. ഇവരുടെ വീടുകളത്രയും ഭ്രാന്താലയവും. അവർ തങ്ങളുടെ പെരുമാറ്റം നന്നാക്കുകയും അറിവ് മെച്ചപ്പെടുത്തുകയും ചെയ്യുന്നതുവരെ മറ്റു വംശക്കാരെല്ലാം അവരോട് അറപ്പോടും വെറുപ്പോടും പെരുമാറണമെന്നല്ലാതെ മറ്റു എന്ത് അനുമാനത്തിൽ നിങ്ങൾ എത്തിച്ചേരും!ഇത്തരം നീചവും പൈശാചികവുമായ ആചാരങ്ങൾ വെച്ചുപുലർത്തുന്ന ഇക്കൂട്ടർക്ക് ലജ്ജയില്ലല്ലോ എന്നായിരുന്നു വിവേകാനന്ദൻ പൊട്ടിത്തെറിച്ചതും.'

മനുഷ്യരെല്ലാം ഒരു ജാതിയാണെന്ന് ജീവശാസ്ത്രങ്ങളുടെ അടിസ്ഥാനത്തിലും ഗുരു സമർത്ഥിച്ചു. ജാതി നിർണ്ണയം എന്ന കൊച്ചു കൃ

തിയിൽ അദ്ദേഹം പറഞ്ഞു:

മനുഷ്യാണം മനുഷ്യത്വം
ജാതിർഗോത്വം ഗവാം യഥാ
ന ബ്രഹ്മണാദിരസ്യൈവം
ഹാ തത്ത്വം വേത്തി കൊപി ന.

അങ്ങനെ മനുഷ്യരെല്ലാം ഒരു ജാതിയാണെന്ന് താത്ത്വികമായി ഉറപ്പിച്ചുവെക്കൽ താരതമ്യേന എളുപ്പമാണ്. പക്ഷേ, അത് പ്രയോഗത്തിലേക്ക് വിവർത്തനംചെയ്യുക അതിദുഷ്കരവും. അങ്ങനെയൊരു ദൗത്യമാണ് ഗുരു ചങ്കൂറ്റത്തോടെ ഏറ്റെടുത്തത്. അതിന്റെ മറ്റൊരു ഭാഗമായിരുന്നു അയിത്ത വിരുദ്ധ പ്രക്ഷോഭങ്ങളും. സ്വന്തം പാചകക്കാരനായി അദ്ദേഹം ഹരിജനെ നിയോഗിച്ചത് ആശ്രമവാസികൾക്കിടയിലെ ജാതിയും അയിത്തവും അലിയിച്ചുകളയുകയായിരുന്നു. ഗുരു സ്ഥാപിച്ച ക്ഷേത്രങ്ങളിൽ പറയനെയും പുലയനെയും ശാന്തിക്കാരാക്കി വെക്കുകയുംചെയ്തു. ആലുവയിൽ ചേർന്ന സമസ്ത കേരള സഹോദര സംഘത്തിന്റെ വിശേഷാൽ സമ്മേളനത്തിന് അദ്ദേഹം സ്വന്തം കൈപ്പടയിൽ എഴുതി നല്കിയ സന്ദേശം ഇതോടു ചേർത്തുവെക്കാം. മനുഷ്യരുടെ മതം, വേഷം, ഭാഷ, മുതലായവ എങ്ങനെയായിരുന്നാലും അവരുടെ ജാതി ഒന്നായതുകൊണ്ട് അന്യോന്യം വിവാഹവും പന്തിഭോജനവും ചെയ്യുന്നതിന് ഒരു ദോഷവുമില്ല എന്നായിരുന്നു അതിന്റെ ഉള്ളടക്കം. പന്തിഭോജനത്തിനും മിശ്രവിവാഹത്തിനും അനുകൂലമായ ധാർമ്മിക പിന്തുണ കൂടി ആ വാക്കുകളിലുണ്ടായി. സഹോദരൻ അയ്യപ്പൻ വ്യാഖ്യാനിച്ചതുപോലെ, ശ്രീനാരായണൻ സന്ദേശം ഹിന്ദുക്കളുടെ ഹിന്ദുത്വത്തെയോ, ക്രിസ്ത്യാനികളുടെ ക്രിസ്ത്യാനിത്വത്തെയോ, മുഹമ്മദീയരുടെ മുസ്ലീമിയത്വത്തെയോ ഉദ്ദേശിച്ച് നല്കപ്പെട്ടതല്ല. അവയേക്കാൾ പ്രധാനമായി അവയിലെല്ലാമുള്ള മനുഷ്യത്വത്തിന്റെ നിർബ്ബാധമായ വികസനം ലക്ഷ്യമാക്കി പറഞ്ഞിട്ടുള്ളതാണ്. മനുഷ്യത്വത്തെ ജാതിയും മതവുംകൊണ്ട് ഞെരുക്കുകയോ തുണ്ടുതുണ്ടാക്കുകയോ ചെയ്യരുതെന്നാണ് ഗുരു സന്ദേശത്തിന്റെ പൊരുൾ. അത് കാണാൻ കഴിഞ്ഞാലേ ജാതിവ്യത്യാസത്തിന്റെ പേരിൽ നടക്കുന്ന സ്പർദ്ധകളും വൈരങ്ങളും വഴക്കുകളും അവസാനിക്കൂ.

തിരുവനന്തപുരം നഗരത്തിലെ ഒരു ക്ഷേത്രത്തിന്റെ അവകാശികൾ തമ്മിൽ വലിയ തർക്കം നടക്കുന്ന കാലം. ഇരുവിഭാഗങ്ങളിലായി പിരിഞ്ഞ് കൊല്ലും കൊലയും നടത്തുമെന്ന അവസ്ഥ. അത് പറഞ്ഞുതീർക്കാൻ അവർ ശ്രീനാരായണ ഗുരുവിനെ ക്ഷണിച്ചുകൊണ്ടുപോയി. അദ്ദേഹം എത്തിയപ്പോൾ വഴക്കുകാർ രണ്ടു ഭാഗത്തായി അണിനിരന്നു. അപ്പോൾ ക്ഷേത്രത്തിൽനിന്നും കുറച്ചകലെ ഒരു കൂട്ടർ കുളിച്ചു ഭസ്മവുംപൂശിനില്ക്കുകയാണ്. അവർ ആരാണെന്നു ഗുരു തിരക്കി. പുലയരായതിനാൽ ക്ഷേത്രത്തിൽ പ്രവേശനമില്ലെന്നും അതുകൊണ്ടാണ് അകലെ നിർത്തിയിരിക്കുന്നതെന്നും സ്വാമിയെ കാണാനാണ് വന്നതെ

ന്നും ഒരു പ്രമാണി വിശദീകരിച്ചു. അവരും മനുഷ്യരല്ലേ അവരെയും ക്ഷേത്രത്തിൽ പ്രവേശിപ്പിക്കണമെന്ന് ഗുരു ആവശ്യപ്പെട്ടു. സാദ്ധ്യമല്ലെന്ന് തുറന്നടിച്ച പ്രമാണി തന്റെ കക്ഷിയിൽപ്പെട്ടവരുടെയെല്ലാം അഭിപ്രായം അതുതന്നെയാണെന്നും പ്രസ്താവിച്ചു. മറുഭാഗം ഭാരവാഹികളോടും സ്വാമി അതേ ആവശ്യമുന്നയിച്ചെങ്കിലും അവരും അനുകൂലമായിരുന്നില്ല. കലഹിച്ചുകൊണ്ടിരിക്കുന്ന രണ്ടു ഭാഗങ്ങളും വഴങ്ങുന്നില്ലെന്ന് കണ്ട അദ്ദേഹം എഴുന്നേറ്റു പോകാൻ ഭാവിച്ചു.

തങ്ങളുടെ വഴക്ക് പറഞ്ഞുതീർത്തില്ലല്ലോ എന്ന് ഇരു കക്ഷികളും ഏക സ്വരത്തിൽ പരാതിയുയർത്തി. "നിങ്ങൾ തമ്മിൽ വഴക്കില്ലല്ലോ. പോരെങ്കിൽ വഴക്ക് തീർത്ത് എകാഭിപ്രായക്കാരായല്ലോ. പിന്നെ നാം എന്തിന് ഇവിടെ ഇരിക്കണം? അവരെ ക്ഷേത്രത്തിൽ പ്രവേശിപ്പിക്കുന്ന കാര്യത്തിൽ നിങ്ങൾ തുല്യാഭിപ്രായക്കാരായി. അതുപോലെ യോജിച്ചാൽ മതിയല്ലോ"– എഴുന്നേറ്റു പോകുംമുമ്പ് ഗുരു പറഞ്ഞു.

ശ്രീനാരായണ ഗുരു സ്ഥാപിച്ച ക്ഷേത്രങ്ങളെക്കുറിച്ച് പല ശിഷ്യരും വിശദീകരണങ്ങൾ നല്കിയിട്ടുണ്ട്. അതിൽ ഏറ്റവും ശ്രദ്ധേയമായിട്ടുള്ളത് ഡോ. പല്പുവിന്റെ പ്രസ്താവമാണ്. അദ്ദേഹം ഇങ്ങനെ നിരീക്ഷിച്ചു: 'ഈ സമുദായങ്ങളുടെ അഭിവൃദ്ധിക്ക് ക്ഷേത്രങ്ങളും മഠങ്ങളും വലിയ സഹായമായിത്തീർന്നിട്ടുണ്ട്. ജനങ്ങളുടെ മതസംബന്ധമായ ആവശ്യങ്ങൾ നിർവ്വഹിക്കുന്നതിന് മാത്രമല്ല, മറ്റു പല സദ്കൃത്യങ്ങളിൽ ജനങ്ങളെ പ്രേരിപ്പിക്കുന്നതിനും ഈ സ്ഥാപനങ്ങൾ ഉപകാരമായി തീർന്നിട്ടുണ്ട്. ഇവമൂലം പല സ്ഥിതിയിലും സ്വഭാവത്തിലുമുള്ള ജനങ്ങൾ സമഭാവനയോടുകൂടി ഒന്നിച്ചുചേരുന്നതിനും അങ്ങനെ അന്യോന്യസ്നേഹവും സഹോദരബുദ്ധിയും അവരിൽ ജനിപ്പിക്കുന്നതിനും ഇടയായിട്ടുണ്ട്. സാധാരണ ജനങ്ങളെ സദ്വൃത്തന്മാരും സദാചാരമുള്ളവരും ആക്കി തീർക്കുന്നതിനും ഇവയ്ക്കു കഴിവുണ്ടായിട്ടുണ്ട്. ഇവ മതത്തെയും സദാചാരത്തെയും അഭ്യസിപ്പിക്കുന്നതിനുള്ള സ്ഥാപനങ്ങളാണ്. ഇവയെത്തന്നെ പ്രത്യേകതരം കരകൗശല വിഷയവുമായും ഉള്ള വിദ്യാഭ്യാസസ്ഥാപനങ്ങളാക്കിത്തീർക്കുമെന്നും ഉദ്ദേശിച്ചിട്ടുണ്ട്. സമുദായത്തിന്റെ ധനത്തെ, സമുദായത്തിന്റെ ഗുണത്തിനായി ചെലവിടത്തക്കവണ്ണം ഇവിടെ ശേഖരിച്ച് വെച്ചിരിക്കുന്നു. ചിരകാലമായി സാമുദായികങ്ങളായ ബുദ്ധിമുട്ടുകൾ നിമിത്തം ആത്മാഭിമാനം നിശ്ശേഷം നശിച്ചുപോയിരിക്കുന്ന ഈഴവസമുദായത്തിലെ സാധാരണ ജനങ്ങളിൽ ആ സ്വഭാവത്തെ വീണ്ടും വർദ്ധിപ്പിക്കുന്നതിനും സ്വന്തമായി ഈ സ്ഥാപനങ്ങൾ മാർഗ്ഗങ്ങളായി തീർന്നിട്ടുണ്ട്. ഈ ക്ഷേത്രങ്ങളിൽ ജാതിഭേദം കൂടാതെ എല്ലാവർക്കും ഒരുപോലെ പ്രവേശിക്കാവുന്നവയാക്കി തീർക്കണമെന്നാണ് ഉദ്ദേശിക്കപ്പെട്ടിട്ടുള്ളത്. അങ്ങനെ ചെയ്താൽ ഇവരേക്കാൾ ഇതിന്റെ ആവശ്യകത അധികമുള്ളവരും ഗുണപ്പെട്ടുകൊള്ളുമെന്നുള്ളതുകൊണ്ടാണ് അങ്ങനെ ഉദ്ദേശിക്കപ്പെട്ടിട്ടുള്ളത്.

ജ്ഞാനോദയയോഗവും ജഗന്നാഥക്ഷേത്രവും

നവോത്ഥാന പരിശ്രമങ്ങളുടെ കൈവഴികളിൽ ആദ്യകാലത്തു തന്നെ സാന്നിദ്ധ്യമറിയിച്ച മലബാറിലെ പ്രധാന കേന്ദ്രമായിരുന്നു തലശ്ശേരി. അതിന് ചരിത്രത്തിലേക്കുതന്നെ വേരുകളുള്ള കാരണങ്ങളുണ്ട്. കൊളോണിയൽ ഭരണത്തിൻകീഴിൽ പാലക്കാട്, കോഴിക്കോട്, കണ്ണൂർ എന്നിവപോലെ അതും ചെറുപട്ടണമായിരുന്നു. ഈ പട്ടണങ്ങളിലെല്ലാം ഇരുപതാം നൂറ്റാണ്ടിന്റെ തുടക്കത്തിൽ മദ്ധ്യവർഗ്ഗം ഉയർന്നുവരികയുണ്ടായി. പതിനേഴാം നൂറ്റാണ്ടിന്റെ അവസാനംമുതൽ ഡച്ചുകാരും ഫ്രഞ്ചുകാരും ബ്രിട്ടീഷുകാരും ഈ കേന്ദ്രങ്ങളിൽ സ്വാധീനമുറപ്പിച്ചുവന്നു. 1683 മുതൽ തലശ്ശേരിയിൽ ഇംഗ്ലീഷ് കമ്പനി തങ്ങളുടെ ഫാക്ടറികേന്ദ്രം സ്ഥാപിക്കുകയുമുണ്ടായി. ബാസൽ മിഷൻ ആധുനിക വിദ്യാഭ്യാസത്തിന്റെ സന്ദേശമുയർത്തി നെട്ടൂരിൽ സ്ഥാനമുറപ്പിച്ചു. തന്നെ കാണാൻ തലശ്ശേരിയിൽനിന്നെത്തിയ സാമൂഹ്യ പരിഷ്കർത്താക്കളായ പൗരപ്രമുഖരോട് ശ്രീനാരായണ ഗുരു, ബ്രണ്ണൻ കോളേജിനെക്കുറിച്ച് തിരക്കിയിരുന്നു. തലശ്ശേരി പട്ടണവും പരിസരങ്ങളും വളരെ മുമ്പുതന്നെ സംസ്കൃത വിദ്യാഭ്യാസത്തിന് പ്രശസ്തിയാർജ്ജിച്ചതായി. സാഹിത്യം, ജ്യോതിഷം, ആയുർവ്വേദം, അദ്ധ്യാപനം, ശാസ്ത്രം തുടങ്ങി ഒട്ടുമിക്ക മേഖലകളിലും ധാരാളം പ്രതിഭകൾക്ക് ആ പ്രദേശം ജന്മംനല്കുകയുണ്ടായി. നിഘണ്ടു തയ്യാറാക്കുന്നതിൽ ഹെർമ്മൻ ഗുണ്ടർട്ടിനെ വലിയമട്ടിൽ സഹായിച്ച ഊരാച്ചേരി ഗുരുക്കന്മാരും സംസ്കൃതത്തിലും ശാസ്ത്ര ഗ്രന്ഥങ്ങളിലും ഉപരിപഠനം നല്കാൻ കുടിപ്പള്ളിക്കൂടം ഒരുക്കിയ മേലൂട്ട് കുഞ്ഞിക്കണ്ണൻ ഗുരിക്കളും അവിടെ ജനിച്ചവരാണ്. ധനാഢ്യനും എന്നാൽ പഴഞ്ചനുമായ സൂരിനമ്പൂതിരിയെ തള്ളി ഉദ്യോഗസ്ഥനായ മാധവനെ ഭർത്താവായി വരിച്ച ഇന്ദുലേഖയെ സൃഷ്ടിക്കാൻ

ഒ ചന്തുമേനോന് പ്രേരണയായത് തലശ്ശേരിയുടെ നവോത്ഥാന ഉണർവ്വായിരുന്നു. ഭരണത്തിൽ ഭാഗഭാക്കായതിലൂടെയും വ്യാപാരത്തിലൂടെയും കാർഷികോല്പന്നങ്ങൾ വിറ്റതിലൂടെയും സാമ്പത്തിക മെച്ചമുണ്ടാക്കിയ ഒരു മദ്ധ്യവർഗ്ഗം പതുക്കെ ഉയർന്നുവന്നു. ഇതെല്ലാം മദ്ധ്യകാല സാമൂഹിക-സാമ്പത്തിക ബന്ധങ്ങളെ സമൂലമായി മാറ്റി. മുസ്ലീങ്ങൾക്കു പുറമെ തീയരിലും മറ്റുമായിരുന്നു ഈ വളർച്ച. ഇങ്ങനെയുള്ള പ്രാമുഖ്യമുണ്ടായപ്പോഴും ജാതിപരമായ അവശതകൾ അവരിൽ ഒട്ടിനിന്നു. മൂർക്കോത്ത് രാമുണ്ണിയുടെ ബാല്യകാല സ്മരണയിൽ അതിന്റെ ചില സൂചനകളുണ്ട്. അവർണ്ണർക്ക് പ്രവേശനമില്ലാതിരുന്ന തലശ്ശേരിയുടെ പരിസരത്തെ ഒരു ക്ഷേത്രത്തിൽ ഇളനീർ വഴിപാടായി കൊണ്ടുപോയി വളരെ ദൂരെ അവയെല്ലാം നിക്ഷേപിച്ച് തുണിയിൽ വഴിപാടായി കൊണ്ടുവന്ന പണവും കല്ലുകളും കെട്ടിയെറിഞ്ഞുകൊടുത്തതിന്റെ കാഴ്ച അദ്ദേഹം വിവരിക്കാറുണ്ടായിരുന്നു. മനുഷ്യനേ അയിത്തമുണ്ടായിരുന്നുള്ളു. അവരുടെ പണത്തിനും അവർ പോയിക്കഴിഞ്ഞാൽ ഇളനീരിനും അയിത്തമുണ്ടായിരുന്നില്ലെന്നും രാമുണ്ണി പകുതി ഫലിതമായി കൂട്ടിച്ചേർക്കുകയുണ്ടായി. ഇത്തരമൊരു പശ്ചാത്തലത്തിലാണ് മൂർക്കോത്ത് കുമാരനെപ്പോലുള്ളവർ ശ്രീനാരായണ ഗുരുവിന്റെ പ്രവർത്തനങ്ങൾ മലബാറിലേക്ക് വ്യാപിപ്പിക്കാൻ മുന്നിട്ടിറങ്ങിയത്. അതിന്റെ കേന്ദ്രം തലശ്ശേരിയായത് യാദൃച്ഛികമല്ല. ഇവിടുത്തെ തീയർക്കിടയിലെ പരിഷ്കരണ പരിശ്രമങ്ങൾക്ക് യഥാർത്ഥ രൂപംനല്കിയത് ഗുരുവാണ്. ജഗന്നാഥ ക്ഷേത്രവും ജ്ഞാനോദയ യോഗവും അങ്ങനെയാണ് ചരിത്രത്തിലെ ഉജ്ജ്വല സ്തംഭങ്ങളായത്. ജഗന്നാഥ ക്ഷേത്രം നിലവിൽ വരാൻ ആദ്യമായി പരിശ്രമിച്ചത് വരതൂർ കാണിയിൽ കുഞ്ഞിക്കണ്ണൻ കമ്പൗണ്ടർ ആയിരുന്നു.അദ്ദേഹം തലശ്ശേരിയിൽ അലോപ്പതി മരുന്നുകട നടത്തുകയായിരുന്നു. മദ്രാസിൽ നിന്നായിരുന്നു മരുന്നുകൾ കൊണ്ടുവന്നിരുന്നത്. അങ്ങനെ ഒരിക്കൽ പോയപ്പോൾ ഒരു റസ്റ്റോറന്റിൽ ചായ കുടിക്കാൻ കയറി. അവിടെ കണ്ടുമുട്ടിയ ഒരാൾ തിരുവിതാംകൂറിലെ ദിവ്യസന്ന്യാസിയെപ്പറ്റി ആരാധനാപൂർവ്വം സംസാരിക്കുന്നത് കേട്ടു. കഥാപുരുഷനെ കാണണമെന്ന് കമ്പൗണ്ടർ അതിയായി കൊതിച്ചു. നാട്ടിൽ തിരിച്ചെത്തിയശേഷം അതിനായുള്ള ശ്രമം തുടങ്ങി. അങ്ങനെ തീവണ്ടിയിലും തോണിയിലുമായി സഞ്ചരിച്ച് ശിവഗിരിയിലെത്തി. ഗുരുവിനോട് കാര്യം പറഞ്ഞു. കള്ളും ചാരായവും നടമാടുന്ന, ആട്, കോഴി എന്നീ നിർദോഷ ജീവികളെ കൊന്ന് ചോരയും മാംസവും ദേവന് നിവേദിക്കുന്ന കാവുകളാണ് ഈഴവർക്കുള്ളത്. ബ്രാഹ്മണരുടേതുപോലെ ഉത്തമപൂജ നടത്തുന്ന ക്ഷേത്രങ്ങളാണ് വേണ്ടത്. അത്തരത്തിലുള്ളവയിൽ പ്രവേശിക്കാൻ ഞങ്ങൾക്ക് അനുവാദമില്ല. എല്ലാം ശ്രദ്ധാപൂർവ്വം കേട്ട ഗുരു പറഞ്ഞത്, ഇപ്പോൾ താൻ വരുന്നില്ലെന്നും ചിന്നസ്വാമി(കുമാരനാശാൻ)യെ കൂട്ടിക്കൊള്ളൂ എന്നുമായിരുന്നു. ക്ഷേത്ര നിർമ്മാണത്തെപ്പറ്റി ആലോചിക്കാൻ 1905 ജൂലൈ ഒമ്പതിന് യോഗം വിളി

ച്ചുചേർത്തു. തിരുവിതാംകൂറിൽനിന്ന് ആശാനും എത്തി. ഒരാഴ്ചയ്ക്കുള്ളിൽ വിപുലമായ യോഗംകൂടി. ആ കൂടിച്ചേരലിന്റെ പേര് ശ്രീ ജ്ഞാനോദയയോഗം എന്ന് കുമാരനാശാൻ നിർദ്ദേശിച്ചു. എല്ലാവരും കൈമുട്ടി അംഗീകാരം നല്കി. ജ്ഞാനോദയം തൊഴിലാളി സംഘാടനത്തിനും ഇന്ധനമായി. സി കണ്ണനെപ്പോലുള്ളവർ അക്കഥ പറയാറുണ്ടായിരുന്നു. ജാതി പരിഷ്കരണ പ്രസ്ഥാനത്തിന്റെ ഒരു ഘട്ടമായിരുന്നു അത്. ശ്രീനാരായണ ബീഡിത്തൊഴിലാളി സംഘം അതിന് മൂർത്തരൂപം നല്കി. ട്രേഡ് അടിസ്ഥാനത്തിലായിരുന്നില്ല അത്. 1934 ഏപ്രിലിൽ ശ്രീനാരായണ ഭക്തനും തിയോസഫിക്കൽ സൊസൈറ്റി പ്രവർത്തകനുമായ ശിവപ്രസാദ് സംഘം അദ്ധ്യക്ഷനായി. കണ്ണൂർ ഗൗതമ ലോഡ്ജ് കേന്ദ്രീകരിച്ചായിരുന്നു പ്രവർത്തനങ്ങൾ. മദിരാശി ലേബർ യൂണിയന്റെ ഘടകം തുടങ്ങാനും ശിവപ്രസാദ് മുന്നിട്ടിറങ്ങി. ശ്രീനാരായണ ഗുരുവിന്റെ ജനന-മരണ വാർഷികത്തിന് പൊതുഅവധി വേണമെന്നതായിരുന്നു ശ്രീനാരായണ ബീഡിത്തൊഴിലാളിസംഘം ഉയർത്തിയ ആദ്യ ആവശ്യം. അത്തരത്തിലൊരു പ്രമേയം പാസാക്കുകയുമുണ്ടായി സംഘം.കെ പി കുമാരൻ, പി കെ കൃഷ്ണൻ, കച്ചുമ്പ്രോൻ ശങ്കരൻ, പറമ്പത്ത് രാമുണ്ണി, കൊയമ്പ്രോൻ ഗോവിന്ദൻ, കോട്ടായി അനന്തൻ തുടങ്ങിയ തൊഴിലാളികൾ തന്നെയായിരുന്നു തലശ്ശേരി യോഗത്തിലെ പ്രധാനികൾ. എസ് എൻ ബീഡിത്തൊഴിലാളി സംഘത്തിന്റെ ആഭിമുഖ്യത്തിൽ തലശ്ശേരി പട്ടണത്തിൽ വായനശാലയും മാസികയും തുടങ്ങാനും തീരുമാനിച്ചതായി മാതൃഭൂമി വാർത്ത വ്യക്തമാക്കി. സംഘടന പ്രദേശത്തിന്റെ അതിരുകൾ കടന്ന് പ്രവർത്തിക്കാനും വളരാനും തുടങ്ങി. ജോലി സ്ഥിരതയും കൂലി വർദ്ധനയും ആവശ്യപ്പെട്ട് ചർക്ക-ബീഡിത്തൊഴിലാളികൾ നടത്തിയ പണിമുടക്കായിരുന്നു ശ്രീനാരായണ സംഘത്തിന്റെ പ്രധാന സമരം. ഗുരുദേവ ഭക്തിക്കൊപ്പം തൊഴിൽ സാഹചര്യവും മുതലാളിമാരുടെ അലസസമീപനങ്ങളും മാറ്റിയെടുക്കണമെന്ന മുദ്രാവാക്യവും സംഘം മുന്നോട്ടുവെച്ചു. ഇത്തരമൊരവസ്ഥയിലാണ് അഖിലകേരളാടിസ്ഥാനത്തിൽ യൂണിയൻ രൂപീകരിക്കേണ്ടതിന്റെ ആവശ്യത്തിൽ ഊന്നിയത്. ജാതിക്കും മതത്തിനും ഉപരിയായി തൊഴിലാളികൾക്കെല്ലാം ഒരേ താല്പര്യമാണെന്നും എല്ലാ തൊഴിലാളികൾക്കും ഒരേ പണിയും ഒരേ കൂലിയും ഒരേ തൊഴിൽ സമയമാണെന്നും സർദ്ദാർ ചന്ദ്രോത്ത് കുഞ്ഞിരാമൻ നായർ ഓർമ്മിപ്പിച്ചു. അങ്ങനെ ശ്രീനാരായണ ബീഡിത്തൊഴിലാളി സംഘത്തിന്റെ ഘടനയെയും കാഴ്ചപ്പാടിനെയും മറികടന്ന വീക്ഷണത്തിന്റെ പ്രകടിത രൂപമായിരുന്നു കണ്ണൂർ ബീഡിത്തൊഴിലാളി യൂണിയൻ. 1934 ആഗസ്ത് എട്ടിനായിരുന്നു അതിന്റെ രൂപീകരണം.

ശ്രീനാരായണ ഗുരു 1906ലാണ് ജഗന്നാഥ ക്ഷേത്രത്തിന് തറക്കല്ലിട്ടത്. നിർമ്മാണം പ്രാരംഭദശയിലെത്തിയപ്പോഴും അഭിവൃദ്ധിയുണ്ടായില്ല. പണി നടക്കുന്നിടത്ത് ഒരു തോർത്ത് വിരിച്ചിരുന്നു. സാധു മനുഷ്യർ

കാലണയും അരയണയും അതിലിടും. വൈകുന്നേരം തോർത്തിലെ പണം ഭാരവാഹികളിൽ ഒരാളുടെ വീട്ടിലേക്ക് കൊണ്ടുപോകും.ആ സമ്പ്രദായം ജനങ്ങൾക്ക് ഇഷ്ടപ്പെട്ടില്ലത്രെ. അങ്ങനെ പകരം ചെമ്പ് വട്ടളമാക്കി. ആളുകൾ പണമിടുന്നത് ഏറി. 1908 ഫെബ്രുവരി 13 ന് ഗുരു ശിവലിംഗം പ്രതിഷ്ഠിച്ചു. ആയിരക്കണക്കിന് തീയർക്കൊപ്പം ധാരാളം ബ്രാഹ്മണരും നായന്മാരുമടക്കം അന്യ ജാതികളിൽപ്പെട്ടവരും എത്തി. തിരുവിതാംകൂറിൽനിന്ന് എത്തിയ വാദ്യക്കാരും നാദസ്വരക്കാരും പ്രത്യേകം ശ്രദ്ധിക്കപ്പെട്ടു. ശ്രീനാരായണ ഗുരുവിന് വന്ദനം, ഐകമത്യം മഹാബലം എന്ന് എങ്ങും എഴുതിവെക്കുകയുണ്ടായി. ഗുരു തലശ്ശേരിയിൽ പ്രതിഷ്ഠ നടത്തിയ ക്ഷേത്രത്തിന് ജഗന്നാഥം എന്ന് പേരിട്ടതും ആലോചിച്ചുറപ്പിച്ചായിരുന്നു. ഒഡിഷയിലെ പുരി ജഗന്നാഥക്ഷേത്രവുമായി ബന്ധപ്പെട്ടാണത്. ഹിന്ദു ആരാധനാലയങ്ങളിൽ പുരാതനവും പ്രധാനവുമാണത്. അവിടെ ജാതിവിചാരം ഒട്ടുമില്ലെന്നത് ഗുരുവിനെ ഏറെ ആവേശംകൊള്ളിച്ചിരുന്നു. തന്റെ കീഴിലുള്ള ആരാധനാലയങ്ങളെല്ലാം ആ മാതൃകയിൽ ആവണമെന്ന് ആഗ്രഹിക്കുകയുമുണ്ടായി. ശിവഗിരിയിൽ മഠവും ആലുവയിൽ അദ്വൈതാശ്രമവും നിർമ്മിച്ചത് തലശ്ശേരി ജഗന്നാഥത്തിനുശേഷമാണ്. ജഗന്നാഥ ക്ഷേത്രത്തിൽ ഗുരുദേവൻ മഹാശിവനെയും ഗണപതിയെയും സുബ്രഹ്മണ്യനെയും മാത്രമേ പ്രതിഷ്ഠിച്ചുള്ളൂ. എന്നാൽ ക്ഷേത്രം ഭാരവാഹികൾക്ക് നവഗ്രഹ–ദേവീ–നാഗ പ്രതിഷ്ഠകൾ വേണമെന്ന് ആഗ്രഹമുണ്ടായി.അത് മനസ്സിലിരുത്തി അത്തരം വിഗ്രഹങ്ങൾ ഒരുക്കിവെക്കുകയും ചെയ്തിരുന്നു.ഗുരു അതെല്ലാം തള്ളിക്കളഞ്ഞു. ക്ഷേത്ര പ്രതിഷ്ഠയ്ക്ക് മുമ്പേ മറ്റൊരു പ്രധാന സംഭവവുമുണ്ടായി. പ്രതിഷ്ഠിക്കപ്പെടുന്ന ക്ഷേത്രത്തിന്റെ താന്ത്രികാവകാശം ശിവഗിരി മഠത്തിൽത്തന്നെ ആയിരിക്കണമെന്ന് ഗുരു കല്പിച്ചു.ജഗന്നാഥ ക്ഷേത്രത്തിന്റെ താന്ത്രികാവകാശം ശിവഗിരി മഠത്തിലേക്ക് രജിസ്റ്റർ ചെയ്യപ്പെട്ടു. അതുപ്രകാരം ഇവിടെനിന്ന് വർക്കലയിലേക്ക് ഒരുവർഷം ഇരുന്നൂറ് രൂപ നല്കണം.

1907 ജൂൺ ഒമ്പത് ക്ഷേത്ര ചരിത്രത്തിലെ പ്രധാന ദിവസമായിരുന്നു.അന്നത്തെ യോഗമാണ് ആദ്യമായി ജനാധിപത്യ സമ്പ്രദായമനുസരിച്ച് പതിനൊന്ന് ഡയറക്ടർമാരെ തിരഞ്ഞെടുത്തത്. ശ്രീനാരായണനെ സംബന്ധിച്ചിടത്തോളം ക്ഷേത്രങ്ങൾ വെറും ആരാധനാലയം മാത്രമല്ല. മറിച്ച് സാമൂഹ്യമാറ്റത്തിന്റെ കേന്ദ്രങ്ങൾ കൂടിയായിരുന്നു.ആ കാഴ്ചപ്പാട് ഉറപ്പിച്ച് തെളിയിക്കുന്നതായിരുന്നു തലശ്ശേരിയിലെ പ്രവർത്തനങ്ങൾ. ജ്ഞാനോദയമാകട്ടെ തീയർക്കിടയിൽ നിലനിന്ന ജാതിവിഭജനം ഇല്ലാതാക്കാൻ നേതൃത്വം നല്കിയതോടൊപ്പം അന്ധവിശ്വാസങ്ങൾക്കും അനാചാരങ്ങൾക്കുമെതിരെയും നിലകൊണ്ടു. പുളികുടി, പിണ്ഡസദ്യ തുടങ്ങിയ കർമ്മങ്ങൾക്കെതിരെ തുറന്നുവിട്ട വിമർശനങ്ങളും ചെറുതായിരുന്നില്ല. ജഗന്നാഥ ക്ഷേത്രത്തിൽ സ്ഥാപിച്ച ശ്രീനാരായണ ഗുരുവിന്റെ പഞ്ചലോഹ പ്രതിമയ്ക്കുവേണ്ടിയുള്ള ധനസമാ

ഹരണവും ജനകീയ പിന്തുണയോടെയായിരുന്നു. സാധാരണക്കാർ ഓരോരുത്തർക്കും കഴിയുന്ന ചെറിയ തുക സംഭാവനചെയ്താണത് നിർമ്മിച്ചത്. മൂർക്കോത്ത് കുമാരന്റെ അദ്ധ്യക്ഷതയിൽ അന്നൊരു തൊഴിലാളി സംഘമുണ്ടായിരുന്നു. ജാതി മത ഭേദമെന്യേ പണിയെടുക്കുന്നവർക്കായി പ്രവർത്തിച്ചു അത്. സംഘത്തിന്റെ സഭ ചേരുകയും ഗുരു പ്രതിമയ്ക്കായി ഓരോ തൊഴിലാളിയും ഒരു രൂപവീതം സംഭാവന നല്കാൻ അഭ്യർത്ഥിക്കുകയുംചെയ്തു. പ്രതിമയെക്കുറിച്ച് ഗുരുവിനോട് സൂചിപ്പിച്ചപ്പോൾ, "നല്ലതുതന്നെ ഭക്ഷണം ആവശ്യമില്ലല്ലോ" എന്ന് പറഞ്ഞതായി ഒരു കഥയുണ്ട്. 1927 മാർച്ച് പതിമൂന്നിന് ബ്രഹ്മവിദ്യാ സംഘത്തിലെ പ്രധാനിയായ എൻ എസ് റാവു അനാഛാദനംചെയ്ത അത് ഗുരു ജീവിച്ചിരിക്കെ ലോകത്തിലാദ്യമായി സ്ഥാപിച്ച അദ്ദേഹത്തിന്റെ പ്രതിമയെന്ന പ്രശസ്തിയുംനേടി.അനാഛാദനച്ചടങ്ങിൽ മഞ്ചേരി രാമയ്യരും വി കരുണാകരൻ നായരും മറ്റും സംബന്ധിച്ചിരുന്നു.

അത്തരം ചരിത്രവും പാരമ്പര്യവുമുള്ള ആ ആരാധനാലയത്തെ പിടിച്ചടക്കാൻ ആർ എസ് എസ് നേതൃത്വത്തിൽ ഹിന്ദുത്വ ശക്തികൾ പലവട്ടം ശ്രമിച്ചിരുന്നു. തുടരെത്തുടരെയുള്ള ആക്രമണങ്ങളിലൂടെ ആർ എസ് എസ് ലക്ഷ്യമിടുന്നത് ജഗന്നാഥക്ഷേത്രഭരണമായിരുന്നു. ബഹുഭൂരിപക്ഷം ശ്രീനാരായണവിശ്വാസികളും ജ്ഞാനോദയയോഗം അംഗങ്ങളും എതിരായതിനാൽ ആ മോഹം സഫലമായില്ല. 2015 ൽ ഏതുവിധേനയും ഭരണം പിടിക്കാനുള്ള ശ്രമം നടത്തി. മൂന്നര പതിറ്റാണ്ടോളമായി ക്ഷേത്രത്തെ നയിക്കുന്ന പ്രസിഡന്റ് കെ പി രത്നാകരനെ മർദ്ദിക്കുകയും ക്ഷേത്ര ഓഫീസ് അടിച്ചുപൊളിക്കുകയും ചെയ്തു. ബോർഡും കസേരകളും വർഷങ്ങളായി സൂക്ഷിക്കുന്ന നെല്ലും ഉറിയുമുൾപ്പെടെ നശിപ്പിച്ചു. അംഗത്വം ആവശ്യപ്പെട്ട് പല സ്ഥലങ്ങളിൽനിന്നായി ആളുകളെ അവിടെ എത്തിച്ചിരുന്നു. തിരഞ്ഞെടുപ്പ് വിജ്ഞാപനം പ്രഖ്യാപിച്ച് നടപടി ആരംഭിച്ചതിനാൽ പുതിയ അംഗത്വം നല്കാനാവില്ലെന്ന് ഭരണസമിതിയും വരണാധികാരിയും അറിയിച്ചെങ്കിലും വഴങ്ങിയില്ല. കുഴപ്പമുണ്ടാക്കി കോടതിയെ ഇടപെടുവിച്ച് തിരഞ്ഞെടുപ്പ് മാറ്റിവെപ്പിക്കാനാവുമോയെന്ന ശ്രമമായിരുന്നു അക്രമത്തിനുപിന്നിൽ. സംഘപരിവാറിന്റെ രാഷ്ട്രീയ അജണ്ട അറിയാത്ത ചിലരും അവരുടെ വലയിൽവീണു. ശ്രീനാരായണഗുരു പ്രതിഷ്ഠ നടത്തിയ, സർവ്വമതസമഭാവനയും മാനവസ്നേഹവും പുലരുന്ന മഹാക്ഷേത്രമായ ജഗന്നാഥം ആർ എസ് എസിന് ബാലികേറാമലയാണ്. പല തിരഞ്ഞെടുപ്പുകളിലും നാണംകെട്ട കള്ളപ്രചാരണം നടത്തിയെങ്കിലും ഫലംവന്നപ്പോൾ കെ പി രത്നാകരന്റെ പാനലാണ് ജയിച്ചത്. അതോടെ പുതുതന്ത്രങ്ങൾ മെനയുകയായിരുന്നു ആർ എസ് എസ്. ജഗന്നാഥക്ഷേത്രത്തിൽ ആർ എസ് എസ് ചോരവീഴ്ത്തുന്നത് ആദ്യമല്ല. മുമ്പ് പലവട്ടം അക്രമം നടത്തിയിട്ടുണ്ട്. ഉത്സവമടക്കം അലങ്കോലപ്പെടുത്താൻ ശ്രമിച്ച സന്ദർഭങ്ങൾ നിരവധി. 2013 ലുംജ്ഞാനോദയയോഗം പ്രസിഡന്റ് കെ പി രത്നാകരനെ ആക്രമിച്ചിരുന്നു.

ഏതുനേരവും ഹിന്ദുസ്നേഹം വിളമ്പുന്ന ആർ എസ് എസിന്റെ ഭീകരമുഖമാണ് 2015 ൽ ജഗന്നാഥക്ഷേത്രത്തിൽ കണ്ടത്. ക്ഷേത്രങ്ങളെപ്പോലും ഹിന്ദുത്വ ഭീകരത വെറുതെവിടില്ലെന്നതിന്റെ തെളിവായിരുന്നു അത്. വർഗ്ഗീയവാദികൾക്ക് ജഗന്നാഥക്ഷേത്രത്തിൽ സ്ഥാനമില്ലെന്ന് പ്രഖ്യാപിച്ചാണ് ശ്രീജ്ഞാനോദയയോഗം തിരഞ്ഞെടുപ്പിൽ ശ്രീനാരായണദർശനം പിന്തുടരുന്നവർ മത്സരിക്കുന്നത്. അക്രമം നടത്തിയും ഭീഷണിപ്പെടുത്തിയും അവരെ പിന്തിരിപ്പിക്കാനാവുമോയെന്നാണ് ആർ എസ് എസ് നോക്കിയത്. അവർണ്ണ വിഭാഗങ്ങൾക്ക് തിരുവങ്ങാട് ശ്രീരാമക്ഷേത്രത്തിൽ പ്രവേശനം ഇല്ലാത്ത കാലത്താണ് ഗുരു തലശ്ശേരി ജഗന്നാഥ ക്ഷേത്രത്തിന് ശിലയിട്ടത്. സവർണ്ണപ്രമാണിമാർ അക്കാലത്തു തന്നെ അതിനെതിരെ കലാപമുയർത്തി. പില്ക്കാലത്ത് ശ്രീനാരായണ ദർശനങ്ങൾക്ക് കടകവിരുദ്ധമായ നിലയിൽ അഹിന്ദുക്കൾക്ക് പ്രവേശനമില്ല എന്ന് ക്ഷേത്രപരിസരത്ത് ആർ എസ് എസുകാർ ബോർഡ് സ്ഥാപിച്ചു. അതിനെതിരെ ശ്രീനാരായണ ദർശനം പിന്തുടരുന്നവർ ശക്തമായ പ്രതിഷേധമുയർത്തിയിരുന്നു. അതിന്റെ ഭാഗമായാണ് 1978 ൽ സ്വാമി ആനന്ദതീർത്ഥൻ വർഗ്ഗീയ വാദികൾക്കെതിരെ നിരാഹാര സത്യഗ്രഹം നടത്തിയത്. ഉത്സവാവസരത്തിൽ ക്ഷേത്രത്തിലേക്കുള്ള പൊതുവഴിയിൽ പ്രത്യക്ഷപ്പെടാറുള്ള, മുഹമ്മദീയർക്ക് പ്രവേശനമില്ല എന്ന ബോർഡ് കെ പി രത്നാകരന്റെ നേതൃത്വത്തിൽ പുതുതായി സ്ഥാനമേറ്റ ഭാരവാഹികൾ അക്കൊല്ലം സ്ഥാപിച്ചില്ല. അതേത്തുടർന്ന് വർഗ്ഗീയ ശക്തികൾ കുഴപ്പങ്ങൾ കുത്തിപ്പൊക്കിയേക്കാമെന്ന അഭ്യൂഹം അന്തരീക്ഷത്തിൽ കത്തിയപ്പോൾ അന്ന് തിരുവനന്തപുരത്തായിരുന്ന ആനന്ദതീർത്ഥൻ അച്ചടിച്ച ഒരു പ്രസ്താവനയുമായി തലശ്ശേരിയിലേക്ക് കുതിച്ചു. ദളിതന്റെ പ്രതീകമായി, ഉത്സവപ്പറമ്പിൽനിന്ന് വാങ്ങിയ ഒരുരൂപ മാത്രം വിലയുള്ള കറുത്ത കല്ലുമാല അണിഞ്ഞ്, അർദ്ധനഗ്നനായി ഗജമണ്ഡപത്തിനു മുന്നിൽ സത്യഗ്രഹംനടത്തിയത് ആവേശകരമായിരുന്നു. ഇതെല്ലാം കണ്ട് വിഭ്രാന്തിപൂണ്ട വർഗ്ഗീയവാദികൾ ക്ഷേത്രത്തിനെതിരെ തുടർച്ചയായി പലവിധ നീക്കങ്ങൾ നടത്തിയിട്ടുണ്ട്. അതിന്റെ തുടർച്ചയായിട്ടാണ് 2015 ലെ ആക്രമണം. ഭരണസമിതി പ്രസിഡന്റായ 84 വയസ്സുകാരനെ ആക്രമിച്ച ആർ എസ് എസുകാർ പറയുന്ന ക്ഷേത്ര സംരക്ഷണം പൊള്ളയാണ്.

സി പി ഐ (എം) പ്രവർത്തകർമാത്രമല്ല, ശ്രീനാരായണീയ ദർശനം പിന്തുടരുന്നവരും തങ്ങളുടെ ശത്രുക്കളാണെന്നാണ് ആ സംഭവത്തിലൂടെ ആർ എസ് എസുകാർ പ്രഖ്യാപിച്ചത്. ഗുരുദർശനത്തിന് കടകവിരുദ്ധമായ ഹിന്ദുത്വ മതഭ്രാന്തിനെതിരെ ശ്രീനാരായണീയർക്കൊപ്പം സി പി ഐ (എം) ഉം അണിനിരന്നു. ശ്രീനാരായണീയരിൽനിന്ന് ജഗന്നാഥ ക്ഷേത്രം പിടിച്ചെടുത്ത് സവർണ്ണമാടമ്പി വാഴ്ച അടിച്ചേല്പിക്കാനാണ് ആർ എസ് എസ് ശ്രമം . ശ്രീനാരായണദർശനങ്ങളോടും വിശ്വാസങ്ങളോടുമുള്ള പരസ്യവെല്ലുവിളിയായായിരുന്നു അത്. അന്യമതവിരോധ

വും വർഗ്ഗീയതയും ഊതിക്കത്തിക്കുന്നവരാണ് സർവ്വമതസമഭാവനയുടെ കേന്ദ്രമാകണമെന്ന്, ശ്രീനാരായണഗുരു അരുളിച്ചെയ്ത ജഗന്നാഥ ക്ഷേത്രത്തിൽ കുഴപ്പമുണ്ടാക്കുന്നതും.

തിരുവങ്ങാട് ശ്രീരാമസ്വാമിക്ഷേത്രത്തിൽ പിന്നോക്കജാതിക്കാർക്ക് ദർശനമോ ക്ഷേത്രച്ചിറയിൽ കുളിക്കാനോ അനുവാദമില്ലാതിരുന്ന കാലത്താണ് ജഗന്നാഥമെന്ന ആശയത്തിന് തലശ്ശേരിയിൽ വിത്തുപാകിയത്. നവോത്ഥാനനായകനായ ശ്രീനാരായണഗുരു ആ ആശയത്തിന് സാക്ഷാത്കാരം നല്കി. അദ്ദേഹം ശിവപ്രതിഷ്ഠ നടത്തിയതറിഞ്ഞ് ചോദ്യംചെയ്യാനെത്തിയ സവർണ്ണമാടമ്പിമാർക്ക് മുന്നിൽ ഈഴവശിവനെയാണ് പ്രതിഷ്ഠിച്ചതെന്ന ചരിത്രപ്രസിദ്ധമായ പ്രസ്താവനയാണ് ഗുരു നടത്തിയത്. അന്ന് അദ്ദേഹത്തെ ചോദ്യംചെയ്തവരുടെ പിന്മുറക്കാരാണ് ക്ഷേത്രം പിടിച്ചെടുക്കാൻ തുടരെ അക്രമം നടത്തുന്ന ആർ എസ് എസുകാർ.

ഏതാനും വർഷമായി ജഗന്നാഥക്ഷേത്രത്തിൽ അക്രമം നടക്കാത്ത ഒരു ഉത്സവവുമുണ്ടായിട്ടില്ല. ക്ഷേത്രപരിസരത്ത് ഏതുനേരത്തും സായുധ ആർ എസ് എസ് സംഘമുണ്ടാവും. എത്രയോ ശ്രീനാരായണീയവിശ്വാസികൾ ഇവിടെ ആക്രമിക്കപ്പെട്ടു. ഡയറക്ടർമാർക്കുപോലും ക്ഷേത്രത്തിൽ പലവിധ ദുരനുഭവങ്ങളുമുണ്ടായി. ഭാരവാഹികൾക്കും ജീവനക്കാർക്കും രണ്ടു മാസത്തോളം ഓഫീസിൽ കയറാൻ സാധിക്കാതെ ഉപരോധം തീർത്തു.

2014 ലെ ശ്രീജ്ഞാനോദയം തിരഞ്ഞെടുപ്പിൽ സംഘപരിവാർ പാനൽ തോറ്റതോടെയാണ് വ്യാജപ്രചാരണം തുടങ്ങിയത്. ഡയറക്ടർമാരെ പ്രവർത്തിക്കാൻ വിടില്ലെന്ന വെല്ലുവിളിയാണവിടെ. ജഗന്നാഥക്ഷേത്രത്തിന് വിളിപ്പാടകലെയാണ് തിരുവങ്ങാട് ശ്രീരാമസ്വാമിക്ഷേത്രം. അവിടുത്തെ നടത്തിപ്പുകാരായി മാറുന്ന ആർ എസ് എസ് ജഗന്നാഥക്ഷേത്രത്തിലെത്തുമ്പോൾ ഉത്സവം കലക്കുന്നു. കുഴപ്പം കുത്തിപ്പൊക്കിയും അക്രമം നടത്തിയും ഭീഷണിപ്രയോഗിച്ചും ജഗന്നാഥക്ഷേത്രം കൈപ്പിടിയിലൊതുക്കാനാണ് ശ്രമം. അവർ അക്ഷരാർത്ഥത്തിൽ ശ്രീനാരായണഗുരുവിനെതിരെയാണ്, ഗുരുദർശനത്തിനെതിരെയാണ് യുദ്ധം പ്രഖ്യാപിക്കുന്നത്. ഇത് അനുവദിക്കില്ലെന്ന ശ്രീനാരായണവിശ്വാസികളുടെ ഉറച്ച പ്രഖ്യാപനമാണ് തലശ്ശേരിയിൽ മുഴങ്ങുന്നത്.

ഗുരു സ്ഥാപിച്ച ക്ഷേത്രങ്ങൾ കൈയടക്കുകയെന്നത് ആർ എസ് എസ്സിന്റെ ആസൂത്രിത പദ്ധതിയാണ്. അതിന്റെ ഭാഗമായി പലയിടങ്ങളിലും ശ്രീനാരായണബന്ധമുള്ള സ്ഥാപനങ്ങൾ പിടിച്ചെടുക്കാൻ ശ്രമിക്കുന്നു. ജാതിരഹിതവും മതനിരപേക്ഷവുമായ സമൂഹത്തിനായി പോരാടിയ നവോത്ഥാനനായകനാണ് ഗുരു. ഹിന്ദുക്ഷേത്രങ്ങളിൽ പിന്നോക്കജാതിക്കാർക്ക് പ്രവേശനം നിഷേധിച്ചപ്പോഴാണ് ജഗന്നാഥം ഉൾപ്പെ

ടെയുള്ളവ സ്ഥാപിച്ചത്. ജീവിച്ച കാലത്ത് അദ്ദേഹത്തെ ഹിന്ദുവായി സവർണ്ണമേധാവികൾ അംഗീകരിച്ചിട്ടില്ല. ഒരു ക്ഷേത്രത്തിലും പ്രവേശിപ്പിച്ചുമില്ല. അന്നത്തെ സവർണ്ണമേധാവിത്വത്തിന്റെ ആധുനിക പതിപ്പാണ് ആർ എസ് എസ്. ജഗന്നാഥക്ഷേത്രം തിരഞ്ഞെടുപ്പ് ശാന്തമായ അന്തരീക്ഷത്തിൽ നടത്താൻ എല്ലാവരും സഹകരിക്കണമെന്ന ശിവഗിരി ധർമ്മസംഘം ട്രസ്റ്റ് ബോർഡ് അംഗവും ചാലക്കുടി ആശ്രമമഠാധിപതിയുമായ സച്ചിദാനന്ദ സ്വാമികളുടെ അഭ്യർത്ഥന ഈയർത്ഥത്തിലാണ് ശ്രദ്ധേയമായത്. തിരഞ്ഞെടുപ്പിനുശേഷം ഇരുകൂട്ടരെയും വിളിച്ച് പ്രശ്നം രമ്യമായി പരിഹരിക്കാൻ ശിവഗിരിമഠം മുൻകൈയെടുക്കുമെന്നും അദ്ദേഹം പറഞ്ഞു. ശ്രീനാരായണഗുരുവും കുമാരനാശാനുമാണ് ക്ഷേത്രഭരണസംവിധാനത്തിന്റെ ബൈലോ തയ്യാറാക്കിയത്. അതുപ്രകാരമാണ് തിരഞ്ഞെടുപ്പ് ഉൾപ്പെടെയുള്ള എല്ലാ നടപടികളും. ശ്രീനാരായണ ധർമ്മത്തിനായി നിലകൊള്ളുന്ന വ്യക്തികൾക്ക് ജ്ഞാനോദയയോഗത്തിൽ അംഗത്വം സ്വീകരിച്ച് പ്രവർത്തിക്കാം. വിഭാഗീയചിന്തകൾക്കപ്പുറം എല്ലാവരും ഒത്തുചേർന്ന് സമാധാനത്തോടെ പ്രവർത്തിക്കാനുള്ള അന്തരീക്ഷമുണ്ടാവണം. ശ്രീനാരായണഗുരുവിലും ജഗന്നാഥനിലും വിശ്വാസമുള്ളവരാണെങ്കിൽ ആരും ക്ഷേത്രം ഓഫീസിൽ തടസ്സമുണ്ടാക്കില്ല. ക്ഷേത്രം ഓഫീസ് ഉപരോധിക്കുന്നത് അറിഞ്ഞ് ആലുവ അദ്വൈതാശ്രമത്തിൽനിന്നുള്ള സ്വാമികൾ വന്നപ്പോൾ അദ്ദേഹത്തെ ഒരു കൂട്ടർ അധിക്ഷേപിച്ചു. ഗുരുദേവൻ പ്രതിഷ്ഠിച്ച ക്ഷേത്രത്തിലെ താന്ത്രിക-വൈദിക അവകാശങ്ങൾ പൂർണ്ണമായും ശിവഗിരിമഠത്തിൽ നിക്ഷിപ്തമാണ്. ജഗന്നാഥക്ഷേത്രം രാഷ്ട്രീയ ബലപരീക്ഷണ വേദിയാകരുത്. എല്ലാവിധ വിഭജനങ്ങൾക്കും ജാതിമതചിന്തകൾക്കും അതീതമായി ലോകത്തെ ഒന്നായി കാണുന്ന വിശ്വമാനവിക ദർശനമാണ് ഗുരുവിന്റേത്. അത് പ്രചരിപ്പിക്കുകയാവണം ജഗന്നാഥക്ഷേത്രത്തിന്റെ കർത്തവ്യമെന്നും അന്ന് സച്ചിദാനന്ദസ്വാമികൾ പറഞ്ഞു. ഏറ്റവും താഴ്ന്ന സമുദായക്കാരെ ക്ഷേത്രത്തിൽ പ്രവേശിപ്പിക്കണമെന്ന് ആദ്യകാലത്ത് മൂർക്കോത്ത് കുമാരനും ചില യുവനേതാക്കളും വാദിച്ചപ്പോൾ യാഥാസ്ഥിതികർ പല തൊടുന്യായങ്ങളും നിരത്തി അത് നീട്ടിക്കൊണ്ടുപോകാൻ ശ്രമിച്ചു. ദീർഘമായ വാദപ്രതിവാദങ്ങൾക്കുശേഷം മൂർക്കോത്ത് ചോദിച്ചത് നവ പ്രതിലോമകാരികൾ ഓർത്താൽ നന്ന്. ക്ഷേത്രങ്ങളിൽ ശാന്തിമാരെ നിയമിക്കുന്നത് വർക്കലയിൽനിന്നാണ്. ഗുരു അവിടെ എല്ലാ ജാതിക്കാരെയും പരിശീലിപ്പിക്കുന്നുമുണ്ട്. ഇവിടെ പ്രവേശനം നിഷേധിച്ചിരിക്കുന്ന ഒരാളെ ശാന്തിയായി നിയമിച്ചാൽ എന്തുചെയ്യും. ഇതുകേട്ടപ്പോൾ യാഥാസ്ഥിതിക നേതാക്കൾ, ഗുരോ ഞങ്ങൾ ഇതാലോചിച്ച് ഒരുവർഷം കഴിഞ്ഞ് തീരുമാനമെടുക്കാം എന്ന് പ്രതികരിച്ചു. ആ സമയം ചെറിയ ചാറ്റൽ മഴയുണ്ടായി. അത് നില്ക്കുകയും ചെയ്തു. ഒരുവർഷം കഴി

ഞ്ഞല്ലോ, ഇനി അവർക്ക് പ്രവേശനം നല്കാമെന്ന് ഗുരു തന്റെ സ്വതസിദ്ധമായ നർമ്മബോധത്തോടെ പറഞ്ഞപ്പോൾ എല്ലാവരും ചിരിച്ചുകൊണ്ട് യോജിക്കുകയുംചെയ്തു.

ഇങ്ങനെ ഗുരുവിന്റെ ഉപദേശങ്ങളും നിർദ്ദേശങ്ങളും അക്ഷരംപ്രതി നിറവേറ്റിയ ക്ഷേത്രങ്ങളിലൊന്നെന്ന ഖ്യാതിയും ജഗന്നാഥത്തിനുണ്ട്. ആ സന്ദേശങ്ങൾ അവിടെ എഴുതിവെച്ചതായും കാണാം. അവ ക്ഷേത്രത്തിൽ പ്രവേശിക്കുന്ന ഏവരുടെയും ഹൃദയാന്തരാളത്തിൽ നിറയേണ്ടതുണ്ട്.

ജാതിഭേദം മതദ്വേഷം
ഏതുമില്ലാതെ സർവ്വരും
സോദരത്വേന വാഴുന്ന
മാതൃകാസ്ഥാനമാമിത്
ഒരു ജാതി, ഒരു മതം, ഒരു ദൈവം മനുഷ്യന്
ജാതിചോദിക്കരുത്, പറയരുത്, വിചാരിക്കരുത്
മതമേതായാലും മനുഷ്യൻ നന്നായാൽമതി
വിദ്യാഭ്യാസംകൊണ്ട് സ്വതന്ത്രരാവുക
സംഘടിച്ച് ശക്തരാവുക
വ്യവസായംകൊണ്ട് സമ്പന്നരാവുക
സ്ത്രീകൾക്ക് വിദ്യാഭ്യാസം നല്കുക
സ്ത്രീകളെ എല്ലാ വികസന പ്രവർത്തനങ്ങളിലും പങ്കാളികളാക്കുക
ഇംഗ്ലീഷ് ഭാഷ പഠിക്കുക-എന്നിങ്ങനെ അദ്ദേഹത്തിന്റെ പ്രബോധനങ്ങൾ ജഗന്നാഥത്തിനും ഹൃദിസ്ഥമാണ്. മാതൃകാ സ്ഥാനമാമിത് എന്ന ഗുരുവചനം പലപ്പോഴും തെറ്റായി ഉദ്ധരിക്കപ്പെട്ടിട്ടുണ്ട്.മാതൃകാസ്ഥാനമാണിത് എന്ന മട്ടിലായിരുന്നു അത്. നാളെ ആയിത്തീരണം, തീരേണ്ടതാണ് എന്നാവാം ഗുരു ഉദ്ദേശിച്ചിരുന്നത്. ഭാഷയും പ്രയോഗങ്ങളും പദങ്ങളും ഉപമകളും വളരെ അവധാനതയോടെ ഉപയോഗിച്ച അദ്ദേഹത്തിന്റെ ജാഗ്രത വിട്ടുകളയാനാവാത്തതാണ്.

ജാതിപറയുന്നവരെ ശാരീരികമായി കൈകാര്യംചെയ്യാൻ രക്തം തൊട്ട് തിലകംചാർത്തി പ്രതിജ്ഞയെടുത്ത ബോധാനന്ദസ്വാമികളുടെ സ്മരണയും തലശ്ശേരി ജഗന്നാഥ ക്ഷേത്രത്തിന്റെ ആവേശകരമായ പാരമ്പര്യങ്ങളിലൊന്നാണ്. അദ്ദേഹവും ശ്രീനാരായണഗുരുവും തമ്മിലുള്ള കൂടിക്കാഴ്ചയ്ക്ക് വേദിയായതും ജഗന്നാഥം. ഗുരുവിന്റെ ആദ്യത്തെ പഞ്ചലോഹപ്രതിമ ജഗന്നാഥത്തിൽ പ്രതിഷ്ഠിച്ചതും അതേ സന്ന്യാസി. ഗുരു ജീവിച്ചിരിക്കെ ആദ്യത്തെ പഞ്ചലോഹപ്രതിമ 1927 മാർച്ച് 12 ന് അഷ്ടകോൺമന്ദിരത്തിൽ സ്ഥാപിച്ചു. അനീതിക്കെതിരെ ജീവിതത്തിലുടനീളം പൊരുതിയ ഉല്പതിഷ്ണുവായിരുന്നു ബോധാനന്ദ. ജാതിപറയുന്നവരെ ചോദ്യംചെയ്യാൻ ധർമ്മഭടസംഘം രൂപീകരിച്ച സാമൂഹ്യപരിഷ്കർത്താവ്. ഒട്ടേറെ ചെറുപ്പക്കാരെ ധർമ്മഭടസംഘത്തിന്റെ ഭാഗമാക്കുന്നതിലും വിജയിച്ചു. ക്ഷേത്ര പ്രതിഷ്ഠയെ ചോദ്യംചെയ്യാനാണ്

അദ്ദേഹം തലശ്ശേരിയിലെത്തിയത്. ഗുരുവിനെ കാണുകയും ഉത്തരേന്ത്യൻ ആചാരമനുസരിച്ച് താലത്തിൽ പഴങ്ങൾവെച്ച് നമസ്കരിക്കുകയുമായിരുന്നു ആദ്യം. ആ സ്നേഹവാത്സല്യത്തിനുമുന്നിൽ വിനീതനായ ബോധാനന്ദൻ ശിഷ്യനാകാനുള്ള താല്പര്യം പ്രകടിപ്പിച്ചു. 1908 ഫെബ്രുവരി 13 ന് ജഗന്നാഥക്ഷേത്രത്തിന്റെ പ്രതിഷ്ഠയ്ക്കുശേഷം ഗുരുവിനൊപ്പം ശിവഗിരിയിലേക്ക് പോയി. ധർമ്മസംഘത്തെ നയിക്കാൻ അനന്തരാവകാശിയായി അദ്ദേഹം നിയോഗിച്ച ബോധാനന്ദനും ഗുരുവിന് പിന്നാലെ യാത്രയായി. 1928 സെപ്തംബർ 23 നായിരുന്നു ആ വിയോഗം.

ഗുരുചിന്തയിലെ ചലനാത്മകത

ശ്രീനാരായണ ഗുരുവിനെ സാമൂഹ്യ പരിഷ്കർത്താവ് എന്നതിനേക്കാൾ ഹിന്ദുമതോപദേശകനാക്കാനാണ് കഴിഞ്ഞ കുറച്ചുവർഷങ്ങളായി ശ്രമംനടക്കുന്നത്. അതിപ്പോൾ അക്രമാസക്തമായിട്ടുണ്ട്. ഹിന്ദുത്വത്തിന്റെ കാവല്ക്കാരനാക്കാനുള്ള തകൃതിയായ നീക്കങ്ങൾ ആർ എസ് എസ് നടത്തുമ്പോൾ എസ് എൻ ഡി പി യിലെ വരേണ്യ നേതൃത്വം എല്ലാ പിന്തുണയും നല്കുന്നു. ചലനാത്മകമായ ചിന്തയും വ്യത്യസ്തമായ പ്രവർത്തനങ്ങളുംകൊണ്ട് സ്വന്തം പരിമിതികളെത്തന്നെ നിരന്തരം, അതിവേഗം മറികടന്ന പ്രതിഭയായിരുന്നു ഗുരു. ക്ഷേത്രങ്ങൾ മാത്രം സ്ഥാപിച്ച വെറും ആദ്ധ്യാത്മിക നേതാവായി ഗുരുവിനെ സ്ഥാനപ്പെടുത്തുന്നതിൽ ഭക്തിവ്യവസായം സമീപകാലത്ത് ബദ്ധശ്രദ്ധമാണ്. സാമുദായികവും ആദ്ധ്യാത്മികവുമായ അധികാരകേന്ദ്രങ്ങളായിരുന്ന ക്ഷേത്രങ്ങളെ മറ്റൊരുനിലയിൽ നിർവ്വചിക്കുകയായിരുന്നു ഗുരു. ജോൺ ധർമ്മതീർത്ഥർ ചൂണ്ടിക്കാണിച്ചപോലെ, പഴയ തോന്ന്യാസങ്ങളെ കാലപ്പഴക്കത്താലും വിദ്യാപ്രചാരത്താലും നശിക്കാതെ സംരക്ഷിക്കാനുള്ള കോട്ടകളെ തുറന്നുകാട്ടുകയായിരുന്നു. അധഃപതനത്തിനു കാരണമായ അവരുടെ ദോഷങ്ങൾ പരിത്യജിക്കാനാണ് ഗുരു അനുയായികളോട് ആദ്യം ആവശ്യപ്പെട്ടത്. സ്ഥാപിച്ച ക്ഷേത്രങ്ങളുടെ നടത്തിപ്പിൽ അദ്ദേഹത്തിന് ഒരു ഭാഗവും ഉണ്ടായിരുന്നില്ല. സംസ്കൃത വിദ്യാഭ്യാസത്തിൽ പ്രത്യേക താല്പര്യമെടുത്ത ഗുരു ആധുനിക വിഷയങ്ങളുടെ പഠനത്തെയും അതിയായി വിലമതിച്ചു. അതുകൊണ്ടാണ് വിദ്യയും ധനവും സംഘടനയും ആ ഉദ്ബോധത്തിൽ പ്രധാനമായി തീർന്നതും. നുറുങ്ങ് സംഭാഷണങ്ങൾ, ഫലിതങ്ങൾ, സന്ദേശങ്ങൾ, പ്രഖ്യാപനങ്ങൾ, ഒരു ഘട്ടത്തിൽ യുക്തിഭദ്രമായ നിർബ്ബന്ധങ്ങളിലൂടെ

വരെയായിരുന്നു അദ്ദേഹത്തിന്റെ പഠിപ്പിക്കലുകൾ. കയർപിരിയിൽ വിദഗ്ദ്ധനായിരുന്ന ഗുരു കടലോരങ്ങളിൽ സഞ്ചരിച്ച കാലത്ത് പല ദരിദ്രരെയും ആ പണി പരിശീലിപ്പിക്കുകയുമുണ്ടായി.

ആചാരപരിഷ്കരണം പ്രധാന കടമായി ഉയർത്തിയ ഗുരു, പല അന്ധവിശ്വാസങ്ങളെയും കടപുഴക്കി. മുഹൂർത്തം നോക്കാതെ ഒരു ക്ഷേത്രപ്രതിഷ്ഠ നടത്തിയപ്പോൾ അതിൽ മുഹൂർത്തംപാലിച്ചില്ലെന്ന് കണ്ടുപിടിച്ച ബ്രാഹ്മണജ്യോതിഷനോട്, കുട്ടി ജനിക്കുന്നതിനു മുമ്പല്ല ശേഷമാണ് മുഹൂർത്തം നോക്കുന്നതെന്നായിരുന്നു അദ്ദേഹത്തിന്റെ മറുപടി. വ്യക്തി സംസ്കരണവും സാമുദായികപരിഷ്കരണവും മുൻനിർത്തി പല പ്രായോഗിക നിലപാടുകളും ഗുരു മുന്നോട്ടുവെച്ചു. അവയിൽ നിഷ്പ്രയോജനമെന്നു കണ്ടവയെ നിരാകരിക്കുകയും പ്രയോഗക്ഷമമായവയെ സ്വീകരിക്കുകയുംചെയ്തു. കൊടും തപസ്സും യോഗവും പരിത്യജിച്ച് സാധാരണ മനുഷ്യനായി തന്നെ ജീവിച്ചുവെന്നതാണ് ഗുരുവിന്റെ പ്രധാന വ്യത്യസ്തത. സമുദായത്തിന്റെ ബ്രാഹ്മണാശ്രിതത്വം തുടച്ചുനീക്കാൻ മുന്നിട്ടിറങ്ങിയത് ആ ബലത്തിലായിരുന്നു. സ്വതന്ത്ര സമുദായ സൃഷ്ടിയായിരുന്നു ക്ഷേത്ര സ്ഥാപനങ്ങളിലൂടെ ലക്ഷ്യമിട്ടതും. ആ കടമ ഏറക്കുറെ പൂർത്തിയാവുകയും ഒരു ഘട്ടത്തിൽ വഴിമാറുന്നതായി സംശയിക്കത്തക്ക നീക്കങ്ങളുണ്ടായപ്പോൾ അവസാനിപ്പിക്കുകയുംചെയ്തു. ഇരിങ്ങാലക്കുടയിൽ ഒരു ക്ഷേത്രം സ്ഥാപിക്കുന്ന കാര്യത്തിൽ സഹകരിച്ചനുഗ്രഹിക്കണമെന്ന് ഈഴവ പ്രമാണിമാർ അപേക്ഷിച്ചപ്പോൾ, 'ക്ഷേത്രസ്ഥാപനത്തിന്റെ കാലം പൊയ്ക്കഴിഞ്ഞെന്നും, അവയ്ക്ക് പകരം അവിടെ തൊഴിൽ വിദ്യാലയം ഉയർത്തി അവരുടെ കുട്ടികൾക്ക് പരിശീലനം നല്കുകയാണ് വേണ്ടത്' എന്നാണ് ഗുരു പറഞ്ഞത്. ചുരുക്കത്തിൽ അദ്ദേഹത്തിന്റെ അഭിപ്രായങ്ങൾ വളർന്നും പരിണമിച്ചും കൊണ്ടിരുന്നതായും അതിനനുസൃതമായി പ്രവൃത്തിപഥങ്ങളിൽ ധീരമായ മാറ്റം വരുത്തിക്കൊണ്ടിരുന്നതായും കാണാം.

വേണ്ടപ്പോൾ തീയുണ്ടാക്കാൻ കഴിയുകയായിരുന്നു ആദിമമനുഷ്യന്റെ മഹത്തായ കണ്ടുപിടിത്തങ്ങളിൽ ആദ്യത്തേത്. സകലതിനെയും തീനാക്കുകളാൽ നക്കിദഹിപ്പിക്കുന്ന പിശാചാണ് അഗ്നിയെന്നു കരുതി മനുഷ്യർ അതിനെ ഭയപ്പെട്ടു. അഗ്നികൊണ്ട് മാംസം വേവിക്കാമെന്ന് കണ്ടെത്തിയപ്പോൾ സ്വമേധയാ തീയുണ്ടാക്കാനാവുമോ എന്ന് പരീക്ഷിച്ചു. അങ്ങനെ തീയുണ്ടാക്കാനുള്ള വിദ്യ കണ്ടുപിടിച്ചു. സാധനം കൊഴുപ്പിൽ മുക്കി തിരിയാക്കി കത്തിച്ച് അണയാതെ സൂക്ഷിക്കുന്ന മാർഗ്ഗത്തിലേക്കെത്തുകയായിരുന്നു പതുക്കെ. തീ പിശാചെന്ന ധാരണ മാറിയത് അതേത്തുടർന്നാണ്. ആരാധനാർഹമായ ദൈവമെന്ന നിലയുണ്ടായി. അങ്ങനെയാണ് അഗ്ന്യാരാധന നിലവിൽവന്നത്. ഈയൊരു വികാസപരിണാമം വിവരിച്ച എം സി ജോസഫ് പിന്നീട് എത്തിയ നിഗമനം നോക്കൂ: 'ഒരു ഞൊടിയിടകൊണ്ടും നിഷ്പ്രയാസവും തീയുണ്ടാക്കാനുള്ള തീപ്പെട്ടിയുണ്ടായപ്പോൾ അതിനുമുമ്പ് തീയുണ്ടാക്കാൻ ഉപ

യോഗിച്ച പ്രാകൃതരീതികളെല്ലാം തിരസ്കൃതങ്ങളായി. എന്നാൽ തീ സൂക്ഷിച്ച കെടാവിളക്കുകൾ മതാരാധനയുടെ ഭാഗമായി ചേർത്തുപോയതിനാൽ അത് ഉപേക്ഷിക്കപ്പെടാതെ നിലനിന്നു. വൈദ്യുത ദീപങ്ങളുടെ കാലമായപ്പോഴും അഗ്ന്യാരാധനാപരമായ നെയ്വിളക്കും മെഴുകുതിരിയും നാം കളയാത്തതിന്റെ കാരണവും അതുതന്നെ. തീയുണ്ടാക്കുന്ന കാര്യത്തിൽ പല ഉപജ്ഞാതാക്കൾ സാധിച്ചെടുത്ത കണ്ടുപിടിത്തങ്ങൾ പോലെത്തന്നെയാണ് ഒരു മഹാത്മാവിന്റെ കാലത്ത് ക്രമപ്രവൃദ്ധമായി അദ്ദേഹം പരീക്ഷിച്ചും ത്യജിച്ചും പരിഷ്കരിച്ചും സ്വീകരിച്ചുപോകുന്ന പരിപാടികൾ' എന്ന എം സി ജോസഫിന്റെ വിശദീകരണം ശ്രീനാരായണ ഗുരുവിനെ മനസ്സിൽവെച്ചായിരുന്നു.

ജന്തുബലി നടത്തിവന്ന ഒരു ക്ഷേത്രത്തിലെ ഭക്തരോട്, 'ക്ഷേത്രങ്ങളിൽ ഹിംസപാടില്ല അത് പാപമാണെ'ന്ന് ഗുരു വ്യക്തമാക്കുകയുണ്ടായി. 'അത് നിർത്തലാക്കുന്നതിൽ തങ്ങൾക്ക് വിരോധമില്ലെ' ന്നാണ് അവർ മറുപടി പറഞ്ഞത്. 'പിന്നെ ആർക്കാണ് വിരോധ'മെന്ന് ഗുരു. ക്ഷേത്രഭാരവാഹികൾക്ക്. അവർ എത്ര പറഞ്ഞിട്ടും സമ്മതിക്കുന്നില്ലെന്ന് ഭക്തർ. 'നിങ്ങൾ കോഴിയെയും മറ്റും കൊടുക്കാതിരുന്നാൽ മതിയല്ലോ. ക്ഷേത്രഭാരവാഹികൾക്ക് സമ്മതവും വിസമ്മതവും ഉണ്ടാകില്ല. അവർ തൂണുകളല്ലേ' എന്നായി ഗുരു. 'കോഴികൾക്ക് പകരം എന്ത് ബലികഴിച്ചാൽ കൊള്ളാമെന്നറിഞ്ഞുകൂടെ'ന്ന് ഭക്തർ. ഇതു കേട്ട ഒരന്തേവാസി, ഉത്തമ പൂജയ്ക്ക് കുമ്പളങ്ങയാണ് ഉപയോഗിക്കാറ്. അത് മതിയാകുമെന്ന് തോന്നുന്നു. 'വേണ്ടാ, കോഴിവെട്ടുന്നവന്റെ മകനെ കൊടുത്താലെന്താണ്' എന്നായിരുന്നു കറുത്ത ഫലിതത്തിൽ പൊതിഞ്ഞ ഗുരുവിന്റെ തിരിച്ചടി. ആൺദൈവങ്ങളെയും പെൺദൈവങ്ങളെയും മരിച്ചുപോയ കാരണവന്മാരെയും തൃപ്തിപ്പെടുത്താൻ അവർക്ക് കള്ള്, ചാരായം മുതലായവ കൊടുക്കുന്ന സമ്പ്രദായത്തിനും ക്ഷേത്രങ്ങളിൽ ആട്, കോഴി മുതലായവയെ അറുക്കുന്നതിനുമെതിരെ ഗുരു കർശനമായ നിലപാടെടുത്തു. ദൈവങ്ങൾക്ക് രക്തംകുടിക്കുന്നത് രസമാണെങ്കിൽ എന്തുകൊണ്ട് പൂച്ചയെയും നായയെയും അറുത്തു കൊടുക്കുന്നില്ല എന്നും ചോദിച്ചു. കോഴിയെയും ആടിനെയും അറുക്കുന്നത് മനുഷ്യർക്ക് തിന്നാൻ മാത്രമുള്ള വിദ്യയാണെന്നും കൂട്ടിച്ചേർത്തു. ഇത്തരം ധീര നിലപാടുകൾ കൊണ്ടാണ് അദ്ദേഹത്തെ ചിലർ അഭിനവ ബുദ്ധൻ എന്ന് വിളിച്ചത്.

സിലോൺ സന്ദർശിച്ചപ്പോൾ അവിടത്തെ വിജ്ഞാനോദയം സഭക്കാർ ശ്രീനാരായണ ഗുരുവിന് അന്നത്തെ അയ്യായിരം രൂപ വിലയുള്ള ഭൂമി ദാനംചെയ്യുകയുണ്ടായി. ആധാരം നീട്ടി അത് സ്വീകരിക്കണമെന്ന് മലയാളികളുടെ പ്രതിനിധികൾ അദ്ദേഹത്തോട് അപേക്ഷിച്ചു. 'എന്താണിത് നമുക്ക് ഭൂമിയോ?' എന്ന് ചോദിച്ച ഗുരുവിനോട് അവരുടെ മറുപടി, ഞങ്ങളുടെ ആദരവിന്റെ സൂചകമായി അത് സ്വീകരിക്കണമെന്നായിരുന്നു. 'ആകാശവും നക്ഷത്രങ്ങളും നമുക്കെഴുതി രജിസ്റ്ററാക്കി തരാൻ

നിങ്ങൾക്ക് കഴിയുമോ? എങ്കിൽ കൊള്ളാം. അതേക്കുറിച്ച് അവകാശ തർക്കങ്ങളൊന്നും ഉണ്ടാവുകയില്ലല്ലോ' എന്ന അദ്ദേഹത്തിന്റെ വാക്കുകളുടെ സൂചന വളരെ കൃത്യമായിരുന്നു. ഒരുതുണ്ട് ഭൂമിയല്ല ഗുരുദേവൻ ആഗ്രഹിച്ചത്, മറിച്ച് അതിരുകളില്ലാത്ത ആകാശവും അതിൽ തിളങ്ങുന്ന നക്ഷത്രങ്ങളുമാണ്. വല്ലാത്തൊരു ഉയർച്ചയിലേക്കെത്തിയവർക്കേ അങ്ങനെയൊരു ഇച്ഛ പ്രകടിപ്പിക്കാനാവൂ. അദ്ദേഹത്തിന്റെ പേരും സ്ഥാപനങ്ങളും സന്ദേശങ്ങളും ദുരുപയോഗം ചെയ്ത് ലാഭം കുന്നുകൂട്ടുന്ന പുതിയ വരേണ്യർക്ക് എന്തെങ്കിലും കൈയിൽ തടഞ്ഞാൽമതി. അതിലേക്കുള്ള ലളിത കൗശലം ഇനി രാഷ്ട്രീയമാണെന്ന് നടേശൻ പ്രഖ്യാപിക്കുന്നത് അതിനാലാണ്. ആ ലക്ഷ്യത്തിലേക്കുള്ള പ്രയാണത്തിൽ എത്ര തിരിച്ചടിയേറ്റാലും പിൻവാങ്ങാതെ പുതിയ ന്യായവാദങ്ങളുമായി രംഗത്തെത്തുന്നു. 2015 സെപ്തംബർ 20 ന് ചേർന്ന എസ് എൻ ഡി പി യോഗം നേതൃസംഗമത്തിന്റെ തീരുമാനമായി അത് ഒരിക്കൽക്കൂടി ആവർത്തിച്ചു. രാഷ്ട്രീയപാർട്ടി രൂപീകരണം എന്ന ആശയം യോഗം വീണ്ടും ഊന്നിപ്പറയുകയായിരുന്നു. യോഗത്തിലുണ്ടായ പൊതുവികാരം മാനിച്ചാണ് തീരുമാനവുമായി മുന്നോട്ടു പോകുന്നതെന്നും ജനറൽ സെക്രട്ടറി വെള്ളാപ്പള്ളി നടേശൻ വ്യക്തമാക്കി. സംഘടന ഒറ്റയ്ക്ക് രാഷ്ട്രീയ പാർട്ടി രൂപീകരിച്ചാൽ അത് തിരിച്ചടിയാകുമെന്നായിരുന്നു യോഗത്തിന്റെ വിലയിരുത്തൽ. അതിനാൽ എൻ എസ് എസ് അടക്കമുള്ള സംഘടനകളുമായി ചർച്ചകൾ ആരംഭിക്കുമെന്നും അറിയിച്ചു. രഹസ്യ ബാലറ്റിലൂടെ നടത്തിയ അഭിപ്രായ വോട്ടെടുപ്പിൽ അഞ്ഞൂറുപേർ രാഷ്ട്രീയ പാർട്ടി വേണമെന്ന് ഉറപ്പിച്ചപ്പോൾ നാലാളുകളെ വേണ്ടെന്ന് പറഞ്ഞുള്ളൂവെന്നും കൂട്ടിച്ചേർത്തു. എസ് എൻ ഡി പി യുടെ താല്പര്യങ്ങളല്ല, ഭൂരിപക്ഷ സമുദായങ്ങളെ അവഗണിക്കുന്ന മുന്നണികളുടെ നിലപാടുകൾക്ക് എതിരെയായിരിക്കണം പാർട്ടി. സാമൂഹ്യനീതിയെന്ന മുദ്രാവാക്യത്തിനായിരിക്കും പ്രാധാന്യം നല്കുക. ത്രിതല പഞ്ചായത്ത് തിരഞ്ഞെടുപ്പിൽ ഗൗരവത്തോടെ ഇടപെടാനും നേതൃയോഗം തീരുമാനിച്ചു. സമാന ചിന്താഗതിക്കാരുമായി സഹകരിച്ച് പഞ്ചായത്ത് തലത്തിൽ പ്രാദേശിക ധാരണയുണ്ടാക്കി മത്സരരംഗത്ത് ഇടപെടാനാണ് ഉദ്ദേശ്യം. ഏതു മുന്നണിയോടും പാർട്ടിയോടും ചേർന്ന് മത്സരിച്ചാലും സ്വതന്ത്ര ചിഹ്നത്തിൽ വേണം. നായാടിമുതൽ നമ്പൂതിരിവരെയുള്ള കൂട്ടായ്മ ലക്ഷ്യമാക്കിയാണ് പ്രവർത്തിക്കുക– എന്നിങ്ങനെപോയി നടേശന്റെ വായ്ത്താരികൾ. ഏതു രാഷ്ട്രിയ പാർട്ടിയിൽ പ്രവർത്തിക്കുന്ന എസ് എൻ ഡി പി യോഗം പ്രവർത്തകനും അവയിൽ തുടരാമെന്ന സൗജന്യവും എടുത്തിട്ടു.

രാഷ്ട്രീയപാർട്ടി രൂപീകരിക്കുമെന്ന നടേശന്റെ പ്രഖ്യാപനം കേട്ടയുടൻ ചാടിവീണത് ബി ജെ പിയായിരുന്നുവെന്നത് ഗൂഢാലോചനയുടെ തെളിവാണ്. എന്നാൽ എൻ എസ് എസ് അതിനെ തുറന്നെതിർത്തു. വിശാല ഹിന്ദു ഐക്യത്തിൽ പങ്കാളിയാകില്ലെന്ന് ജനറൽ സെക്ര

ട്ടറി ജി സുകുമാരൻ നായർ തെളിച്ചു പറയുകയുംചെയ്തു. ആരെങ്കിലും അതിന് നേതൃത്വംനല്കിയാൽ അവരുമായി പങ്കുചേർന്ന് ചർച്ചനടത്തു ന്നതിന് ആഗ്രഹിക്കുന്നില്ലെന്നും. രാജ്യഭരണം നടത്തേണ്ടത് മത സാമുദായിക സംഘടനകളല്ല, രാഷ്ട്രീയ പാർട്ടികളാണെന്നും സുകുമാരൻ നായർ വാർത്താസമ്മേളനത്തിൽ പറയുകയുണ്ടായി. വിശാല ഹിന്ദു ഐക്യം മറ്റു മതങ്ങൾക്കോ സമുദായങ്ങൾക്കോ ഭീഷണിയാകരുതെന്നുമാണ് എൻ എസ് എസ് നിലപാട്. ഹൈന്ദവന്റെ പൊതുവായ താല്പര്യം സംരക്ഷിക്കാൻ വിശാലഹിന്ദു ഐക്യത്തിൽ പങ്കാളിയായേപറ്റൂ എന്ന അഭിപ്രായമില്ലെന്നും രാഷ്ട്രീയപാർട്ടി രൂപീകരിക്കുന്നതിലൂടെ എല്ലാം പിടിച്ചടക്കാമെന്ന് കരുതുന്നില്ലെന്നും സൂചിപ്പിച്ച എൻ എസ് എസ്, എല്ലാ രാഷ്ട്രീയ പാർട്ടിയിലുള്ളവരും അല്ലാത്തവരും തങ്ങളുടെ സംഘടനയിലുണ്ടെന്നും സാമൂഹിക നീതിക്ക് വേണ്ടിയാണ് സംഘടന പ്രതികരിക്കാറുള്ളതെന്നും വിശദീകരിക്കുകയുമുണ്ടായി.

എൻ എസ് എസിന്റെ സുചിന്തിതമായ അഭിപ്രായവും നിലപാടും വ്യക്തമാക്കിയിട്ടും നടേശൻ യാഥാർത്ഥ്യബോധത്തിലേക്ക് ഉണർന്നില്ല. 2015 സെപ്തംബർ ഇരുപത്തിനാലിന് എസ് എൻ ഡി പി യോഗം വനിതാസംഘം കേന്ദ്രസമിതിയുടെ വാർഷിക പൊതുയോഗവും കലോത്സവവും ഉദ്ഘാടനംചെയ്ത് നടത്തിയ പ്രസംഗം ഒരു പാഠവും പഠിക്കാത്തയാളിന്റെ ജല്പനംതന്നെയായി. കേരളത്തിലെ മുഴുവൻ ഈഴവരുടെയും ഉടമാവകാശം സ്വയം എടുത്തണിഞ്ഞ മട്ടിലായിരുന്നു അന്നത്തെ പ്രസംഗം. സി പി ഐ (എം)നെതിരായ അബദ്ധജടിലമായ വിരോധമാണ് പ്രധാനമായും നുരഞ്ഞുപൊന്തിയത്. ഈഴവരും തീയ്യരുമില്ലെങ്കിൽ സി പി ഐ (എം) അന്യംനിന്നുപോകുമെന്നും ഇപ്പോൾ പാർട്ടിക്കാർ സമുദായത്തോട് കാണിക്കുന്ന സ്നേഹം കുറുക്കന് കോഴിയോടുള്ളതാണെന്നും തട്ടിവിട്ടായിരുന്നു പ്രസംഗ തുടക്കം. ചാതുർവർണ്ണ്യത്തിന്റെ പേരുപറഞ്ഞ് നായാടിമുതൽ നമ്പൂതിരിവരെയുള്ളവരുടെ ഐക്യം തകർക്കാൻ ശ്രമിക്കുകയാണ്. ചാതുർവർണ്ണ്യം ഇന്നില്ല. അതിന്റെ പേരിൽ പാവം ബ്രാഹ്മണരെ പീഢിപ്പിക്കരുത് എന്നിങ്ങനെപോയി നടേശന്റെ ബാലിശത. ചാതുർവർണ്ണ്യത്തെ വ്യക്തികളായ പാവം ബ്രാഹ്മണരുടെ പരിമിതിയാണെന്ന മട്ടിൽ ആരും നിർവ്വചിച്ചിട്ടില്ല. എന്നിട്ടും പ്രശ്നം വൈകാരികമായി എടുത്തിടാനാണ് നടേശൻ ശ്രമിക്കുന്നത്. ഉത്തരേന്ത്യയിലും എന്തിനധികം കേരളത്തെ തൊട്ടുരുമ്മിനില്ക്കുന്ന കർണ്ണാടകത്തിലും ചാതുർവർണ്ണ്യ പ്രത്യയശാസ്ത്രം അക്രമാസക്തമാകുന്നതിന്റെ തെളിവ് കഴിഞ്ഞ ദിവസങ്ങളിൽവരെ കണ്ടിട്ടും വിതണ്ഡവാദങ്ങൾ നിരത്തുന്നത് സംഘപരിവാര രാഷ്ട്രീയത്തിന് മൃദുഭാഷ്യം ചമയ്ക്കുന്നതിൽ കുറഞ്ഞ ഒന്നുമല്ല. 1925 ൽ ആർ എസ് എസ് രൂപീകരണത്തിലേക്ക് എത്തിയ കാരണങ്ങളെങ്കിലും നടേശൻ ശ്രദ്ധിക്കണം. മഹാരാഷ്ട്രയിലാകെ ഉയർന്നുപൊങ്ങിയ ദളിത് പിന്നോക്ക വിഭാഗങ്ങളുടെ ശക്തി ചോർത്തിക്കളയാനുള്ള ഗൂഢശ്രമമായിരുന്നു അതിൽ പ്രധാനം. ഉത്തരേന്ത്യ

യിൽ ഹിന്ദു മുസ്ലിം ബന്ധം വഷളായ 1937–40കളിൽ ആർ എസ് എസി ന്റെ വ്യാപനം ദ്രുതഗതിയിലായി. മദിരാശി, കർണ്ണാടകം പോലുള്ളയിട ങ്ങളിൽ സ്വയംസേവകരെ അയച്ച് ഹെഡ്ഗെവാർ അതിനൊരു അഖി ലേന്ത്യാ രൂപവും ഘടനയും സ്വഭാവവും വരുത്താൻ ശ്രമിച്ചതും അതേ കാലയളവിലാണ്. അത്തരമൊരു ശക്തിയുമായുള്ള ബന്ധത്തിന് രാഷ്ട്രീ യമെന്നതിലുപരി വാണിഭമെന്നാണ് യഥാർത്ഥ വിശേഷണം.

രാഷ്ട്രീയം പലർക്കും ഒരു നിലപാടാണ്. നടേശനെപ്പോലുള്ളവർ അത് വരുമാനമാർഗ്ഗംമാത്രമായി അധഃപതിപ്പിക്കുമ്പോൾ ശ്രീനാരായണ പ്രസ്ഥാനത്തിന്റെ പഴയ നായകരുടെ അഭിപ്രായങ്ങളും കാഴ്ചപ്പാടുക ളും ഓർക്കേണ്ടിയിരിക്കുന്നു.സമൂഹത്തിനു ഗുണമായിട്ടുള്ളത് കേട്ടാൽ തള്ളിക്കളയുകയും ദോഷമായിട്ടുള്ളത് തങ്ങൾക്ക് മെച്ചമാണെങ്കിൽ പറഞ്ഞുപരത്തുകയും ചെയ്യുന്ന കൂട്ടരെക്കുറിച്ച് തത്ത്വജ്ഞാനിയായ ഒരു കവി പാടിയിട്ടുണ്ട്. രാജ്യതന്ത്രത്തിന് നുണ ആവശ്യമില്ലെന്ന് സഹോദ രൻ അയ്യപ്പൻ പറഞ്ഞത് ഇതോട് ചേർത്തുവെക്കാം. 1953 ലെ മലയാളി വിശേഷാൽപ്രതിയിൽ എഴുതിയ ലേഖനത്തിന്റെ ശീർഷകം കൂടിയായി രുന്നു അത്. രണ്ടുവർഷം കഴിഞ്ഞ് കൗമുദി ഓണം പ്രത്യേക പതി പ്പിൽ എസ് എൻ ഡി പി യും രാഷ്ട്രീയവും എന്ന കുറിപ്പുമെഴുതി അദ്ദേ ഹം. എസ് എൻ ഡി പി യോഗം രാഷ്ട്രീയം ഉപേക്ഷിച്ചത് ശരിയായോ എന്ന സംശയവും അബദ്ധമാണെന്ന അഭിപ്രായവും പുറപ്പെട്ടുകാണു ന്നുണ്ട്. യോഗം ഉപേക്ഷിച്ചത് ഏതു തരത്തിലുള്ള രാഷ്ട്രീയമാണെന്നും അത് ഏതു സ്ഥിതിയിലാണെന്നും ഉപേക്ഷിച്ചതിന്റെ ഫലം എന്തായിരു ന്നുവെന്നും ചിന്തിക്കാതെയോ മറന്നിട്ടോ അല്ലയോ ഈ സംശയവും അഭിപ്രായവും എന്ന് ഒരു എതിർസംശയത്തിനും അഭിപ്രായത്തിനും അവകാശമുണ്ടെന്ന് തോന്നുന്നുവെന്ന ബിന്ദു കേന്ദ്രീകരിച്ചാണ് കൗമു ദി ലേഖനം ആരംഭിക്കുന്നത്. നിയമസഭാ തിരഞ്ഞെടുപ്പ് സംബന്ധിച്ച രാഷ്ട്രീയമാണ് യോഗം ഉപേക്ഷിച്ചത്. യോഗം പ്രാതിനിദ്ധ്യംവഹിക്കുന്ന സമുദായത്തിന് നിയമസഭയിൽ പ്രാതിനിധ്യം സമ്പാദിക്കാൻ പ്രായപൂ ർത്തി വോട്ടും ഉത്തരവാദഭരണവും രാഷ്ട്രീയ സമ്പ്രദായവും വന്ന പരി സ്ഥിതിയിൽ സമുദായസംഘടനവഴിയുള്ള പ്രവർത്തനം ഫലപ്രദമാകി ല്ലെന്ന് മാത്രമല്ല, അബദ്ധമാകുമെന്നും കണ്ടിട്ടാണ് യോഗം രാഷ്ട്രീയം ഉപേക്ഷിച്ചതെന്നും സഹോദരൻ എഴുതി.

സമുദായ സംഘടനയിൽ കൂടി തിരഞ്ഞെടുപ്പ് രാഷ്ട്രീയം പ്രായോ ഗികമാണെന്ന നിലയിലല്ല, കൂടുതൽ അപ്രായോഗികമാണെന്ന നില യാണ് അത് കൊണ്ടുവന്നത്. ആ നില ഇപ്പോഴും തുടരുന്നു, ഇനി തുട രുകയുംചെയ്യും. അത്തരം പരീക്ഷണം നടത്തിയാൽ അതിലും ദയനീ യമായ പരാജയമായിരിക്കും ഫലം. യോഗത്തിൽ യോഗ പ്രവർത്തന വും കക്ഷിയിൽമാത്രം കക്ഷിപ്രവർത്തനവുമായി പ്രവർത്തനം അന്യോന്യം ബാധകമാവാതെ കൊണ്ടുപോകാൻ സാധിക്കേണ്ടതുണ്ട്. ആകപ്പാടെ നോക്കുമ്പോൾ യോഗത്തിനും രാഷ്ട്രീയത്തിനും തമ്മിലു

ള്ള ബന്ധം ഇപ്പോൾ കുറേ വൈഷ്യമ്യമേറിയതാണെന്ന് പറയാതെ തരമില്ല. ആ വൈഷമ്യം യോഗം എങ്ങനെ കടന്നുപോകുമെന്ന് പറയാൻ പ്രയാസമുണ്ട്. യോഗത്തിന് ഭാവിവേണമെങ്കിൽ അത് കടന്നുപോവുകയുംവേണം– തുടങ്ങിയ നിലകളിലായിരുന്നു സഹോദരന്റെ നിഗമനങ്ങൾ.

ഉള്ളടക്കമില്ലാത്ത ഇറങ്ങിപ്പുറപ്പെടലുകൾക്കും കാട്ടിക്കൂട്ടലുകൾക്കും നേരെ ശ്രീനാരായണ ഗുരു എപ്പോഴും ഫലിതം നിറച്ച് കലഹിച്ചിരുന്നു. മുഖദ്വാരത്തെ ക്ഷേത്രത്തോടുചേർന്ന മുറിയിൽ വിശ്രമിക്കുകയായിരുന്ന അദ്ദേഹത്തെ ക്ഷണിക്കാൻ ഒരു ബുദ്ധമത പ്രമാണി കാർ അയച്ചുകൊടുക്കുകയുണ്ടായി. ആ വിവരം അറിയിച്ച ഭക്തനോട് 'നാം എന്തിനാണ് പോകുന്ന'തെന്ന് തിരക്കി. 'കാർ വന്നിട്ടുണ്ടെന്നായിരുന്നു അയാളുടെ ഉത്തരം. കാറിനുവേണ്ടി നാം പോകണമെന്നോ' എന്ന് ഗുരു. 1922 ൽ ശിവഗിരി മഠത്തിൽ വിശ്രമിച്ച ഒരു ദിവസം പല കാര്യങ്ങൾ സംസാരിച്ച കൂട്ടത്തിൽ അന്തേവാസികളിൽ ഒരാൾ പറഞ്ഞു: 'നാട്ടുകാരെല്ലാം ഒത്തുചേർന്നാൽ വലിയ കാര്യങ്ങൾ സാധിക്കാം.' 'ഒത്തുചേർന്നാൽ കൊള്ളാ'മെന്ന സ്വാമിയുടെ സന്തോഷത്തോട് അയാളുടെ മറുപടി കൂട്ടിച്ചേർക്കൽ ഉടൻ വന്നു. 'നാട്ടുകാരെല്ലാം ഒന്നിച്ചു തുപ്പിയാൽ ഇന്ത്യയിലുള്ള എല്ലാ വെള്ളക്കാരും അതിൽ മുങ്ങിച്ചത്തു പോകാനേയുള്ളുവെന്ന് ഒരാൾ പറഞ്ഞിട്ടുണ്ട്.' 'തുപ്പിയാൽ മുങ്ങിച്ചാകും. പക്ഷേ, വെള്ളക്കാരെ കണ്ടാൽ വായിൽ തുപ്പലുണ്ടാകില്ല, വറ്റിപ്പോകു'മെന്നായിരുന്നു ഗുരുവിന്റെ പരിഹാസം. സഹോദരസംഘത്തിന്റെ ഒരു മഹായോഗത്തിനുള്ള ഒരുക്കങ്ങൾ വീക്ഷിച്ചുകൊണ്ടിരുന്ന ഗുരു അടുത്തുനിന്ന ഒരാളോട്, 'ഇതുകൊണ്ടെല്ലാം വല്ല പ്രയോജനവുമുണ്ടോ?' എന്ന് തിരക്കി. അയാൾ നിശ്ശബ്ദനായപ്പോൾ അദ്ദേഹം വീണ്ടും: വളരെപ്പേർകൂടി ഓരോ കാര്യങ്ങൾ കൈപൊക്കി പാസാക്കും. വലിയ ഗൗരവമായ പ്രസംഗങ്ങളും ആലോചനകളും നടക്കുന്ന മദ്ധ്യേ റെയിലിന്റെ ശബ്ദം കേട്ടാൽ വേഗം പെട്ടിയും മറ്റും എടുത്ത് സ്റ്റേഷനിലേക്ക് ഓടും.' 1100 കന്നി മാസത്തിൽ ഗുരു വൈക്കം സത്യഗ്രഹസ്ഥലം സന്ദർശിച്ചപ്പോൾ സമരഭടന്മാർ ഖദർ ഹാരമണിയിച്ചു. 'അതെന്താണെ'ന്ന് അദ്ദേഹം ചോദിച്ചപ്പോൾ 'ഖദർ' എന്ന് മറുപടി. 'നിങ്ങൾ ഉണ്ണുന്നതും ഖദറാണോ' എന്നായിരുന്നു ഗുരുവിന്റെ ആദ്യ പ്രതികരണം. മാല മണത്തുനോക്കി അതിന് 'വാസനയില്ലല്ലോ എന്നും അകത്തായിരിക്കും വാസന'യെന്നും തുടർന്നു.

കേരളീയ സമൂഹത്തിന്റെയും നവോത്ഥാന പ്രക്രിയയുടെയും ആന്തരിക വൈരുദ്ധ്യങ്ങൾക്കൂടി എടുത്തുപറയാതെ ചർച്ചകൾ പൂർണ്ണമാവില്ല. കഴിഞ്ഞ കാൽനൂറ്റാണ്ടെങ്കിലുമായി ജാതി വിമർശനത്തിന്റെ ജാഗ്രതാപൂർണ്ണമായ തുടിപ്പ് മരവിപ്പിലാണ്. നവോത്ഥാനത്തിന്റെ തുടർചലനങ്ങൾ സാദ്ധ്യമാക്കുകയും പതുക്കെ വികസിപ്പിച്ചെടുക്കുകയുംചെയ്ത പൊതുമണ്ഡലത്തിൽ അങ്ങിങ്ങ് വിള്ളലുകൾ പ്രത്യക്ഷപ്പെട്ടു. അതിന്റെ വികസിച്ച മാനവ സങ്കല്പങ്ങളിൽ സവർണ്ണമൂല്യങ്ങളും അതിനെ താങ്ങിനിർത്തുന്ന പ്രത്യയശാസ്ത്ര ശാഠ്യങ്ങളും മാന്യമായി തിരിച്ചുവ

രികയുമാണ്. ജാതി വിമർശനപരമായ ഉള്ളടക്കവും ഊർജ്ജവും കൈമോശംവന്ന സാമുദായിക സംഘടനകളെല്ലാം ജാതിവാദപരമായ താല്പര്യങ്ങളിലേക്ക് മറിഞ്ഞുവീഴുകയും ചെയ്തു. ജാതിയുടെ ഭ്രമണപഥത്തിനപ്പുറം ചരിച്ച അയ്യങ്കാളിയുടെ സാധുജന പരിപാലന സംഘവും പൊയ്കയിൽ യോഹന്നാന്റെ പ്രത്യക്ഷ രക്ഷാദൈവ സഭയും ഒരു പരിധിക്കപ്പുറം സ്വാധീനമുറപ്പിക്കാനാവാതെ നിർവ്വീര്യമായി. സവർണ്ണാധിപത്യത്തിന്റെ തീട്ടൂരങ്ങളെ പലമട്ടിൽ വെല്ലുവിളിച്ച സംഘടനകൾ കാറ്റുവീഴ്ച നേരിട്ടപ്പോൾ അനുരഞ്ജനത്തിന് വഴങ്ങിനിന്നവ ചുവടുമാറ്റി പുത്തൻ വിലപേശൽ ശക്തികളായി സാന്നിദ്ധ്യമറിയിച്ചുകൊണ്ടേയിരുന്നു.

യുക്തിബോധം, ശാസ്ത്രചിന്ത, മതവിമുക്തമായ ആത്മീയത, പ്രവണതകളെ അതേപേരിൽ വിളിക്കാനുള്ള ധീരത തുടങ്ങിയ പ്രബുദ്ധതയുടെ മുദ്രകൾ പഴയ ഊക്കിൽ മുന്നോട്ടു പോയില്ല. മാത്രമല്ല, ഒരു ഘട്ടത്തിൽ സ്തംഭിച്ചുനില്ക്കുകയുംചെയ്തു. പിന്നെ അവ എതിർദ്ദിശയിലുമായി. ശ്രീനാരായണ ഗുരുവിന്റെ പ്രവർത്തന കാലയളവിനുശേഷം അദ്ദേഹത്തിന്റെ പേരിലുണ്ടായ പ്രസ്ഥാനങ്ങളും അവയിലെ അംഗങ്ങളും ജാതി സ്വത്വത്തിലേക്ക് പിൻവാങ്ങുകയുമായിരുന്നു. രാഷ്ട്രീയം പൊതുമണ്ഡലത്തിന്റെ വിശാല പരിപ്രേക്ഷ്യത്തിൽമാത്രം ഒതുങ്ങി.അതിനാൽ കുടുംബ ഭിത്തികൾക്കകത്ത് ഒരു പൊളിച്ചെഴുത്തിനും മുതിരാത്ത സൗകര്യവാദത്തെയും പ്രതിക്കൂട്ടിൽ നിർത്തേണ്ടതുണ്ട്. ജാത്യാചാരങ്ങൾക്കും പ്രാകൃതങ്ങളായ അനാചാരങ്ങൾക്കും അന്ധവിശ്വാസങ്ങൾക്കും പരിക്കില്ലാതെ നിലനില്ക്കാനാവുന്ന സംരക്ഷിത സ്ഥലമായി കുടുംബ വ്യവസ്ഥയെ നിലനിർത്തിപ്പോരുകയുംചെയ്തു. ഉള്ളു പൊള്ളയായ ഇത്തരം സംവിധാനം, ജാതി മത രാഷ്ട്രീയത്തിന് എളുപ്പം കടന്നുകയറാനാവുന്ന അവസ്ഥയുമുണ്ടാക്കി. പൊതുസമൂഹത്തിൽ എത്രമാത്രം വിപ്ലവകരങ്ങളായ മുദ്രാവാക്യങ്ങൾ ഉണ്ടായാലും അതിന്റെയെല്ലാം സാന്ദ്രതയെ നേർപ്പിച്ചെടുക്കുന്ന സാമൂഹ്യ രാസപ്രവർത്തനത്തിന്റെ പരീക്ഷണശാലയുമായി കുടുംബച്ചുവരുകൾ.

ബലികൊടുക്കാൻ ഒരുക്കിനിർത്തിയ ആടിന്റെയും കഴുത്തറുക്കാൻ ഒരുങ്ങിനിന്ന ദുർമന്ത്രവാദിയുടെയും പാപക്കറ ചോരപ്പുഴയിൽ കഴുകിക്കളയാൻ നില്ക്കുന്ന ആൾക്കൂട്ടത്തിന്റെയും നടുവിലെ ബലിപീഠത്തിൽ എല്ലാവരെയും അമ്പരപ്പിച്ച് കയറിനിന്നിട്ടുണ്ട് ശ്രീനാരായണ ഗുരു. ജന്തുബലിക്കെതിരായ ആ ഒറ്റയാൾ പോരാട്ടം ഫലിച്ചു. ആൾക്കൂട്ടം ഒച്ചവെക്കാതെ പിരിഞ്ഞുപോയി. ഗുരുവിന്റെയും മറ്റ് നവോത്ഥാന നായകരുടെ പ്രവർത്തനങ്ങളുടെയും അതിന്റെ തുടർച്ചയുടെയും ഫലമായി കേരളത്തിന് തിരിച്ചറിയാനാവാത്തവിധം രൂപമാറ്റംവന്നു. ഒറ്റ വാചകത്തിൽ സംഗ്രഹിച്ചാൽ ഗുരു, സന്ന്യാസത്തെ ലൗകികക്ഷേമത്തിനായുള്ള പ്രവർത്തനങ്ങളുമായി വിളക്കിച്ചേർക്കുകയും വർഗ്ഗസമരത്തിന്റെ ആദ്യപാഠങ്ങൾ പ്രയോഗിക്കുകയും ചെയ്ത വിപ്ലവകാരിയായ സന്ന്യാസിയാണെന്ന് പറയാം. സന്ന്യാസികളെക്കുറിച്ചുള്ള ആകാശ നിർവ്വചനം തള്ളിമാറ്റി ജന

മദ്ധ്യത്തിലായിരുന്നു അദ്ദേഹം മിക്കപ്പോഴും. സാമൂഹിക യാഥാർത്ഥ്യങ്ങളുമായി മുഖാമുഖം എതിരിടുകയുമായിരുന്നു ഗുരു. അക്കാലത്തെ സാമൂഹിക വൈരുദ്ധ്യങ്ങളുടെ കാതൽ ജാതീയമായ ഉച്ചനീചത്വങ്ങളും അടിച്ചമർത്തലുകളുമായിരുന്നല്ലോ. നാടുവാഴിത്തസമൂഹത്തെ വരിഞ്ഞുമുറുക്കിയിരുന്ന ജാതിവിവേചനം, അനാചാരങ്ങൾ, അന്ധവിശ്വാസം എന്നിവയ്ക്കെതിരായ അദ്ദേഹത്തിന്റെ സമരത്തിന് വർഗ്ഗപരമായ ഉള്ളടക്കവുമുണ്ടായി.

കേരളീയ നവോത്ഥാനത്തിന്റെയും ജനാധിപത്യസമൂഹത്തിന്റെയും ശിലാസ്ഥാപനം എന്ന് കീർത്തികേട്ട അരുവിപ്പുറം പ്രതിഷ്ഠ, ഒരേസമയം വിശ്വാസത്തിന്റെ ഉപയോഗവും നിലനില്ക്കുന്ന ആചാരത്തിന്റെ ലംഘനവുമായിരുന്നു. അതിലൂടെ ബ്രാഹ്മണമേധാവിത്വത്തിലധിഷ്ഠിതമായ ജാതിവ്യവസ്ഥയെ വിറകൊള്ളിച്ചു. നടത്തിയത് വിഗ്രഹപ്രതിഷ്ഠയാണെങ്കിലും സവർണ്ണർക്കുമാത്രം കയറാൻ അവകാശമുള്ള ക്ഷേത്രത്തിനു പകരം എല്ലാവർക്കും കയറാവുന്ന മാതൃകാസ്ഥാനം എന്നാണ് അവിടെ രേഖപ്പെടുത്തിയത്. പ്രതീകങ്ങളുടെ സമരോത്സുക പ്രയോഗത്തിന്റെ സാദ്ധ്യതകൾക്കൊപ്പം പരിമിതികളെക്കുറിച്ചുള്ള ബോദ്ധ്യം ഗുരുവിനെ വിഗ്രഹഭഞ്ജകനുമാക്കി. അത്തരമൊരു സന്ദർഭം സഹോദരൻ അയ്യപ്പന്റെ ഭാര്യ പാർവ്വതി രേഖപ്പെടുത്തിയിട്ടുണ്ട്. അവരുടെ അച്ഛൻ അയ്യാക്കുട്ടി ജഡ്ജി പ്രശസ്തമായ തറവാട്ടിലെത്തിയ ഗുരു തറവാട്ടുമുറ്റത്ത് പലയിടത്തായി കണ്ട ചെറു അമ്പലങ്ങളും പ്രതിഷ്ഠകളുംകണ്ട് അവ പൊളിച്ചുമാറ്റാൻ നിർദ്ദേശിച്ചു. ഭയമുണ്ടെങ്കിൽ താൻതന്നെ ചെയ്യാമെന്ന് അയ്യാക്കുട്ടിയോട് പറഞ്ഞ് വിഗ്രഹങ്ങൾ പിഴുതെടുത്ത് ചാക്കിലാക്കി പുഴയിലൊഴുക്കി. കാവി സന്ന്യാസത്തിന്റെ പര്യായമെന്നു കരുതപ്പെട്ട കാലത്ത് അത് നിരാകരിച്ച് മഞ്ഞവസ്ത്രംധരിക്കുകയും തന്റെ ആത്മീയത മതാതീതമാണെന്ന് തെളിയിക്കുകയുംചെയ്ത ഗുരുവിന്റെ ദർശനങ്ങളെ കുഴിച്ചുമൂടി വെറും ബിംബംമാത്രം സ്വന്തമാക്കാനാണ് സംഘപരിവാര ശ്രമം. ആചാരലംഘനംമാത്രമല്ല, ആചാര്യവിമർശവും നടത്താൻ അദ്ദേഹം മടിച്ചിട്ടില്ല. മിശ്രവിവാഹത്തെയും പന്തിഭോജനത്തെയും തുണയ്ക്കുക മാത്രമല്ല, പ്രാവർത്തികമാക്കാനും മുന്നിട്ടിറങ്ങി ഗുരു. ക്രിസ്ത്യാനിയായ ജർമ്മൻകാരി മാർഗ്രേറ്റും മലയാളിയും ഹിന്ദുവുമായ കെ സി കരുണാകരനും തമ്മിലുള്ള വിവാഹം ശിവഗിരിയിൽ നടത്താൻ മുന്നിട്ടിറങ്ങിയത് അദ്ദേഹം.

മദ്യവിപത്തിനെക്കുറിച്ചുള്ള ബോധവല്ക്കരണത്തോടൊപ്പം ജാതീയമായ തൊഴിൽവിഭജനത്തെ തള്ളിക്കളയുകകൂടിചെയ്തു ഗുരു. തൊഴിൽവിഭജനത്തെ നിരാകരിച്ചതിനൊപ്പം വ്യവസായസംരംഭങ്ങളിലും കച്ചവടത്തിലും ഏർപ്പെടാനും ആഹ്വാനംചെയ്തു. ആലപ്പുഴയിലെ കയർ ഫാക്ടറികളിൽ പണിയെടുത്ത തൊഴിലാളികളുടെ സ്ഥിതി ഗുരു തുറന്നകണ്ണോടെ കണ്ടു. തുച്ഛ വേതനത്തിന് അരഞ്ഞുതീരേണ്ടിവന്ന അവരുടെ ജീവിതം നരകതുല്യമായിരുന്നു. ആ ദയനീയാവസ്ഥ വിശദീ

കരിച്ചും രക്ഷാവഴി ഉപദേശിക്കാൻ അപേക്ഷിച്ചും വാടപ്പുറം ബാവ കണ്ടപ്പോൾ ഗുരു ഇങ്ങനെ ഉപദേശിച്ചു: തൊഴിലെടുക്കുന്നവരുടെ ഒരു സംഘം ഉണ്ടാക്കാൻ നാം കല്പിക്കുന്നു. തൊഴിലെടുക്കുന്നവരുടെ ഒരു സംഘം രൂപീകരിക്കുക. ആ ശക്തിയിൽ തൊഴിലാളികൾ കരുത്തുള്ള വരും സ്വതന്ത്രരുമാകട്ടെ. ആ ആഗ്രഹം ഫലം കണ്ടു. 1922 മാർച്ച് 21 ന് ആലപ്പുഴ കളപ്പുര ക്ഷേത്രമൈതാനത്ത് തൊഴിലാളിസംഘടനയുടെ രൂപീകരണയോഗം ചേർന്നു. പ്രിയശിഷ്യൻ സത്യവ്രതനെ അയച്ച് ഗുരു ഐക്യദാർഢ്യം പ്രകടമാക്കി. തിരുവിതാംകൂർ ലേബർ അസോസിയേഷൻ അതിന്റെ സാഫല്യം.

www.ingramcontent.com/pod-product-compliance
Lightning Source LLC
LaVergne TN
LVHW040755051026
849519LV00007BA/2561
* 9 7 8 9 3 8 6 1 1 2 6 4 4 *